आधुनिक जगामध्ये नैतिक मूल्यांचे महत्त्व कळण्यासाठी उपयुक्त.

भारतीय समाजातील नैतिक मूल्ये

Moral Values in Indian Society

विस्तारित द्वितीय आवृत्ती

संपादक : डॉ. दिलीप खैरनार

डायमंड पब्लिकेशन्स

भारतीय समाजातील नैतिक मूल्ये
संपादक – डॉ. दिलीप खैरनार

Bhartiy Samajatil Naitik Mulye
Ed.: Dr. Dileep Khairnar

प्रथम आवृत्ती – ऑक्टोबर २००९
द्वितीय विस्तारित आवृत्ती – ऑगस्ट २०१६

ISBN : 978-81-8483-681-3

अक्षरजुळणी
'अक्षरवेल', सी १८ प्लॉट नं. ५७२ दत्तवाडी, पुणे ३०

मुखपृष्ठ
शाम भालेकर

प्रकाशक
डायमंड पब्लिकेशन्स
२६४/३ शनिवार पेठ, ३०२ अनुग्रह अपार्टमेंट
ओंकारेश्वर मंदिराजवळ, पुणे–४११ ०३०
☎ ०२०–२४४५२३८७, २४४६६६४२
info@diamondbookspune.com

प्रमुख वितरक
डायमंड बुक डेपो
६६१ नारायण पेठ, अप्पा बळवंत चौक
पुणे–४११ ०३० ☎ ०२०–२४४८०६७७

मनोगत

मानवी विकासाच्या प्रत्येक अवस्थेत 'नैतिकता' ही बाब समाजाने महत्त्वाची मानली आहे; कारण समाजात प्रचलित असलेल्या मूल्यांनी समाजाचे अंतिम ध्येय सूचित होते. समाजाने कोणते उद्दिष्ट साध्य करावे, समाजाचा आचार-व्यवहार कसा असावा, कसा चालवावा, हे मूल्यव्यवस्थेकडूनच निश्चित केले जाते; कारण मूल्य ही मनातील खोल कलशात ठेवलेली व जोपासलेली अमूल्य वस्तू आहे, तर मानवाचे आचरण हे बाह्य आवरण आहे; परंतु, परिस्थितीनुरूप आचरणाचे नियम बदलत जातात. बदलणाऱ्या आचरणाने नैतिक मूल्यव्यवस्थेच्या मर्यादा पार केल्या तर समाजव्यवस्थेत अनेक समस्या निर्माण होऊन, या समस्या समाजाला गर्तेत घेऊन जातात. मूल्यांचा संबंध समाजव्यवस्थेच्या प्रत्येक अंगाशी असल्याने मूल्यांची घसरण ही समाजव्यवस्थेच्या दृष्टीने योग्य बाब मानली जात नाही. परंतु, काही वेळा मूल्यदेखील कालबाह्य ठरण्याची शक्यता असते. ही कालबाह्य मूल्ये समाजविकासासाठी अडथळा ठरतात, तेव्हा मूल्य मुद्दाम बदलणे भाग पडते.

आधुनिक कालखंडात तर सामाजिक परिस्थितीत मोठ्या प्रमाणात बदल झाला आहे. आज भोगवादाच्या व त्याहूनही पाच-पन्नास पावले पुढे जाऊन चंगळवादाचा अनिर्बंध स्वीकार केला जाऊ लागला आहे. त्यातच भ्रष्टाचार व शोषण यांचे मूळ लपलेले आहे. निर्मितिक्षमता आणि उत्पादकतेशिवाय भोगवादाचा अर्थ फक्त लूट म्हणजेच शोषण आणि भ्रष्टाचार यांनाच मूल्य म्हणून स्वीकारले जाऊ लागल्याने जेवढे जास्त गैरप्रकार, वशिलेबाजी, अवैध धंदे करून पैसे मिळवाल, तेवढी तुमची कीर्ती, यश त्यावरच अवलंबून असते. आज नैतिकता, साधनशुचिता हे शब्ददेखील टिंगलटवाळीचे, उपहासाचे विषय बनू लागले आहेत, हे आजच्या समाजाचे भयावह वास्तव आहे. आधुनिक समाजव्यवस्थेत मोठ्या प्रमाणात होऊ घातलेल्या नैतिक मूल्यांच्या घसरणीच्या संदर्भातून चिंता करायला लावणाऱ्या या विषयावर विविध अंगांनी दृष्टिक्षेप टाकण्यास्तव विविध क्षेत्रांतील दिग्गज व्यक्तींकडून लेख मागविले असता त्यांनी ते वेळेत पाठविले; म्हणूनच या ग्रंथाची दुसरी सुधारित आवृत्ती आपल्या हाती देता आली.

ग्रंथांअंतर्गत समाजव्यवस्थेतील नैतिक मूल्ये, शिक्षणातील नैतिक मूल्ये, कायदा व्यवस्थेतील नैतिक मूल्ये, घटनेतील मूल्ये अशा विविधांगी बाबींवर सहलेखकांद्वारा अभ्यासपूर्ण मांडणी करण्यात आली आहे.

सातत्याने नवनवीन उपक्रम मी हाती घ्यावेत यासाठी मानसिक बळ प्राप्त करून देणारे डॉ. बाबासाहेब आंबेडकर मराठवाडा विद्यापीठाचे कुलगुरू, प्रोफेसर बी. ए. चोपडे, मराठवाडा शिक्षण प्रसारक मंडळाचे सरचिटणीस आ. सतीशभाऊ चव्हाण, अध्यक्ष मा. प्रकाशदादा साळुंके, देवगिरी महाविद्यालय स्थानिक नियामक मंडळाचे सदस्य प्राचार्य डॉ. बी. बी. शिंदे, ॲड. श्री. मोहनराव सावंत, श्री. प्रदीपभाऊ चव्हाण, प्राचार्य माणिकराव जाधव यांचा उल्लेख येथे आवर्जून करावा लागेल. ग्रंथलेखनाच्या कामात सातत्याने सहकार्य करणारे प्रा. अशोक नाईकवाडे, प्रा. परशुराम बाचेवाड, प्रा. उत्तम पांचाळ यांचा उल्लेख करणे गरजेचे आहे.

एखाद्या कामात उत्साह निर्माण होतो तो कुटुंबातील सदस्यांमुळेच. माझे बापू व आई, पत्नी स्वाती, बंधू संजय, भारत, सौ. नूतन, सौ. सीमा, चि. सौरभ, दिव्यंका, संजना, पद्मनाभ व तेजस या सर्वांच्या प्रेमपूर्ण सहवासातूनच लिखाणास ऊर्मी लाभते.

डायमंड पब्लिकेशन्सचे प्रकाशक श्री. दत्तात्रेय पाष्टे यांच्या सातत्यपूर्ण पाठपुराव्यामुळे ग्रंथ पूर्णत्वास आला आहे.

डॉ. दिलीप खैरनार
मो.९४२२७०७२६३

संपादक-परिचय

डॉ. दिलीप खैरनार

डॉ. दिलीप खैरनार हे देवगिरी महाविद्यालय, औरंगाबाद येथे प्रोफेसर व समाजशास्त्र विभागप्रमुख म्हणून कार्यरत आहेत.

गेली २५ वर्षे अध्यापन व संशोधनाच्या क्षेत्रात कार्यरत राहून त्यांनी विद्यार्थी, संशोधक व वाचकांना उपयुक्त ठरतील अशा अकरा ग्रंथांचे अभ्यासपूर्ण लेखन केले आहे. 'राम जन्मभूमी व बाबरी मशीद प्रश्न' या ग्रंथास महाराष्ट्र शासनाचा उत्कृष्ट वाङ्मयनिर्मितीचा राज्य पुरस्कार त्यांना प्राप्त झाला आहे. राष्ट्रीय व आंतरराष्ट्रीय पातळीवरील समाजशास्त्रीय परिषदांत ५०पेक्षा जास्त शोधनिबंधांचे सादरीकरण व अनेक चर्चासत्रांत सक्रिय सहभाग घेतला आहे. मराठी समाजशास्त्र परिषदेचे अध्यक्ष म्हणून कार्य केले आहे. डॉ. बाबासाहेब आंबेडकर मराठवाडा विद्यापीठाच्या अधिसभा, विद्यापीठ व महाविद्यालय विकास मंडळ, परीक्षा मंडळ, सामाजिक शास्त्र विद्याशाखा, संशोधन मान्यता समिती व समाजशास्त्र अभ्यास मंडळाचेही ते सदस्य आहेत. त्यांच्या मार्गदर्शनाखाली आठ विद्यार्थ्यांनी पीएच. डी. तर पाच विद्यार्थ्यांनी एम.फिल. पदवी प्राप्त केली आहे.

सहलेखकांचा परिचय

डॉ. जनार्दन वाघमारे	:	माजी खासदार, माजी कुलगुरू, स्वामी रामानंद तीर्थ मराठवाडा विद्यापीठ, नांदेड.
श्री. कृष्णा भोगे	:	निवृत्त आय.ए.एस. अधिकारी तथा विभागीय आयुक्त. म. रा. मानवविकास मिशनचे कार्याध्यक्ष.
ॲड. उज्ज्वल निकम	:	विशेष शासकीय अभियोक्ता. मुंबई बॉम्बस्फोट खटला, खैरलांजी खटल्यासारख्या अनेक खटल्यांत शासकीय अभियोक्ता म्हणून यशस्वी असे कार्य.
डॉ. सदानंद मोरे	:	तत्त्वज्ञान विभाग, पुणे विद्यापीठ, पुणे येथे प्राध्यापक म्हणून कार्यरत. संतसाहित्याचे गाढे अभ्यासक, अखिल भारतीय साहित्य संमेलन अध्यक्ष.
प्रा. दिनकर बोरीकर	:	अध्यक्ष. सरस्वती भुवन शिक्षण संस्था, औरंगाबाद.
श्री. भुजंगराव कुलकर्णी	:	निवृत्त आय.ए.एस. अधिकारी.
डॉ. नागनाथ कोत्तापल्ले	:	माजी कुलगुरू, डॉ. बाबासाहेब आंबेडकर मराठवाडा विद्यापीठ, औरंगाबाद आणि मराठी वाङ्मयाचे अभ्यासक व कथाकार.
ॲड. प्रदीप देशमुख	:	प्रसिद्ध विधिज्ञ, उच्च न्यायालय वकील संघ, खंडपीठ औरंगाबादचे माजी अध्यक्ष.
प्राचार्य रा. रं. बोराडे	:	प्रसिद्ध ग्रामीण साहित्यकार तसेच देवगिरी महाविद्यालयाचे निवृत्त प्राचार्य.
डॉ. वासुदेव मुलाटे	:	प्रसिद्ध साहित्यिक तसेच प्रकाशक. स्वरूप प्रकाशन, औरंगाबाद.
डॉ. डी. एस. लोहिया	:	समाजवादी विचारवंत व मानवलोक संस्थेचे अध्यक्ष.

डॉ. दत्ता भगत	:	प्रसिद्ध साहित्यिक, दलित नाटक व रंगभूमी संदर्भात विशेष कार्य.
डॉ. प्रल्हाद लूलेकर	:	प्रोफेसर, मराठी विभाग, डॉ. बाबसाहेब आंबेडकर मराठवाडा विद्यापीठ, औरंगाबाद.
प्रा. फकरूद्दीन बेन्नूर	:	कवी, लेखक, सुधारणावादी विचारवंत म्हणून प्रसिद्ध.
प्रा. नागोराव कुंभार	:	प्राचार्य, महात्मा बसवेश्वर महाविद्यालय, लातूर येथे कार्यरत. 'विचारशलाखा' या त्रैमासिकाचे संपादक.
प्रा. प्रभाकर मांडे	:	लोकसाहित्याचे गाढे अभ्यासक.
डॉ. वि. ल. धारूरकर	:	वृत्तपत्र विद्या विभाग, डॉ. बाबासाहेब आंबेडकर मराठवाडा विद्यापीठात प्रोफेसर म्हणून कार्यरत.
डॉ. गजानन सुरासे	:	माजी कुलसचिव, डॉ. बाबासाहेब आंबेडकर मराठवाडा विद्यापीठ, औरंगाबाद.
डॉ. प्रल्हाद जोगदंड	:	समाजशास्त्र विभाग, मुंबई विद्यापीठ, मुंबई येथे प्राध्यापक म्हणून कार्यरत. सामाजिक शास्त्रे विद्याशाखेचे अधिष्ठाता.
डॉ. व्ही. एल. एरंडे	:	महाराष्ट्र महाविद्यालय, निलंगा येथे प्राचार्य म्हणून कार्यरत.
डॉ. दिलीप खैरनार	:	देवगिरी महाविद्यालय, औरंगाबाद येथे प्रोफेसर व समाजशास्त्र विभाग प्रमुख म्हणून कार्यरत.
डॉ. विजय मारुलकर	:	निवृत्त प्राध्यापक व समाजशास्त्र विभागप्रमुख, एस.एन.डी.टी. महिला विद्यापीठ, मुंबई.
प्रा. लीला शिंदे	:	निवृत्त प्राध्यापक व समाजशास्त्र विभागप्रमुख, वसंतराव नाईक महाविद्यालय, औरंगाबाद तथा बालवाङ्मय लेखिका.
प्राचार्या सविता शेटे	:	महिला कला महाविद्यालय, बीड येथे प्राचार्या म्हणून कार्यरत, महिला सबलीकरणाच्या कार्यात सक्रिय.
डॉ. अशोक नाईकवाडे	:	देवगिरी महाविद्यालय, औरंगाबाद येथे राज्यशास्त्र विभाग प्रमुख म्हणून कार्यरत, अनेक ग्रंथांचे लेखन व संपादन.
डॉ. भा. कि. खडसे	:	वर्धा येथील समाजशास्त्र विषयाचे सेवानिवृत्त प्राध्यापक.
प्रा. बसवराज कोरे	:	मराठी विभागप्रमुख, मच्छोदरी महाविद्यालय, जालना येथे कार्यरत.

डॉ. देवकर्ण मदन : देवगिरी महाविद्यालय, औरंगाबाद येथील निवृत्त प्रपाठक व मराठी विभागप्रमुख.

प्रा. युसूफ बेन्नूर : डॉ. बाबासाहेब आंबेडकर मराठवाडा विद्यापीठाचे सामाजिक कार्य महाविद्यालय, औरंगाबाद येथे अधिव्याख्याता म्हणून कार्यरत.

डॉ. स्मिता अवचार : समाजशास्त्र विभाग डॉ. बाबासाहेब आंबेडकर, मराठवाडा विद्यापीठ, औरंगाबाद येथे सहयोगी प्राध्यापक म्हणून कार्यरत. महिला सबलीकरण चळवळीत सक्रिय.

डॉ. सुनील मायी : प्रपाठक व समाजशास्त्र विभागप्रमुख, डॉ. अण्णासाहेब बेडाळे महाविद्यालय, जळगांव येथे कार्यरत.

डॉ. सतीश दांडगे : लोकप्रशासन विभाग, डॉ. बाबासाहेब आंबेडकर मराठवाडा विद्यापीठ, औरंगाबाद येथे प्रोफेसर म्हणून कार्यरत.

डॉ. सुधाकर जाधव : समाजशास्त्र विभागप्रमुख आदर्श कला महाविद्यालय, निजामपूर, जि. धुळे येथे कार्यरत.

डॉ. तुकाराम मोटे : जिल्हा अधीक्षक कृषि अधिकारी म्हणून नांदेड येथे कार्यरत.

डॉ. विजय शिंदे : देवगिरी महाविद्यालय, औरंगाबाद येथे हिंदी विषयाचे अधिव्याख्याता म्हणून कार्यरत.

डॉ.श्रीमती पी.एम.जाधव : शासकीय अध्यापक महाविद्यालय, जालना, औरंगाबाद येथे अधिव्याख्याता म्हणून कार्यरत.

डॉ. राहुल हजारे : समाजशास्त्र विभागप्रमुख कला, वाणिज्य व विज्ञान महाविद्यालय, बदनापूर, जि. जालना येथे कार्यरत.

डॉ. गोविंद माने : निवृत्त प्राचार्य. बंकटस्वामी महाविद्यालय, बीड.

प्रा. रमेश राठोड : वैद्यनाथ महाविद्यालय, परळी वैजनाथ, जि. बीड येथे समाजशास्त्र विभागप्रमुख म्हणून कार्यरत.

डॉ. सतीश सातव : जयप्रकाश नारायण अध्यापक महाविद्यालय, औरंगाबाद येथे प्राचार्य म्हणून कार्यरत.

डॉ. पद्माकर सहारे : सहयोगी प्राध्यापक, समाजशास्त्र विभाग, डॉ. बाबासाहेब आंबेडकर मराठवाडा विद्यापीठ, औरंगाबाद येथे कार्यरत.

अनुक्रम

•	मनोगत		तीन
•	संपादक-परिचय		पाच
•	सहलेखकांचा परिचय		सहा
१.	शिक्षण आणि मानवी मूल्ये	डॉ. जनार्दन वाघमारे	१
२.	राज्यघटना : मानवविकास आणि मानवी मूल्ये	श्री. कृष्णा भोगे	१४
३.	सुखमय जीवनासाठी नैतिक मूल्ये आवश्यक	ॲड. उज्ज्वल निकम	२२
४.	कालपरत्वे नीतिमूल्यांत बदल अपेक्षित	डॉ. सदानंद मोरे	२५
५.	नीतिमत्ता व नैतिकता : स्वप्न अन् वास्तव	प्रा. दिनकर बोरीकर	३१
६.	राज्यकारभारातील नैतिकता	श्री. भुजंगराव कुलकर्णी	३५
७.	मानव विकासासाठी घटनात्मक मूल्ये महत्त्वाची	डॉ. नागनाथ कोत्तापल्ले	४०
८.	लवचीक आणि बदलांना सामोरी जाणारी मूल्यव्यवस्था गरजेची	ॲड. प्रदीप देशमुख	४४
९.	नैतिकता आणि मराठी साहित्य	प्राचार्य रा. रं. बोराडे	४९
१०.	जीवनमूल्ये आणि त्यांची आवश्यकता	डॉ. वासुदेव मुलाटे	५२
११.	लोकशाही मूल्य आणि नैतिकता	डॉ. डी. एस. लोहिया	५७
१२.	सर्वसंमत नीतिमूल्ये हाच आपला धर्म	डॉ. दत्ता भगत	६०
१३.	बदलणारी नीतिमूल्ये	प्रा. प्रल्हाद लूलेकर	६३
१४.	भारतातील सार्वजनिक नीतिमत्ता आणि नैतिक मूल्यांचा ऱ्हास	प्रा. फकरूद्दीन बेन्नूर	७०
१५.	शिक्षण आणि नैतिक मूल्ये	प्रा. नागोराव कुंभार	७३
१६.	ब्रिटिशांची शिक्षणनीती आणि महात्मा गांधींचा त्यावरील अभिप्राय	प्रा. प्रभाकर मांडे	८०

१७.	नैतिक मूल्यांचे शिक्षण आणि प्रसारमाध्यमे	डॉ. वि. ल. धारूरकर	९०
१८.	आधुनिक समाजव्यवस्थेतील नैतिक मूल्यांची घसरण	डॉ. गजानन सुरासे	९५
१९.	मानवी विकासासाठी मानवी मूल्ये	डॉ. प्रल्हाद जोगदंड	१००
२०.	सार्वजनिक जीवनातील नैतिक मूल्यांचा ऱ्हास	डॉ. व्ही. एल. एरंडे	१०२
२१.	समाज व बदलणारी मूल्यव्यवस्था	डॉ. दिलीप खैरनार	१११
२२.	मूल्यांची सापेक्षता विचारात घेणे महत्त्वाचे	डॉ. विजय मारुलकर	११७
२३.	सामाजिक मूल्ये आणि आजचा बालक	प्रा. लीला शिंदे	११९
२४.	बदलत्या सामाजिक व्यवस्थेतील नैतिक मूल्यांची घसरण	प्राचार्या सविता शेटे	१२५
२५.	मानवी मूल्ये व मानवी हक्क : व्यक्ती आणि समाजविकासासाठी अत्यावश्यक	डॉ. अशोक नाईकवाडे	१२८
२६.	युवकांमध्ये नैतिक मूल्यांची जाणीव	डॉ. भा. कि. खडसे	१३७
२७.	मूल्यशिक्षण आणि शिक्षणव्यवस्था	प्रा. बसवराज कोरे	१४१
२८.	युवक आणि मूल्यव्यवस्था	डॉ. देवकर्ण मदन	१४९
२९.	युवकांमध्ये नैतिक मूल्यांची जाणीव	प्रा. युसूफ बेन्नूर	१५३
३०.	व्यवहाराधिष्ठित मूल्य की मूल्याधिष्ठित व्यवहार	डॉ. स्मिता अवचार	१५९
३१.	व्यक्ती आणि मूल्यव्यवस्था	डॉ. सुनील मायी	१६२
३२.	प्रशासनातील नैतिक मूल्ये	डॉ. सतीश दांडगे	१६६
३३.	वर्तनबद्ध पर्याय व युवकांमध्ये नैतिक मूल्यांची जाणीव	डॉ. सुधाकर जाधव	१७२
३४.	अन्न व कृषि क्षेत्रामधील नैतिक मूल्ये	डॉ. तुकाराम मोटे	१७९
३५.	शिक्षण धर्म आणि नैतिकता	डॉ. विजय शिंदे	१८८
३६.	मूल्यसंस्कारातील अडथळे	डॉ. पी. एम. जाधव	१९२
३७.	उच्च शिक्षण आणि मानवी मूल्ये जोपासण्याचे आव्हान	डॉ. राहुल हजारे	१९७
३८.	मूल्यशिक्षण आणि शिक्षणव्यवस्था	डॉ. गोविंद माने	२०२
३९.	मूल्यशिक्षण आणि शिक्षणव्यवस्था	प्रा. रमेश राठोड	२०८
४०.	नैतिक मूल्यांची जोपासना शिक्षणाद्वारेच	डॉ. सतीश सातव	२१८
४१.	सामाजिक विज्ञान संशोधनातील मूल्य	डॉ. पद्माकर सहारे	२२१

१ शिक्षण आणि मानवी मूल्ये

डॉ. जनार्दन वाघमारे

माणसामध्ये बीजरूपाने विविध क्षमता व शक्ती दडलेल्या असतात. त्यांचा विकास करण्याच्या प्रक्रियेला 'शिक्षण' म्हणता येईल. ही प्रक्रिया एक प्रकारच्या मंथनाचे रूप धारण करते. व्यक्तिमत्त्वाच्या सर्वंकष विकासासाठी ते आवश्यक आहे. शिक्षणातून ज्ञान प्राप्त होते आणि मूल्यांचे संवर्धनही होते. खरे तर, ज्ञान आणि मूल्ये या एकाच नाण्याच्या दोन बाजू आहेत. नाण्याच्या दोन्ही बाजू स्पष्ट असल्याशिवाय ते बाजारात चालत नाही. शिक्षणाला कौशल्यांचीही जोड देणे आवश्यक आहे. भाकरीचा प्रश्न सोडविण्यासाठी ते आवश्यक आहे.

आजच्या या धकाधकीच्या व गुंतागुंतीच्या काळात शिक्षणाचे व्यावसायिक अंग दुर्लक्षून चालणार नाही. शिकलेल्या माणसाला स्वत:च्या रोजी-रोटीचा प्रश्न सोडवता आला पाहिजे, त्याशिवाय त्याला स्वावलंबी होता येणार नाही. 'स्वावलंबन' हे अतिशय महत्त्वाचे मूल्य आहे. स्वावलंबनातून स्वाभिमान प्राप्त होतो. शिक्षणात रोजगार क्षमता (Employability) निर्माण करणे अतिशय आवश्यक आहे. शिक्षण प्रक्रियेत ज्ञान, मूल्ये आणि कौशल्ये हे तीन घटक असलेच पाहिजेत. शिक्षण ही एक त्रिमितीय वस्तू आहे. शिक्षणाची व्याख्या समीकरणाच्या रूपात खालीलप्रमाणे करता येईल.

शिक्षण = ज्ञान + मूल्ये + कौशल्ये

बहुआयामी व्यक्तिमत्त्वाचा विकास

'व्यक्तीच्या व्यक्तिमत्त्वाचा विकास' हा शिक्षणाचा मुख्य उद्देश आहे. व्यक्तिमत्त्व ही तशी बहुआयामी गोष्ट आहे. माणसात विविध क्षमता व गुण आहेत. त्यांचा आविष्कार करणे आणि त्यांना आकार देणे हे शिक्षणासमोरचे आव्हान आहे; पण या क्षमता व शक्ती बीजरूपात असतात. जे बीजरूपात असते त्याला विश्वरूप देणे

आवश्यक असते. बीजरूपाचे रूपांतर वृक्षरूपात शिक्षण प्रक्रियेतून होऊ शकते.

माणसाने आपल्या ज्ञान व गुण सामर्थ्यांच्या आधारावर मानवी संस्कृती उभी केली आहे. तिला 'ज्ञानसृष्टी' म्हणता येईल; पण मानवी संस्कृती ही केवळ ज्ञानावर उभी नसते. ती मूल्यांवर देखील आधारलेली असते आणि म्हणून ती 'मूल्यसृष्टीही' असते.

प्राचीन काळी 'परा ज्ञान' आणि 'अपरा ज्ञान' असे दोन प्रकारचे ज्ञान प्राप्त केले जात होते. आध्यात्मिक ज्ञान आणि भौतिक ज्ञान अशा दोन्ही प्रकारच्या ज्ञानाची व्यक्तीला व समाजाला आवश्यकता होती. तथापि, आध्यात्मिक ज्ञानाला अधिक महत्त्व दिले जात होते. आध्यात्मिक ज्ञान हे मूल्यनिष्ठ ज्ञान होते. माणसाने आत्मविज्ञान व भौतिक विज्ञान यांचा विकास केला. त्याचा हा प्रयत्न 'मानव हिताय' व 'मानव सुखाय' होता. जीवनाची समृद्धी वाढवण्यासाठी ज्ञानाची व मूल्यांची आवश्यकता होती, आजही आहे.

शांततेची संस्कृती

माणूस हा आरंभापासूनच प्रगती व शांतीच्या शोधात आहे. 'Peace and progress has been his eternal quest.' धर्माची निर्मिती त्याच्या या साधनेतूनच झाली. त्याने आपल्या बुद्धीचा उपयोग विचारांचा व मूल्यांचा शोध व वेध घेण्यासाठी केला. खरे तर, ईश्वर हा माणसाचाच शोध आहे. त्याने आपले नाते ईश्वराशी, निसर्गाशी व मानवमात्रांशी जोडले.

धर्मग्रंथ व धर्मगुरू

धर्मग्रंथ हे मानवी मूल्यांचे पहिले स्रोत आहेत. माणसाने कसे वागावे, कसे बोलावे आणि कसे चालावे हे सर्वच धर्मग्रंथांनी सांगितले आहे. खरे तर, त्या त्या देशातील शिक्षण पद्धतीचा आरंभ धर्मग्रंथांपासून झाला आहे. मंदिरे, विहारे, चर्च, मशिदी, सिनगॉग हीच शिक्षणाची केंद्रस्थाने होती. पाठशाळा, मदरसे, सेमिनारी या आद्य शिक्षण संस्था होत्या. त्यांच्या विकासातून विद्यापीठे निर्माण झाली. प्राचीन काळी धर्मगुरू हे अध्यापक आणि धर्मग्रंथ ही पाठ्यपुस्तके होती, त्यांचा भर नैतिक मूल्यांवर अधिक होता.

'गुरू' हा कल्पतरू होता. तो आपल्या विद्यार्थ्यांचा मित्र, मार्गदर्शक व तत्त्वज्ञ होता. आपल्या विद्यार्थ्यांच्या मनामध्ये जिज्ञासा निर्माण करणे, त्यांच्या मनात प्रश्न निर्माण करणे व त्या प्रश्नांची उत्तरे शोधणे हेच त्याच्या अध्यापनाचे लक्ष्य होते. प्रश्नांची उत्तरे शोधल्यानंतरही प्रश्न शिल्लक राहतातच. ज्ञानसाधनेच्या मुळाशी जिज्ञासा असते. जीवन साधनेचा आरंभ अशाप्रकारच्या शिक्षणातून होतो.

प्राचीन काळात गुरुला अनन्यसाधारण महत्त्व होते. गुरुला ब्रह्मा, विष्णू व महेश म्हणण्याचे हेच कारण होते. खरे तर, गुरुला साक्षात परब्रह्म म्हणण्याचे कारण हेच. गुरूंच्या निवासस्थानीच शिक्षण दिले जात होते. त्यांना 'गुरुकुल' हे नामाभिधान दिले गेले. प्राचीन काळी गुरू हेच शब्दकोश व ज्ञानकोश होते. त्यांच्या अध्यापनाला तत्त्वचिंतनाची डूब (खोली) होती. मानवी मूल्ये केंद्रस्थानी ठेवून शिक्षण दिले जात होते.

शिक्षण व शाश्वत मूल्ये

प्राचीन काळी धर्मकारणावर विशेष भर दिला जात होता. त्या काळी नोकरीचा विषयच नव्हता. 'ज्ञानार्जन' हे जीवन जगण्याचे अविभाज्य अंग होते. शिक्षण संपल्या नंतर गुरू आपल्या विद्यार्थ्यांना पुढील आयुष्य घालवावे कसे, यासंबंधी हितोपदेश करीत असत. तो हितोपदेश म्हणजेच त्यांचे दीक्षान्त भाषण असायचे. तैतिरीय उपनिषदांमध्ये दीक्षान्त भाषणाचा एक सविस्तर श्लोक आहे. त्यातला काही भाग खालील आशयाचा आहे-

सत्यंवद । धर्म्मंचर
मातृदेवो भव । पितृदेवो भव।।
आचार्य देवो भव । अतिथि देवो भव।।

सत्य बोला. कर्तव्याचे पालन करा. आई-वडील-आचार्य आणि अतिथी यांचा आदरसत्कार करा. या श्लोकात पुढे असे म्हटले आहे - सत्य व कर्तव्यापासून ढळू नका. दररोज नियमितपणे स्वाध्याय करा. जे जे जीवनोपयोगी आहे त्याकडे दुर्लक्ष करू नका. महान बनण्याची संधी सोडू नका.

प्राचीन आणि मध्ययुगीन काळातही या व अशा मूल्यांवर अधिक भर दिला जात होता. त्यांची आजही तितकीच आवश्यकता आहे. प्राचीन काळात विद्यापीठे ही फक्त भारतात होती. युरोपियन विद्यापीठांचा जन्म मध्ययुगात झाला. प्राचीन भारतीय विद्यापीठे ही बौद्ध विद्यापीठे होती. या विद्यापीठांनी भौतिक शास्त्रांचा विकास केला. नैतिक मूल्यांवर त्यांचा फार मोठा भर होता. प्रज्ञा, करुणा व शील हा बुद्धधर्माचा गाभा होता. 'स्वयंप्रकाशित व्हा', हा बुद्धाचा संदेश होता.

युरोपियन विद्यापीठांनी ख्रिश्चन धर्मावर भर दिला. भौतिक शास्त्रांचा त्यांनी मोठ्या प्रमाणात विकास केला. धर्मप्रसारावर त्यांचा कटाक्ष होता. धर्मकारणाला प्राचीन व मध्ययुगीन काळात फार महत्त्व दिले जात होते. खरे तर, धर्मकारण हे आरंभी मूल्यकारण होते. समाज धारणेसाठी ज्ञान व मूल्ये आवश्यक होती.

ज्ञान व मूल्ये : शिक्षण व्यवस्थेची दोन चाके

आज शिक्षणातून जीवनमूल्ये हद्दपार झालेली आहेत. 'शिक्षण व्यवस्था' ही दोन चाकांवर चालते. 'ज्ञान' आणि 'मूल्ये' ही ती दोन चाके होत. त्यातील एक चाक-अर्थात मूल्यांचे-निखळले आहे. सद्‌गुणांची जागा आता दुर्गुणांनी घेतली आहे. संस्काराला महत्त्व राहिलेले नाही. विद्यार्थ्यांमध्ये व्यसनाधीनता प्रचंड प्रमाणात वाढलेली आहे. आरोग्य ही अनमोल संपदा आहे, याचा विसर पडलेला आहे. समाजात गुन्हेगारीचे प्रमाण मोठ्या प्रमाणात वाढलेले आहे. लैंगिक गुन्हे सराईतपणे होत आहेत. शहरात गुन्हेगारीचे प्रमाण अधिक आहे. गुन्हेगार हे शिक्षित आहेत. पशूंना लाजवेल असे वर्तन आपण आज पाहत आहोत. संस्कृतीची जागा विकृतीने घेतलेली आहे.

ज्ञान म्हणजे सद्‌गुण

शिक्षणप्रणाली ही मूल्यवाहिनी असते व असली पाहिजे. शाळा ह्या संस्कार शाळा असतात व असल्या पाहिजेत; पण आज परिस्थिती बदलली आहे. चंगळवाद बोकाळलेला आहे. मूल्यहीनता ही अंततः विनाशाकडे नेते. सॉक्रेटिसने ज्ञानाला सद्‌गुण मानले होते. 'Knowledge is virtue'. याचा अर्थ ज्ञान आणि सद्‌गुण या एकाच नाण्याच्या दोन बाजू होत. शिक्षण संस्था या कर्तव्यच्युत होत असताना आपण आज पाहत आहोत.

श्रेष्ठमूल्यांतून 'धर्म' निर्माण होतो. धर्म या शब्दाचा पूर्वी 'कर्तव्य' असा अर्थ होता. मजहब, रिलिजन वा संप्रदाय हा त्याचा अर्थ नव्हता. कर्तव्य भावनेने केलेल्या परोपकारी कामाला 'धर्म' म्हटले जात होते. सत्यनिष्ठा ही चांगल्या कामाची कसोटी होती. धर्मात दया, क्षमा व परोपकाराला अनन्यसाधारण महत्त्व होते. प्रज्ञा, करुणा व शील ही बुद्धधर्मातली 'ट्रिनिटी' होती. ख्रिश्चन धर्माने 'प्रेम' हे मूल्य केंद्रस्थानी ठेवले होते. इस्लामने 'ईमान' या मूल्याला मानवी जीवनात सर्वोच्च स्थान दिले होते.

'शाळा' या मूल्यांच्या रोपवाटिका

शिक्षण हे कुठल्याही स्तरावरचे असो, त्याला मूल्यांची जोड असलीच पाहिजे. शिक्षणात ज्ञान व मूल्यांची फारकत होता कामा नये. प्राथमिक शिक्षणात मूल्यांची पेरणी काळजीपूर्वक करायला पाहिजे. ज्ञान, मूल्ये व कौशल्ये यांची तिफण त्या पेरणीसाठी उपयोगात आणली पाहिजे. शाळा या मूल्यांच्या रोपवाटिका असतात व असल्या पाहिजेत. प्राथमिक शिक्षणाच्या स्तरावर मूल्यांना अधिक महत्त्व देण्याची आवश्यकता आहे.

लहान बालकांची मने अतिशय संस्कारक्षम असतात. ती लवचीक व कोमल असतात. त्यांना सुंदर आकार दिले जाऊ शकतात. खरे तर, कुटुंब हीच बालकांची पहिली शाळा असते. आई-वडील हेच या शाळेतले पहिले शिक्षक असतात. आई-वडील आपल्या मुलांच्या मनात जे जे पेरतील ते ते तरारून उगवेल व वाढेल आणि म्हणून आई-वडिलांनी आपल्या मुलांचे पालनपोषण अतिशय काळजीपूर्वक करायला पाहिजे. त्यांनी आपल्या मुलांना कर्मकांडात न अडकवता मानवी मूल्यांचे संस्कार त्यांच्यावर करणे आवश्यक आहे. 'शेजाऱ्यांवर प्रेम करा' हा त्यांचा पहिला वस्तुपाठ असला पाहिजे. 'कुटुंब' हे समुदाय वा समाजाचे रूपक असते. कुटुंबाला 'लघु समाज' मानून सामाजिक सौहार्दाला पोषक अशा मूल्यांची शिकवण मुलांना द्यायला हवी.

नागरी मूल्ये

माध्यमिक, उच्च माध्यमिक आणि महाविद्यालयीन शिक्षणाच्या स्तरांवर नैतिक मूल्यांबरोबर सामाजिक मूल्ये महत्त्वाची मानली पाहिजेत. आजचे विद्यार्थी हे उद्याचे नागरिक आहेत, हे लक्षात घेऊन नागरिकांचे अधिकार व कर्तव्य काय आहेत व असावेत हे या स्तरावरच्या विद्यार्थ्यांना शिकवायला हवे. अधिकारांना दायित्वाची जोड असल्याशिवाय नागरी जीवन स्वच्छ होणार नाही. सार्वजनिक आरोग्य आणि सामाजिक स्वच्छता याकडे नागरिक लक्ष देत नाहीत, ही वस्तुस्थिती आहे. गावात व शहरात वेगवेगळ्या जातींचे, संप्रदायांचे व व्यवसायांचे लोक राहतात. त्यांच्यामध्ये बंधुभाव असला पाहिजे. एकमेकांविषयी त्यांच्यात आपुलकीची भावना पाहिजे. त्यांनी एकमेकांचा आदर करायला पाहिजे; त्याशिवाय गावात व शहरात सामाजिक एकात्मता निर्माण होणार नाही. 'नागरी समाज' हा सुसंस्कृत समाज असतो.

नागरिकांची मूलभूत कर्तव्ये

आपल्या घटनाकारांनी नागरिकांच्या मूलभूत अधिकारांचा समावेश केला नव्हता. नागरिकांची काही मूलभूत कर्तव्येदेखील असतात; पण त्यांचा समावेश त्यांनी घटनेत केला नाही; पण पुढे मूल्यांची घसरण होत गेली आणि म्हणून नंतर घटनेत मूलभूत अधिकारांचा घटनादुरुस्तीद्वारे समावेश करावा लागला. ५०-अ हे कलम घटनेत घालण्यात आले. मूलभूत अधिकार आणि मूलभूत कर्तव्ये ही लोकशाही शासन व समाज व्यवस्थेची 'मूलभूत' मूल्ये होत. घटनेत समाविष्ट केलेली मूलभूत कर्तव्ये खालीलप्रमाणे आहेत (कलम ५०-अ).

१) संविधानाचे पालन करणे आणि त्यांचे आदर्श व संस्था, राष्ट्रध्वज व राष्ट्रगीत यांचा आदर करणे.

२) ज्यांमुळे आपल्या स्वातंत्र्यलढ्यास स्फूर्ती मिळाली त्या उदात्त आदर्शांची जोपासना करून त्यांचे अनुकरण करणे.

३) भारताची सार्वभौमता, एकता व एकात्मता उन्नत ठेवणे व त्यांचे संरक्षण करणे.

४) देशाचे संरक्षण करणे व आवाहन केले जाईल तेव्हा राष्ट्रीय सेवा बजावणे.

५) धार्मिक, भाषिक व प्रादेशिक किंवा वर्गीय भेदांच्या पलीकडे जाऊन भारतातील सर्व जनतेमध्ये सामंजस्य व बंधुभाव वाढीला लावणे.

६) आपल्या संमिश्र संस्कृतीच्या समृद्ध वारशाचे मोल जपून तो जतन करणे.

७) वने, सरोवरे, नद्या व अन्य जीवसृष्टी यांसह नैसर्गिक पर्यावरणाचे रक्षण करून, त्यात सुधारणा करून प्राणिमात्रांबद्दल दयाबुद्धी जतन करणे.

८) विज्ञाननिष्ठा, मूल्यनिष्ठा, मानवतावाद आणि शोधकबुद्धी व सुधारणावाद यांचा विकास करणे.

९) सार्वजनिक मालमत्तेचे रक्षण करणे व हिंसाचाराचा निर्धारपूर्वक त्याग करणे.

१०) राष्ट्र सतत उपक्रम व सिद्धी यांच्या चढत्या श्रेणी गाठत जाईल अशा प्रकारे सर्व व्यक्तिगत कार्यक्षेत्रांत पराकाष्ठेचे यश संपादन करण्यासाठी झटणे, हे प्रत्येक भारतीय नागरिकाचे कर्तव्य असेल.

ही सर्व मूलभूत कर्तव्ये मूल्याधिष्ठित आहेत हे आपल्या लक्षात येईल. भारतीय नागरिकांची ही अतिशय महत्त्वाची कर्तव्ये आहेत.

भारत हा बहुधार्मिक, बहुसांस्कृतिक, बहुजातीय, बहुभाषिक व बहुप्रादेशिक देश आहे. भारतीय समाज हा बहुविध (Plural) समाज आहे. तो अनेक विसंगतींमध्ये सापडलेला समाज आहे. त्या विसंगतींमध्ये शोषणाची व संघर्षाची बीजे आहेत. एकतेचा धागाही त्याच्या विविधतेत आहे. तो पकडता आला तर, सौहार्द व सामंजस्याचे सूत्र आपल्या हाती येईल. संकोचित अहंता व अस्मिता न गोंजारता आपण भारतीय आहोत, ही भावना शिक्षणाच्या माध्यमातून विद्यार्थ्यांच्या मनात निर्माण करायला हवी. विद्यार्थ्यांच्या हातात मूल्यशास्त्रच ठेवायला हवे. इतरांबरोबर कसे राहावे, हे विद्यार्थ्यांना शिकविणे आवश्यक आहे. उच्च शिक्षणाच्या पातळीवर तर हे आवश्यकच आहे.

सर्व भारतीयांचे भाग्य आणि भवितव्य एकच आहे यावर लक्ष केंद्रित करणे गरजेचे आहे. सामाजिक मूल्ये नागरिकांच्या मनात रुजल्याशिवाय समाजात शांततेचे वातावरण निर्माण होणार नाही. बंधुत्वाची व मित्रत्वाची भावना नागरिकांच्या मनात असली पाहिजे.

सकारात्मक मूल्यांचा स्वीकार

मूल्ये ही सकारात्मकही असतात आणि नकारात्मकही असतात. सकारात्मक मूल्ये आपल्याला आपल्या कर्तव्याकडे जाण्यासाठी मदत करतात. नकारात्मक मूल्ये आपल्याला आपल्या ध्येयापासून विचलित करतात. सकारात्मक मूल्यांमध्ये 'आशावाद' असतो. नकारात्मक मूल्यांमध्ये 'नैराश्यवाद' असतो. आपल्याला आपल्या जीवनाकडे सकारात्मक दृष्टीने पाहता आले पाहिजे. 'ग्लास दुधाने भरलेला आहे' हे विधान सकारात्मक मूल्य सुचवते. 'दुधाचा ग्लास अर्धाच आहे' हे विधान नकारात्मक मूल्य सुचवते.

शिक्षण आणि चारित्र्य

आपली शिक्षणपद्धती ही मूल्यनिरपेक्ष असता कामा नये. मूल्यशून्य शिक्षण अनेक अनर्थांना कारणीभूत ठरते. मानवी समाज मूल्यपोकळीत जगत नसतो. जमिनीत धान्य पेरले नाही, तर तण माजते. समाजात आदर्श मूल्ये नसतील तर त्यांची जागा निकृष्ट मूल्ये घेतील. आज आपल्या समाजात अनिष्ट गोष्टींचे तण माजलेले आहे. चांगली मूल्ये समाजाला आदर्शवादाकडे नेतात. 'Education is destiny' हे खरे आहे. 'Character is destiny' हेही तितकेच खरे आहे. याचा अर्थ असा की, 'चारित्र्यनिर्मिती' हे शिक्षणाचे महत्त्वाचे उद्दिष्ट आहे.

चारित्र्यनिर्मितीच्या प्रक्रियेमध्ये सचोटी, चिकाटी, नम्रता, कृतज्ञता, प्रामाणिकपणा, आत्मविश्वास, धैर्य, साहस, सहनशीलता, सजगता, संवेदनशीलता, स्वावलंबन इ. मूल्यांचा समावेश असतो. प्रामाणिकपणा हे अतिशय महत्त्वाचे मूल्य आहे. 'An honest man is the noblest creation of God. Honesty is the best policy.' अशी सुभाषितवजा वाक्ये सगळ्याच भाषांमध्ये आपल्याला सापडतील.

प्रत्येक मूल्य हा जीवनवास्तू मधला घडवलेला चिरा असतो. 'Man is the architect of his own fate.' हे वचन आपण अनेकदा, अनेक ठिकाणी आणि अनेकांच्या तोंडून ऐकतो. याचा अर्थच असा की, आपल्या जीवनाची वास्तू आपण बांधायला हवी. तिचा नकाशा आपणच तयार करायला हवा. तिच्या बांधकामासाठी लागणारे साहित्य आपणच तयार करायला पाहिजे. तिचा पाया आपणच खोदला व भरला पाहिजे आणि त्यावरची इमारतदेखील आपणच बांधली पाहिजे, यातून काय सूचित होते? यातून स्वावलंबनाचे मूल्य सूचित होते आणि म्हणून आपली शिक्षणपद्धती ही विद्यार्थ्यांना आपल्या भावी जीवनात स्वावलंबी बनविणारी असली पाहिजे. ज्ञान, चारित्र्य व आत्मविश्वास या तीन मूल्यांतून स्वावलंबी होता येते. स्वत:च्या पायांवर उभे राहणे आणि स्वत:च्याच पायांनी चालणे यालाच 'स्वावलंबी होणे' म्हणता

येईल. स्वयंप्रेरित माणसे स्वप्रयत्नाने स्वयंप्रकाशित होतात. उच्च शिक्षणातून असा आत्मविश्वास प्राप्त झाला पाहिजे.

उच्च शिक्षण संस्था : मूल्यांच्या प्रयोगशाळा

उच्च शिक्षण संस्था या ज्ञान आणि मूल्यांच्या प्रयोगशाळा असतात आणि असल्या पाहिजेत. उच्च शिक्षण संस्था ह्या विकासाची इंजिने असतात. उच्च शिक्षणातून चिकित्सक दृष्टी प्राप्त झाली पाहिजे. उच्च शिक्षणाच्या पातळीवर विद्यार्थ्यांना वैचारिक परिपक्वता प्राप्त होणे आवश्यक आहे. उच्च शिक्षणातून विवेचक व विवेकबुद्धीचा विकास व्हायला पाहिजे. उच्च शिक्षण हे उत्पादनशील व सृजनशील असते आणि असले पाहिजे. उत्पादनशीलता व सृजनशीलता यांना विवेकशीलतेची जोड देणे आवश्यक आहे. ज्यांना असे शिक्षण मिळते त्यांच्यात उत्पादनशीलता, सृजनशीलता व विवेकशीलता निर्माण होते; तसे झाले तरच उच्चशिक्षितांच्या व्यक्तिमत्त्वांचा विकास झाला, असे म्हणता येईल. आपली शिक्षणप्रणाली ही उत्पादनशील, सृजनशील व विवेकशील बनली पाहिजे.

केवळ ज्ञानामुळे माणूस सुसंस्कृत होत नाही. ज्ञानाला मूल्यांची जोड हवी. मूल्यांची चाड नसलेली बुद्धिमान माणसे स्वयंकेंद्रित व अहंकारी असतात. नम्रतेमुळे बुद्धिमान माणसाच्या व्यक्तिमत्त्वाला सौंदर्याची झळाळी प्राप्त होते. 'विद्या विनयेन शोभते' हे खरे आहे. बुद्धिमत्तेला विवेकाची जोड असलेल्या व्यक्ती ह्या खऱ्या अर्थाने प्रज्ञावंत असतात. अहंकारात हिंसेची बीजे असतात. प्रज्ञा, करुणा व शील यांच्या आधारावरच एखाद्याला 'बुद्ध' व 'प्रबुद्ध' होता येते. आदर्श अशा मूल्यांमुळेच मानवी जीवनाचे उन्नयन होते.

उच्चविद्या विभूषित व्यक्तीला प्रत्येक गोष्टीकडे पूर्वग्रह बाजूला ठेवून वस्तुनिष्ठपणे पाहता आले पाहिजे. पूर्वग्रहांमुळे अभिमान निर्माण होतो. विचारवंत व संशोधकही पूर्वग्रहांपासून पूर्णतः मुक्त झालेले दिसत नाहीत. 'पूर्वग्रह विरहित मूल्यांकन' हे एक अतिशय महत्त्वाचे 'मूल्य' आहे. पूर्वग्रह मनात बाळगून सत्य हाती लागत नाही.

मूल्ये आत्मसात केलेली माणसे आज प्रत्येक क्षेत्रांत हवी आहेत. त्यांचे ज्ञान व कार्यकुशलता विकासासाठी उपयुक्त ठरेल. अशी माणसे जबाबदारीच्या जाणिवेतून काम करतात. त्यांची कार्यपद्धती पारदर्शक असते. अशा व्यक्तींच्या हातून भ्रष्टाचार होणार नाही. भ्रष्ट मार्गांचा ते अवलंब करणार नाहीत.

सामाजिक बांधिलकीचा विचार

सामाजिक जाणिवाच आज बोथट झालेल्या आहेत. संवेदनशीलता आम्ही हरवून बसलो आहोत. सामाजिक बांधिलकीचा विचारच आज लुप्त झालेला आहे.

ऋण व रुजुता यांना जीवनात अनन्यसाधारण महत्त्व असते. मातृऋण, पितृऋण, आचार्यऋण, समाजऋण आणि राष्ट्रऋण या पाच ऋणांची जाणीव करून देणारे शिक्षण आज दिले जात नाही. या ऋणांची जाणीव करून देणारे लोक आज आपल्या आवतीभोवती दिसत नाहीत. ज्यांच्या पायांवर आदराने डोके टेकवावे अशा व्यक्ती समाजात फारशा दिसत नाहीत. चोहीकडे एक प्रकारचे औदासीन्य पसरले आहे. सामाजिक वातावरण उपेक्षावादाने ग्रासलेले आहे. उपेक्षावाद हा एक प्रकारचा मानसिक रोग आहे. 'पाय पडेल तिथे दलदल' अशी परिस्थिती आज निर्माण झालेली आहे. या परिस्थितीला मूल्यहीनता कारणीभूत आहे.

मूल्यसंक्रमण, मूल्यसंवर्धन व मूल्यनिर्मिती

आज प्रचंड प्रमाणात ज्ञानाचा विस्तार होत आहे. सगळे जग ज्ञानाच्या त्सुनामी लाटांमध्ये सापडले आहे. अपूर्व अशी ज्ञानक्रांती आज संपन्न झाली आहे. सगळे जग तिच्या प्रभावाखाली आलेले आहे. अशा ह्या काळात मानवी मूल्यांना उभारी प्राप्त व्हायला हवी होती; पण ती दुर्दैवाने आकुंचन पावली आहेत. ज्ञान संक्रमण, ज्ञान संवर्धन व ज्ञाननिर्मिती ही उच्च शिक्षणाची तीन महत्त्वाची उद्दिष्टे आहेत. तद्वत मूल्य संक्रमण, मूल्य संवर्धन आणि मूल्यनिर्मिती हीदेखील उच्च शिक्षणाची उद्दिष्टे असली पाहिजेत. उच्च शिक्षण हे मूल्यगर्भ असले पाहिजे. उद्याच्या ज्ञानाधिष्ठित समाजाला मूल्यांचे अधिष्ठान नको का? साक्षर समाज हा सुसंस्कारित समाज असला पाहिजे. मूल्यहीन ज्ञान राक्षसी ठरते.

माणसाचे मन हेच मूल्यांचे उगमस्थान

विद्यापीठांनी आता मूल्यवनीकरणाचे काम हाती घेतले पाहिजे. मानवी मूल्यांचे संक्रमण हे ज्ञानसंक्रमणाइतकेच, किंबहुना अधिक महत्त्वाचे आहे, असे मला वाटते. 'मूल्यसंक्रमण' व 'ज्ञानसंक्रमण' ह्या दोन्ही प्रक्रिया समांतरपणे चालल्या पाहिजेत. 'Education is ethics in action' अशी माझी धारणा आहे.

उच्च शिक्षण देणाऱ्या, विशेषत: वैद्यकीय, अभियांत्रिकी व व्यावसायिक शिक्षण देणाऱ्या खासगी महाविद्यालयांवर नजर टाकली तर कशा प्रकारचे चित्र पुढे येते? अनेकांनी शिक्षणाचा उघडा बाजार मांडलेला आपल्याला दिसेल. अनेक संस्था भ्रष्टाचाराची आगारे बनल्या आहेत. अशा संस्था, महाविद्यालयांमध्ये मूल्यांना प्रवेशच नाही. मूल्यांची चाड न बाळगणाऱ्या शिक्षण संस्थांपासून कुठल्या अपेक्षा बाळगायच्या?

आज वैयक्तिक आणि सामाजिक जीवनातून मूल्ये हद्दपार झालेली आहेत. वैयक्तिक जीवनातच मूल्ये नसतील तर सामाजिक जीवनात ती कुठून येणार? आडातच पाणी नसेल तर पोहऱ्यात ते कोठून येणार? विहिरीतच पाणी नसेल तर

ते घागरीत कुठून येणार?

माणसाचे मन हेच मूल्यांचे उगम स्थान आहे. मनातच मूल्ये रुजणार नसतील तर ती समाजात कशी अंकुरणार? मूल्ये रुजविण्याचे काम शिक्षण संस्थांनी हाती घेण्याची आवश्यकता आहे. शिवाय शिक्षण व्यवस्थेने हे काम शिक्षकांवर सोपवले आहे; त्यांनी ते काम व्यवस्थितपणे पार पाडले पाहिजे.

खरे तर, मानवी संबंधांच्या संदर्भातच मूल्यांचा प्रश्न उद्‌भवतो. मूल्यांच्या धाग्यांनी सामाजिक ऋणानुबंधाचे जाळे विणले जाते. प्रेम, बंधुभाव, सत्यनिष्ठा, सहकार्य, विश्वास, मित्रत्व, स्थैर्य, सुरक्षितता, सौहार्द, सुसंवाद, संयम, भागीदारी, कृतज्ञता, प्रामाणिकपणा इ. मूल्यांवर समाज चालतो. संस्कृतीचे महावस्त्र ज्ञान व मूल्यांच्या उभ्या-आडव्या धाग्यांनी विणले जाते. केवळ एका व एकट्या माणसाच्या संदर्भात मूल्यांचा प्रश्न उद्‌भवत नाही. निरनिराळ्या संस्था, संघटना आणि राजकीय पक्ष मूल्यांवर चालतात. सगळा सामाजिक व्यवहारच मूल्यांवर चालतो. ज्ञानाचा प्रश्न मात्र एका व एकट्या माणसाच्या संदर्भात देखील उद्‌भवतो. पशूंना ना ज्ञानाची आवश्यकता असते, ना मूल्यांची.

निरनिराळी नाती व मूल्ये

माणसाने नाती का निर्माण केली? आई, बाप, बहीण, भाऊ, पती, पत्नी, मुलगा, मुलगी, सून, सासू, सासरे, मित्र इ. ही नाती माणसाने निर्माण केली आहेत. त्याने ती निर्माण केली नसती तर पशू आणि माणसे यांच्यात फरक राहीला नसता. नात्यांचा उगम हा मुख्यत: विवाह संस्थेतून झालेला आहे. नात्यांमुळे माणसाच्या स्वैराचारावर नियंत्रण आलेले आहे. मानवी संबंधांना आशय देण्याचे काम मूल्ये करतात. मूल्यांमुळेच मानवी संबंधांना माधुर्य, अर्थ आणि महत्त्व आहे. माझी मातृभूमी ही मला माझ्या आई इतकीच प्रिय आहे, असे आपण का म्हणतो? राष्ट्रभक्त हेदेखील एक मूल्य आहे. 'जगा आणि जगू द्या' हे एक उदात्त व महान मानवी मूल्य आहे. हे मूल्य आत्मसात केले तर जगात शांततेची संस्कृती निर्माण होऊ शकेल.

मूल्यबोध व मूल्यवेध

चांगले काय आणि वाईट काय, योग्य काय आणि अयोग्य काय, इष्ट काय आणि अनिष्ट काय, निकृष्ट काय आणि उत्कृष्ट काय, सुंदर काय आणि कुरूप काय, न्याय्य काय आणि अन्याय्य काय हे सर्व मूल्यविवेकाशिवाय आपल्याला कळणार नाही, विवेक (Discretion) आणि निर्णयशक्ती (Discrimination) हे मूल्यविवेकाचे दोन मूलभूत आधार आहेत. सदसद्विवेकबुद्धी (Conscience) ही माणसाला प्राप्त झालेली महान शक्ती आहे. मूल्यविवेकाशिवाय मूल्यवेध शक्य नाही.

साधनशुचिता

सार्वजनिक जीवनात साधनशुचितेचे मूल्य अतिशय महत्त्वाचे आहे. गांधीजींनी या मूल्याचा आयुष्यभर पाठपुरावा केला. हे मूल्य माणसाला अंधारातून प्रकाशाकडे आणि असत्याकडून सत्याकडे नेते. सार्वजनिक क्षेत्र स्वच्छ व पवित्र ठेवायचे असेल तर गांधीजींनी सांगितलेल्या सात सामाजिक पापांपासून दूर राहावे लागेल. आपल्या व्यवहाराला तत्त्वाचे अधिष्ठान हवे यावर गांधीजींचा कटाक्ष होता. जे जे 'तत्त्वहीन' ते ते 'मूल्यहीन' असते यात शंका नाही.

१) तत्त्वहीन राजकारण
२) श्रमहीन संपत्ती
३) विवेकहीन सुख
४) चारित्र्यहीन शिक्षण
५) नीतिहीन व्यापार
६) मानवताहीन विज्ञान
७) त्यागहीन उपासना

वैयक्तिक पातळीवर तसेच संस्थात्मक पातळीवर मूल्यधारणा आवश्यक आहे. मूल्ये ही पाळायची व आत्मसात करायची असतात. ती केवळ बौद्धिक आनंदासाठी नसतात. ती आत्मिक समाधानासाठी असतात. समाजधारणेसाठीदेखील ती आवश्यक असतात. हे 'विवेकशास्त्र' उच्च शिक्षितांच्या हातात ठेवणे आवश्यक आहे.

सुशासन व उच्च शिक्षण

आज सबंध जगात सुशासन (Good Governance) या संकल्पनेवर खल होतो आहे. लोकशाही राष्ट्रांमध्ये सुशासनाची नितांत आवश्यकता आहे. स्वच्छ, पारदर्शक, कार्यक्षम व कल्याणकारी राज्यकारभार म्हणजे 'सुशासन' अशी मी सुशासनाची व्याख्या करतो. ज्या शासनाच्या पाठीमागे सचोटी (Integrity) उभी असते, ते सुशासन असते. सचोटी हे लाखमोलाचे मूल्य आहे. शासन हे लोकाभिमुख व लोककल्याणकारी असले पाहिजे. सत्तेचा उपयोग 'लोक विकासासाठी' केला पाहिजे. राजकारण हे विधायक व सृजनशील असले पाहिजे. ते मूल्यांवर आधारलेले असते. 'Politics is ethics in action' अशी प्लेटोने राजकारणाची व्याख्या केली आहे. शासन आणि प्रशासन करणारे लोक हे उच्च विद्याविभूषित असतात. शिक्षण मूल्याधिष्ठित असेल तर त्याची फलनिष्पत्ती मूल्याधिष्ठित समाजनिर्मितीमध्ये होते. सुशासनासाठी राष्ट्रीय चारित्र्याची आवश्यकता आहे. विद्याविभूषित व्यक्तींची अभिरुची उच्च दर्जाची असते.

आपल्या शिक्षणप्रणालीसमोर राष्ट्रीय चारित्र्य घडविण्याचे आव्हान आहे. ते आपल्या शिक्षण संस्थांनी अद्याप स्वीकारलेले दिसत नाही. राष्ट्रीय चारित्र्याचे शिल्प आपल्या शिक्षणप्रणालीला अद्याप घडवता आलेले नाही. दुर्गम अशा पहाडांमध्ये सुंदर लेणी खोदणाऱ्या आपल्या देशाला 'राष्ट्रीय चेहरा असणारे शिल्प' अद्याप घडविता आले नाही, ही गोष्ट अमान्य करता येणार नाही.

लोकशाही मूल्यांचे संवर्धन

भारत हे जगातील सर्वांत मोठे लोकशाही राष्ट्र आहे. ते भारतीय संविधानातील मूल्ये लक्षात घेऊन घडवायचे आहे. 'शासन' आणि 'समाज' या दोहोंची बांधणी लोकशाही मूल्यांवर करावयाची आहे. आपल्या संविधानाची उद्देशिका अगदी स्पष्ट आहे. तिने कुठल्या दिशेत जायचे आहे, ते स्पष्ट केलेले आहे. न्याय, स्वातंत्र्य, समता आणि बंधुता या चार मूलभूत मूल्यांवर राष्ट्राची उभारणी करावयाची आहे. त्या दिशेने जायचे कसे, याचे दर्शन संविधानात आहे.

संविधानात पायाभूत मूल्ये आहेत. ती भारतीय नागरिकांनी आत्मसात केली पाहिजेत. त्या मूल्यांचे संक्रमण व संवर्धन विविध माध्यमांतून करण्याची आवश्यकता आहे. या पायाभूत मूल्यांमध्ये 'समतेचे मूल्य' सर्वाधिक महत्त्वाचे आहे, असे मी मानतो. समतेच्या ऐवजी विषमताच अधिक प्रमाणात अस्तित्वात आहे. स्त्री-पुरुष समता अद्याप प्रस्थापित झाली नाही. स्त्रीवर्गावर अनादी काळापासून अन्याय व अत्याचार होत आलेले आहेत. पुरुषप्रधान समाज व्यवस्थेत भोगवस्तू म्हणून तिच्याकडे पाहिले जाते. स्त्रियांचे लैंगिक शोषण अमानुष पद्धतीने होत आलेले आहे. जन्मापूर्वीच मुलींची हत्या केली जाते. बलात्कार करून स्त्रियांचे खून केले जातात. भ्रूणहत्या प्रचंड प्रमाणात होत आहे. स्त्री-पुरुष समतेचे मूल्य समाजाच्या मनात खोलवर रुजविण्यासाठी प्रयत्नांची पराकाष्ठा करणे आवश्यक आहे.

मूल्ये व अभ्यासक्रमांची रचना

शिक्षण हे अतिशय महत्त्वाचे माध्यम आहे. शिक्षणप्रणाली ही मूल्यवाहिनी बनवली पाहिजे. औपचारिक शिक्षण आणि अनौपचारिक शिक्षण या दोहोंचा मूल्यांच्या प्रचारासाठी उपयोग करायला हवा. शिक्षणाची व्यापकता मोठ्या प्रमाणात वाढवली पाहिजे. समाज ही मूल्यांची प्रशाळा बनणे आवश्यक आहे.

लोकशाही शासन व समाज व्यवस्थेची मूल्ये आपल्या अभ्यासक्रमांमध्ये कशी समाविष्ट करता येतील, याचा विचार विद्यापीठांना करायला हवा. वाङ्मयीन अभ्यासक्रमात जीवनमूल्ये सहजतेने समाविष्ट करता येतील. सामाजिक शास्त्रांमध्येही ती आणता येतील. स्वातंत्र्य लढा व भारतीय संविधान यांवर आधारलेला पायाभूत

अभ्यासक्रम तयार करून तो विद्यापीठांनी अनिवार्य केला पाहिजे. विद्यापीठ अनुदान आयोगाने विविध स्वरूपाची अभ्यासकेंद्रे विद्यापीठांना दिली आहेत. 'लोकशाही मूल्ये अभ्यास केंद्र' असा एखादा प्रकल्प हाती घ्यायला काय हरकत आहे?

मानवी मूल्यांचे स्रोत

मानवी मूल्यांचे स्रोत सार्वत्रिक व शाश्वत स्वरूपाचे आहेत. ते लोकसाहित्यात, अभिजात वाङ्मयात, धर्मग्रंथात, लोक म्हणी, जात्यावरच्या ओव्या, सुभाषिते, महापुरुषांची वचने, संत साहित्य, महाकाव्ये इ.मध्ये आहेत. व्यक्तिमत्त्वाच्या विकासासाठी मानवी मूल्ये विकसित करणे आवश्यक आहे.

महाविद्यालयांनी विद्यार्थ्यांमध्ये वाचनाची गोडी निर्माण केली पाहिजे. अभिजात वाङ्मयामध्ये मानवी मूल्यांच्या खाणी सापडतील. त्या खाणींमध्ये उतरण्याची मात्र आवश्यकता आहे. विद्यार्थ्यांना मूल्यांचे 'मायनिंग' कसे करावे, हे शिकविले पाहिजे.

उच्च शिक्षणाची उद्दिष्टे

शिक्षणातून वाचन संस्कृती कशी निर्माण होईल, यासाठी प्रयत्न करण्याची आवश्यकता आहे. विद्यापीठे ही संस्कृतीची केंद्रे असतात आणि असली पाहिजेत. उच्च शिक्षणाने विद्यार्थ्यांना बौद्धिक साहस दिले पाहिजे. विद्यापीठांच्या संदर्भात नेहरूजी म्हणाले होते-

"A university stands for humanism, for tolerance, for reason, for adventure of ideas and for the search of truth. It stands for the onward march of the human race towards even higher objectives."

नेहरूजींनी उच्च शिक्षणाची उद्दिष्टे काय असावीत, हे येथे सांगितले आहे. मानवतावाद, सहनशीलता, बुद्धिवाद, वैचारिक साहस आणि सत्याचा निरंतर शोध, ही उदात्त मूल्ये महाविद्यालयांनी व विद्यापीठांनी आपल्या विद्यार्थ्यांमध्ये संक्रमित केली पाहिजेत. प्राध्यापक हे ज्ञाननिष्ठ, विवेकनिष्ठ आणि मूल्यनिष्ठ असले पाहिजेत. ते विद्यार्थ्यांचे प्रेरणास्रोत असले पाहिजेत. विद्यार्थ्यांच्या व्यक्तिमत्त्वाचा विकास हेच उच्च शिक्षणाचे प्रमुख उद्दिष्ट असते व असले पाहिजे हे विसरून चालणार नाही.

२ राज्यघटना : मानवविकास आणि मानवी मूल्ये

कृष्णा भोगे

नैतिक मूल्य हे व्यक्तीसंबंधात, समाजाच्या संबंधात जसे असते, तसेच राज्याच्या संबंधातही असते, कारण राज्यालाही नैतिक मूल्य असते. नैतिक मूल्यांची सुरुवात नेहमीच खालच्या दिशेने केली जाते; पण वरच्या दिशेला असणाऱ्या नैतिक मूल्यांचाही विचार होणे आवश्यक आहे. नैतिक मूल्यांच्या व्याख्येबाबत वेगवेगळी मते असू शकतात; पण राज्याच्या नैतिक मूल्यांबाबत कोणताही वाद असत नाही. कारण राज्याचे नैतिक मूल्य राज्यघटनेने निर्धारित केलेले असते. नैतिक मूल्यांची सुरुवात ही राज्यापासून होते. कारण 'जसा राजा, तशी प्रजा'. राज्याचा अर्थ राज्यघटनेच्या १२ व्या कलमात दिला आहे. 'राज्यघटनेने निर्माण केलेल्या संस्था आणि राज्यघटनेच्या माध्यमातून वेगवेगळ्या कायद्यांअंतर्गत निर्माण झालेल्या संस्था या सर्व संस्थांच्या सहभागास 'राज्य' असे म्हणतात.'

प्रत्येक व्यक्तीला आपापला धर्मग्रंथ असतो. प्रत्येकाने आपापल्या धर्मग्रंथाप्रमाणे वागले पाहिजे. राज्याला धर्म नाही; पण राज्याला धर्मग्रंथ आहे, तो म्हणजे राज्यघटना तसेच राज्याने आपला कारभार राज्यघटनेप्रमाणे करावा असे अपेक्षित आहे.

भारताची राज्यघटना २९९ विद्वान लोकांनी २ वर्षे ११ महिने १८ दिवस अहोरात्र काम करून निर्माण केली; पण ही राज्यघटना जवळपास ९८ टक्के लोकांनी पाहिली नाही आणि वाचलीही नाही. ज्यांना राज्यघटनेनुसार राज्यकारभार करावयाचा त्यांनीच राज्यघटना वाचली नाही, हा किती विरोधाभास आहे.

राज्यघटनेच्या पहिल्याच पानावर प्रस्तावना (Preamble) आहे आणि त्याचे दररोज वाचन होणे आवश्यक आहे. 'We the people of India do here by adopt in act and give ourselves this constitution on 26th November 1949 to insure to every citizen justice social, economical, political liberty of thoughts, faith, belief, worship, equality in social status, political status, fertility in insure, dignity of individual unity and integrity of Nation.' या प्रस्तावनेमध्येच राज्याचे नैतिक मूल्य समाविष्ट आहे.

राष्ट्रगीताप्रमाणेच या प्रस्तावनेचे विद्यार्थ्यांकडून दररोज वाचन होणे आवश्यक आहे.

राज्यघटनेचा व मानवविकासाचा प्रत्यक्ष संबंध आहे. 'मानवविकास' हा शब्द राज्य शासनाच्या प्रक्रियेमध्ये १९९०मध्ये प्रथम आला आहे. U N D Pने १९९०मध्ये सर्वप्रथम 'Human Development Report' सादर केला. U N D P दरवर्षी आपला अहवाल सादर करते. १९९०मध्ये भारताचा क्रमांक १३८वा होता, तर आज भारताचा १२६वा क्रमांक आहे. भारत सध्या अर्थव्यवस्थेच्या क्रमांकामध्ये जगात १०व्या क्रमांकावर आहे आणि मानवविकासाच्या निर्देशांकात (Index) १२६वा क्रमांक आहे. त्यामुळे U N D Pने भारतास काहीतरी ठोस पावले उचलण्यास सुचविले. त्यावर भारताने २००१मध्ये म्हणजे ११ वर्षांनी आपला अहवाल सादर केला; तर राज्य शासनाने २००२मध्ये आपला पहिला अहवाल सादर केला.

मानवविकास म्हणजे काय? याची व्याख्या U N D Pने केली आहे. 'Human Development means Public choice approach' U N D Pच्या मानवविकासाच्या या दृष्टिकोनात भांडवलवादाचा सूरही दिसून येतो. कारण केवळ पर्याय उपलब्ध आहेत म्हणून मानवाचा विकास होत नाही, तर त्यासाठी पैसाही हवा असतो. युरोपियन राष्ट्र व अमेरिकन राष्ट्राच्या प्रभुत्वाचा परिणाम म्हणूनही U N D Pने हा Pubic Choice Approach स्वीकारला असेल; परंतु, भारतीयांना ही मानवविकासाची संकल्पना नवीन नाही. कारण भारताच्या राज्यघटनेमध्ये याचा उल्लेख आहे.

राज्यघटनेच्या २१व्या कलमामध्ये 'State shall not deny right to life and liberty to the citizens of the country.'

'lifc' ची व्याख्या सुप्रीम कोर्टाने १५० वेळा वेगवेगळ्या निर्णयांमध्ये केलेली आहे.

'life means quality life, life is satisfied life.' अशी व्याख्या सुप्रीम कोर्टाने केली आहे. याचाच अर्थ मानवविकासाची संकल्पना ही भारताच्या कलम २१मध्ये समाविष्ट आहे. समितीने १९४९मध्ये आपले संविधान मान्य केले. मानवविकास ही संकल्पना जरी १९९०मध्ये आली, तरीही ती संकल्पना आपल्यासाठी नवीन नाही. प्रत्येकाला सन्मानाने जगण्याची मानवविकासाची संकल्पना भारताच्या राज्यघटनेमध्ये अंतर्भूत आहे.

राज्यघटनेने राज्यावर काही जबाबदाऱ्या टाकल्या आहेत. देशाचा राज्यकारभार

कसा चालवावा, याची काही तत्त्वे असतात. शेवटी राज्यघटनेचा उद्देश 'It is to create the welfare state' हा आहे. कल्याणकारी राज्य निर्माण करण्यासाठी घटनेने अनेक संस्था निर्माण केल्या आहेत. तसेच त्यांच्या कामाच्या रूपरेषा आखून दिल्या, कर्तव्ये आणि अधिकारही बहाल केले. ज्या राज्यामध्ये सर्वसामान्य माणूस समाधानाने जीवन जगू शकेल त्यालाच 'कल्याणकारी राज्य' आपण म्हणतो.

भारतीय राज्यघटना अस्तित्वात येऊन ५६ वर्षे झाली. भारतात आर्थिक नियोजनाच्या संदर्भात ११वी योजना सुरू आहे. १९५१ पासून २००७पर्यंत या योजना सुरू होऊन ५६ वर्षे झाली आहेत. या ५६ वर्षांमध्ये आपण कल्याणकारी राज्याच्या निर्मितीमध्ये कोठे आहोत, याचा विचार होणे आवश्यक आहे. या संदर्भात २-३ कलमे येतात. त्यांपैकी एक कलम १४. या कलम १४मध्ये 'State shall not deny equality before law to anybody', इथे मानवविकास निगडित आहे. हे काम राज्याचे आहे; पण 'Everyday we have deny equality.'

राज्यघटनेतील ३८ वे कलम हे अतिशय महत्त्वपूर्ण आहे. 'State shall indure to reduce ineqalities in social status, economic status, political status, educational status.'

याचे भारतातील लोक दररोज उल्लंघन करतात. भारतात असमानता दूर करण्यासाठी काही प्रयत्न केले जात आहेत का? अर्थशास्त्रात co-efficient नावाचा एक शब्द आहे. ज्याचा अर्थ 'उत्पन्नातील असमानता' हा होतो. भारतात ही असमानता वाढतच आहे. 'gap between rich and poor is further winding everyday.' गरीब आणि श्रीमंत यांच्यातील फरक सतत वाढत आहे. जगात ९३६ अब्जाधीश आहेत. संपूर्ण आशिया खंडामध्ये सगळ्यात जास्त ४० अब्जाधीश भारतात आहेत. जपान जो यापूर्वी पहिल्या क्रमांकावर होता तो आता दुसऱ्या क्रमांकावर आहे, तर भारताचा पहिला क्रमांक आहे. या ४० जणांचा एकूण GDP (Gross Domestic Product) २०० बिलियन डॉलर्स आहे, तर भारताचा १००० बिलियन डॉलर्स एवढा आहे. ज्या भारतात १०५ कोटी लोक आहेत. त्यांचा GDP १००० बिलियन डॉलर्स आहे, तर ४० लोकांचा GDP २०० बिलियन डॉलर्स आहे. ही जी असमानता आहे, हीसुद्धा नैतिक मूल्यांचा एक भाग आहे. जर व्यक्तीने राज्यघटनेचे उल्लंघन केले, तर त्या व्यक्तीचे नैतिक अध:पतन घडून येते. कारण राज्यघटना भारतीयांनी बायबल म्हणून स्वीकारली आहे. ही भारताच्या लोकांनी दिलेली आहे. 'It is not give by somebody, we the people of India.' त्यामुळे राज्याचे नैतिक मूल्य राज्यघटनेशी निगडित आहे. ही असमानता सातत्याने वाढत आहे; पण वर्तमानपत्रात याची बातमी पहिल्या पानावर दिली जाते की, '४० अब्जाधीश देशात

निर्माण झाले ही अभिमानाची गोष्ट आहे.' या ठिकाणी ग्रामीण भाग किती दारिद्र्यात आहे, लोकांचे राष्ट्रीय उत्पन्न किती आहे, याचा विचार केला जात नाही; परंतु, देशात किती अब्जाधीश आहेत, त्यांचा GDP किती वाढला, हे महत्त्वाचे वाटते. पण फक्त कोणाचा GDP वाढला, हे येथे महत्त्वाचे नाही. म्हणजे कलम ३८चे भारतीय उघडपणे उल्लंघन करतात. कलम ३८चा उल्लेख कधीही कोणत्याही आमदार, खासदाराने आपल्या भाषणात केला नाही; पण हे घटनेत ३८व्या कलमात आहे. त्यामुळे त्याचे पालन करणे बंधनकारक आहे.

कलम ३९मध्ये 'State shall provide means of livelihood to every citizen.' पण भारतात Livelihood आहे का? तर हे Livelihood कोठेही दिसत नाही; कारण भारतात अनेक लोक दरिद्री आहेत. इथे 'State shall not allow concentration of wealth, means of production in the hands of few. Natural resources and means of production should be own and distributed in such a way that it serve larger publichood.' पण हे दृश्य कोठेही दिसत नाही.

भारतात काही ठरावीक लोक वेगाने श्रीमंत होत आहेत, तर काही लोक वेगाने गरीब होत आहेत. कारण निसर्गाचा नियमच आहे की, ज्या ठिकाणी टेकडी आहे, तेथे कोठेतरी खड्डा असणारच! सगळीकडे टेकडी राहू शकत नाही.

'If there is somewere richness, poverty bound to close to be that.' मुंबईला जर १०० मजली इमारत असेल, तर शेजारी झोपडपट्टी असणारच! त्याशिवाय ही इमारत १०० मजली राहूच शकणार नाही. ही सामान्य संकल्पना आहे. 'These are the directive principles for governance of the country.' देशाचा कारभार करण्यासाठी ही मार्गदर्शक तत्त्वे आहेत, जी राज्यांवर किंवा शासनावर बंधनकारक आहेत. पण त्यांचे नागरिक उघडपणे उल्लंघन करतात. त्यापुढे त्यांनी असे म्हटले आहे, 'Equal wages for men and women' पण बऱ्याच ठिकाणी हे नाही.

कलम ४३मध्ये असे म्हटले आहे की, 'State shall pass the appropriate legislation allowing workers participation in the management of the Industry.'

आपण बघतो की, 'Industry' ही वैयक्तिक मालमत्ता बनत आहे. वैयक्तिक मालमत्ता समजून 'Industry' बंद केली जाते; परंतु, ही कोणाचीही मालमत्ता नसून ती संपूर्ण देशाची मालमत्ता आहे. तरीही निर्णय घेताना मात्र एकांगी निर्णय घेतला जातो.

कलम ४७मध्ये 'State shall indure to improve the nutritional standard of the people and also provide the necessary good public health service.'

भारतात शासकीय दवाखान्यात १० टक्के पेशंट येतात, तर ९० टक्के लोक खासगी दवाखान्यात जातात. ३० हजार लोकसंख्येला एक PSC आहे. PSCचे औषधाचे बजेट ६० हजार रुपये आहे. म्हणजे एका व्यक्तीमागे केवळ दोन रुपये आहे. ताप जरी आला तरी डॉक्टर रुग्णाला ६ गोळ्या Prescribe करतात आणि एका Crocin च्या गोळीची किमत १ रु. आहे. म्हणजे डॉक्टर दोन गोळ्या देतात व उर्वरित ४ दुसरीकडून घेण्यास सांगतात. याचा अर्थ, साध्या तापावरही औषध दिले जात नाही. लोकांना आरोग्याची सेवा पुरविणे हे घटनेने सांगितलेले बंधनकारक कर्तव्य आहे. ज्याप्रमाणे सर्वसामान्याच्या नैतिक मूल्यांचा विचार केला आहे, त्याप्रमाणे राज्याच्या नैतिक मूल्यांचा विचार होणे आवश्यक आहे.

भारतात वर्तमानपत्रात FDI (Foregin Direct Investment) किती आला आहे? Forex (Foregin Exchange Reserve) किती वाढला? या संदर्भातील सर्व आकडे छापले जातात. भारतातील जे मोठे उद्योगपती आहेत, त्यांचा १९९१ साली नफा ३००० कोटी होता. २००६मध्ये तो ९०,००० कोटी होता. पंधरा वर्षांत उद्योगपतींच्या नफ्यात ३० पटीने वाढ झाली. तसेच शासकीय व निमशासकीय कर्मचाऱ्यांच्या पगारातही २५ टक्क्यांनी वाढ झाली; परंतु, १९७२मध्ये गव्हाचा १ किलोसाठी १ रु. भाव होता. आज गव्हाची किंमत १० रु. आहे. म्हणजे गव्हाच्या किमतीत १० पटीने वाढ झाली. गव्हाच्या किमतीत वाढ झाल्यावर अर्थव्यवस्था कोलमडून पडेल, अशी भीती व्यक्त केली जाते. मागील ३०-३५ वर्षांमध्ये वस्तूंच्या किमतीत वेगाने वाढ झाली. इतर लोकांच्या उत्पन्नातही त्याच वेगाने वाढ झाली; पण शेतकऱ्यांच्या उत्पन्नात किती वाढ झाली, याचा विचार केला जात नाही; पण हाही नैतिक मूल्याचाच एक भाग आहे.

पूर्वी भारतात मालगुजार, जहागीरदार होते. त्यांच्याकडे ५०० एकर वा त्यापेक्षा जास्त जमीन असायची; पण १९५१मध्ये प्रथमच त्यांच्या जमिनी काढून घेण्यासंबंधीचा निर्णय घेतला. त्या जमिनी गरिबांमध्ये वाटण्याचा निर्णय घेतला. समाजवादावर आधारित समाजरचना भारताने १९५६ साली मान्य केली. त्यानुसार या लोकांच्या जमिनी काढून घेतल्या. आता नवीन जमीनदार तयार होऊ लागले. ते म्हणजे २५ हजार एकरचा एसईझेड असलेले. त्यातील ३५ टक्के जमीन उत्पादनाकरिता आणि ६५ टक्के जमीन इतर कामांकरिता. मग त्यावर फाइव्हस्टार हॉटेल असेल किंवा इतर कोणत्याही कामासाठी उपयोगात आणली जाणार असेल. काही कायदे संमत होण्यासाठी अनेक वर्षे लागतात, तर काही कायदे हे काही मिनिटांत संमत होतात. एसईझेडसंबंधीचा कायदा हा २००५मध्ये कोणतीही चर्चा न होता काही मिनिटांतच पास झाला. त्याचा परिणाम म्हणजे आज सगळीकडे एसईझेड लॅण्डच

दिसून येते; कारण हे 'फॉरेन लॅण्ड' आहे - त्याला असा शब्द वापरला आहे. It is a foreign land. SEZ land will be treated as a foreign land त्यामुळेच या फॉरेन लॅण्डवर कोणताच कर लागू होत नाही. तसेच भारताचा कायदाही लागू होत नाही. त्यामुळे वापरण्यात आलेल्या त्या शब्दाची आवश्यकता होती का, हाही वादाचा मुद्दा आहे. त्यामुळे या बाबींकडे बघण्याच्या दृष्टिकोनात बदल होणे आवश्यक आहे.

व्यक्तीच्या, समाजाच्या नैतिक मूल्याबद्दल वाद असू शकतो. त्यांची व्याख्याही वेगवेगळी असू शकते; पण राज्याचे नैतिक मूल्य हे विवादित आहे. राज्यघटनाही बंधनकारक आहे. राज्यघटनेतील २१,२८,३९,४३ ही कलमे सर्वांनाच माहीत असणे आवश्यक आहे. ज्यामुळे जे विविध धोरण स्वीकारले जाते. परंतु, ते आज कोठेही दिसत नाही.

''माझा या राज्यघटनेवर पूर्ण विश्वास आहे. माझी या राज्यघटनेशी बांधीलकी आहे,'' अशी शपथ घेणाऱ्या मंत्र्यांनीही ही कलमे वाचणे आवश्यक आहे आणि या शपथेनुसार काम केले पाहिजे. जर त्यांनी त्यानुसार कार्य केले नाही तर तेसुद्धा नैतिक मूल्यांचे अध:पतन होय. या अध:पतनामध्ये केवळ व्यक्ती, समाजच सामील नाही, तर राज्यसुद्धा सामील आहे.

ग्रामीण विकास ही राज्याची जबाबदारी आहे. ग्रामीण विकासासाठी मागील ५५ वर्षांचा वा दहाही पंचवार्षिक योजनांचा आढावा घेतला तर एकूण ६ लाख कोटी खर्च त्यासाठी केला गेला. भारतात ६ लाख खेडी आहेत. याचाच अर्थ प्रत्येक गावावर १ कोटी रु. इतका खर्च केला गेला. मग हा पैसा गेला कोठे? इथेही नैतिक मूल्याचा भाग आहे.

आपण नेहमी असे म्हणतो की, 'Powers to the People'. हा शब्द 'Bureaucrats' मधून आला का? आपण सर्वांनी हे मान्य केले की, 'All the Bureaucrats or undesireable element' म्हणजे त्यांना मानवविकासाशी काहीही देणे-घेणे नाही. सर्वांचा रोष असतो की 'Bureaucrats' चे अधिकार कमी करणे अतिशय आवश्यक आहे; कारण लोकशाहीचा गाभाच आहे लोकांना अधिकार देणे. त्यामुळे लोकांना अधिकार देणार नाही, तर कोणाला? ज्यांना लोक हे अधिकार देतात ते त्या अधिकाराचा वापर कसा करतात? तर 'They become another Bureaucrats'. त्यामुळे कोणाकडे जायचे, हाही सर्वसामान्य लोकांना प्रश्न पडतो. त्यामुळे तेंडुलकर म्हणतात, ''मी पुढच्या जन्मात परमेश्वराला लेखणी मागणार नाही, तर पिस्तुल मागेन; पण त्या पिस्तुलाचा वापर जो दिसेल त्याला मारण्यासाठी करणार.'' जरी त्यामागे अतिरेकी भावना असली तरीही ते कुठेतरी थांबायला पाहिजे.

यासाठी सुरुवात ही स्वत:पासूनच करावी लागणार. ज्या वेळी व्यवस्थेचा विचार केला जातो की, व्यवस्थेत सुधारणा झाली पाहिजे. त्यासाठी भारतात 'Adminstrative Reform Commission' (ARC) नेमण्यात आले. पहिली कमिटी मोरारजी देसाई यांची होती, तर आताची दुसरी कमिटी मोईली यांची आहे. मोईली यांनी नोकरशाहीबद्दल लिहिले आहे की, भ्रष्टाचार कसा थांबवता येईल; पण याचा विचार केला जात नाही. नोकरशाहीचा विचार केला जातो, शेवटी ही व्यवस्था आहे. समाजव्यवस्थेत अनेक उपव्यवस्था आहेत. उपव्यवस्थांचे स्वत:चे कार्य असते. एका उपव्यवस्थेचे कॅरेक्टर दुसरीकडे परिवर्तित होते. त्यामुळे समाजव्यवस्थेतील एकाच घटकाचा विचार करून चालणार नाही, तर त्या व्यवस्थेमध्ये जेवढे घटक काम करतात, त्या सर्व घटकांचा विचार करून व्यवस्थेत सुधारणा घडवून आणावी लागते. तरच ती व्यवस्था Workable होईल. त्यामध्ये प्रशासन ही एक छोटी उपव्यवस्था आहे. 'There are political subsystems, educational subsystems, there are various subsystems and they are from one subsystem to another subsystems.' अशा वेळी कोणत्याही एका घटकासंबंधी चर्चा करणे योग्य नाही.

त्यांपैकी प्रशासन ही एक लहान व्यवस्था आहे. केवळ एका विशिष्ट घटकामधील भ्रष्टाचार दूर करून चालणार नाही. भ्रष्टाचार हे सर्वांत मोठे अध:पतन होय. भ्रष्टाचार ही एक साखळी आहे. या साखळीमधील कोणताही एक घटक बदलून चालत नाही तर 'You will have the all part of the systems. Then you get the required good at the end quality goods.' व्यवस्थेच्या सर्व घटकांमध्ये सुधारणा घडवून आणणे आवश्यक आहे. तरच 'Quality goods' मिळेल. जे आज कोठेही दिसत नाही.

दुसऱ्याला उपदेश देण्याकरिता नैतिक मूल्य हे फार चांगले असते. सगळे नैतिक मूल्याचे पाठ हे स्वत:साठी नसून दुसऱ्यासाठी आहेत, असा समज असतो. पण भ्रष्टाचार हे सर्वांत मोठे अध:पतन आहे. या भ्रष्टाचाराचा शेवट केव्हा होईल, या प्रश्नाचे उत्तर एका व्यक्तीने असे दिले की, जेव्हा आई आपल्या लहान बाळाला दूध पाजण्याकरिता पैसे मागेल त्या वेळेला हा समाज कोलमडून खाली पडेल. 'Whole society will get disturb' आणि त्या वेळी या समाजाची नव्याने बांधणी करावी लागेल.

समाजशास्त्रामध्ये तीन प्रकारचे प्राणी विचारात घेतले जातात.

1. Wild animal, 2. Domestic animal, 3. Social animal

1. Wild animal - जो प्राणी एक-दुसऱ्यावर जगतो. वरच्या प्राण्यांनी खालच्या प्राण्यांना खाऊन जीवन जगायचे.

2. Domestic animal - एकमेकांना कोणत्या प्रकारची इजा करीत नाहीत; पण सहकार्यही करीत नाहीत.

3. Social animal - म्हणजे सर्व मनुष्यप्राणी यात 'We are all suppose to move together, help each other.' सशक्त माणसाने अशक्त माणसाची मदत करायची आणि सर्व समाजाने एक घटक म्हणून पुढे जायचे, ही कल्पना Social animal मध्ये आहे; परंतु, समाजात 'Wild animal' चाच आता शिरकाव झाला की काय, असा प्रश्नही आपल्याला पडतो. आजच्या व्यवस्थेमध्ये जर एखाद्याला पुढे जायचे असेल तर कोणाला तरी इजा करून पुढे जावे लागते. आपल्या व्यवस्थेत 'Wild animal' ची 'Theory' अशी की, पुढे जायचे असेल तर दुसऱ्याला पाडून पुढे जायचे. आता हा सिद्धान्त आपल्या समाजात आपण पुढे आणला आहे; परंतु, हे अपेक्षित नाही. 'Wild animal' पासून संरक्षण करण्याकरिता आपण ही समाजरचना तयार केली आहे. कारण 'Individuals cannot fight with the animals. So let's come together and fight with the wild animals.' परंतु, हेच 'Wild animal' समाजात शिरले आहेत.

राज्यघटनेत सांगितले आहे- 'It is the duty of the State to create the welfare State. Welfare State contemplates everybody should enjoy the life, quality life, satisfied life.' परंतु, याचा विचार केला जात नाही.

सध्या मोठमोठे मॉल सुरू झाले आहेत. लहान लहान व्यवसाय करणाऱ्या ४ कोटी लोकांचे आणि त्यांच्यावर अवलंबून असलेल्या २० कोटी लोकांचे काय होईल? त्यांच्या जीवनाचा विचार कोणीही करत नाही. त्यांचा मानवविकास नाही. ४ कोटी लोकांना जगण्याचा अधिकार नाही. एका मॉलवाल्याला पूर्ण अधिकार आहे. कारण आपले धोरण उदार झाले आहे. जागतिकीकरण, उदारीकरण, खासगीकरण यामध्ये याचाही विचार होणे आवश्यक आहे. राज्यव्यवस्थेमधील जी नैतिक मूल्ये आहेत, त्या नैतिक मूल्यांचा विचार होण्याची गरज आहे. राज्यघटनेमध्ये जे जे लिहिले आहे, ते सर्वांवर बंधनकारक आहे. आपण आपल्या नैतिक मूल्यांच्या व्याप्तीबद्दल विचार करायला हवा व त्यात तळागाळातल्या माणसांचाही विचार व्हायला हवा.

३ सुखमय जीवनासाठी नैतिक मूल्ये आवश्यक

ॲड. उज्ज्वल निकम

आज या जगात नैतिक मूल्ये ही फार महत्त्वाची बाब आहे. ढोबळमानाने नैतिक मूल्य म्हणजे सुंदर-चांगल्या रीतीने जगणे व दुसऱ्यांनाही सुंदर-चांगल्या रीतीने जगू देणे. हा संदेश जर नैतिक मूल्यांमधून घेतला तर व्यक्तीला भविष्यात कोणते आचरण करता येईल, याची कल्पना येईल. मानवी आयुष्य हे आनंदाने बागडण्याचे क्रीडांगण नाही, तर ते प्रतिकूल परिस्थितीत झुंज देण्याचे एक रणांगण आहे.

व्यक्तीने आपल्या आयुष्याबद्दल अशी ठाम कल्पना केली आहे की, आपल्या आयुष्यात केवळ सुखच हवे. दु:ख नको; कोणत्याही प्रकारचे कष्ट नकोत. तेव्हा हे चुकीचे आहे. स्वत:चे असे मूल्यांकन चुकीचे आहे. माणसाने पैसा मिळविणे हे एकच ध्येय ठेवले तर त्याची बुद्धी, कल्पनाशक्ती नष्ट होते; कारण आयुष्यामध्ये पैशांची श्रीमंती ही महत्त्वाची बाब नाही. पैशांची श्रीमंती ही अळवावरच्या पाण्याप्रमाणे असते, केव्हा गळून पडेल याचा नेम नाही; परंतु, मनाची श्रीमंती ही मोती होऊन मनाच्या शिंपल्यात कायम टिकणारी असते. ही मनाची श्रीमंती जोपर्यंत व्यक्ती अंगीकारत नाही, तोपर्यंत तो त्याच्या क्षेत्रात यशस्वी होणार नाही. म्हणून सर्वांनी मनाची श्रीमंती ठेवली पाहिजे. हे करत असतानाच नैतिक मूल्य म्हणजे काय? नैतिक मूल्ये आपण जोपासली पाहिजेत की नकोत? हा एक महत्त्वाचा भाग आहे. दुर्दैवाने आज सर्व क्षेत्रांत नैतिक मूल्यांची घसरण होत आहे. वकिली व्यवसाय, पोलीस खाते, शेती व्यवसाय, व्यापार, शिक्षणामध्ये नैतिक मूल्ये जोपासलीच पाहिजेत. नीतिमत्ता शिकण्यासाठी शाळेचीच आवश्यकता नाही, तर चांगल्या माणसांबरोबर राहूनही नीतिमत्ता शिकता येईल. क्षणिक मोहाकरिता बळी न पडणे हादेखील नैतिक मूल्यांचा एक महत्त्वाचा भाग आहे. आज सर्वच क्षेत्रांमध्ये भ्रष्टाचार होत आहे. जर

प्रत्येकाने भ्रष्टाचाराला वाव दिला नाही किंवा संधी दिली नाही तर ती एक प्रकारे नैतिक मूल्य जोपासण्याचेच एक महत्त्वाचे काम आहे; पण हे नैतिक मूल्य काय आहे, ते केव्हा शिकविले जावे, याकरिता शैक्षणिक अभ्यासक्रमांमध्ये नैतिक मूल्यांबद्दलचा वेगळा विषय ठेवता येणे शक्य आहे का, याचा विचार होणे आवश्यक आहे.

आज प्रत्येक क्षेत्रामध्ये नैतिक मूल्यांची घसरण होत आहे. पाश्चिमात्य देशांमध्ये नैतिकतेची फार मोठ्या प्रमाणात घसरण झाली आहे. त्यामुळे विवाहसंस्था मोडकळीस आली आहे; पण भारतासारख्या लोकशाही परंपरा असलेल्या देशात विवाहसंस्था आजही टिकून आहे. येथे एक प्रश्न उभा राहतो की, एकतर्फी प्रेमातून हत्या का होतात? येथेही नैतिक मूल्य जोपासले पाहिजे. कारण प्रेम एकतर्फी कधीच नसते. प्रेम हे दुतर्फी असेल तरच ते प्रेम. जर ते मिळाले नाही तर प्राप्तच केले पाहिजे का, हे चांगले आहे का? नैतिक आहे का? यासाठी प्रसारमाध्यमे किती प्रमाणात जबाबदार आहेत, याचा विचार होणे गरजेचे आहे. नैतिकता वाढविणे ही केवळ शाळा, महाविद्यालयांचीच जबाबदारी नाही, तर ही संपूर्ण समाजाची जबाबदारी आहे. तसेच प्रसारमाध्यमांचीदेखील ही जबाबदारी आहे. सध्या चित्रपटांमधून जे दाखविले जाते त्याचा मुलांवर किती परिणाम होतो, अशा प्रश्नांचाही विचार झाला पाहिजे.

आज संपूर्ण जगामध्ये गुन्ह्यांचे प्रमाण वाढले आहे. याला जबाबदार कोण आहे? न्यायपालिका, वकीलवर्ग की संपूर्ण समाज? पोलिसांना तपासकामात मदत केली पाहिजे. ते व्यक्तीचे नैतिक कर्तव्य आहे; परंतु, रस्त्यावर जर अपघात झाला तर बघ्यांची गर्दी जमते; पण पोलीस तेथे आल्यावर आपण काही पाहिलेच नाही, असे सांगून प्रत्येक व्यक्ती तेथून निघून जाते. माणसांच्या अशा वागण्यामुळे पोलिसांना साक्षीदार मिळत नाही. त्यामुळे गुन्हेगार निर्दोष सुटतो.

जनतेमध्ये नैतिकतेची बीजे रुजविण्याची जबाबदारी प्रसारमाध्यमांवर आहे. १९९३च्या बॉम्बस्फोट खटल्यामध्ये जे सिनेअभिनेते आरोपी ठरले, त्यांची निर्दोष मुक्तता झाली. त्याची प्रसारमाध्यमांनी प्रशंसा केली. तुरुंगात तो सिनेअभिनेता कसे जीवन जगतो, याची चित्रणे दाखविण्यात आली. त्यामुळे समाजाची तुरुंगाबद्दलची मतेसुद्धा बदलली आहेत.

तरुणांपुढे सद्य:स्थितीत अनेक यक्षप्रश्न उभे आहेत. तरुणांसमोर पदवी मिळविल्यानंतर आपण पैसे मिळवू शकू की नाही? आपल्याला व्यवसायात यश प्राप्त होणार की नाही? यासारखे असंख्य प्रश्न उभे असतात. अशा वेळी तरुणांनी न्यूनगंड बाजूला ठेवून, आत्मविश्वास ठेवावा. एक ध्येय निश्चित करून त्या दिशेने वाटचाल करावी. इथे नैतिकता महत्त्वाची आहे. नैतिक मूल्ये केवळ व्यक्तीच्या संवर्धनासाठी, मनाच्या विकासासाठी नाहीत, तर समाजाच्या उन्नतीसाठी असतात.

तेव्हा याचा विचार करूनच व्यक्तीने नैतिक मूल्ये मनाशी बाळगली पाहिजेत. व्यक्तीने त्याच्या क्षेत्रात चांगले कार्य केले पाहिजे. नैतिक मूल्यांची गरज ही देशाच्या संवर्धनासाठी, मानवी सुख, समाधानासाठी तर आहेच; पण मानव म्हणून जीवन जगण्यासाठी ती आवश्यक आहेत. मानव म्हणून आपण जन्म घेतला आहे, हे आपले भाग्य आहे; परंतु, नुसते मानव म्हणून राहणे की केवळ नावारूपाला मानव म्हणून राहणे, हा प्रश्न सोडविणे आवश्यक आहे. या दृष्टिकोनातून जर आयुष्यात चांगली नैतिक मूल्ये जोपासली असतील तर त्याचा अर्थ व्यक्तीचे मन संस्कारक्षम आहे. तरुणांनी स्वत:ला प्रश्न विचारण्याची सवय ठेवली पाहिजे. काय योग्य आहे, काय अयोग्य आहे, या संदर्भातले प्रश्न विचारले पाहिजेत. ही शक्ती जर तरुणांनी विकसित केली तर आपोआपच त्यांच्यात नैतिक मूल्ये जोपासली जातील.

४ कालपरत्वे नीतिमूल्यांत बदल अपेक्षित

डॉ. सदानंद मोरे

समाजामध्ये माणसाच्या वर्तनावर धर्म, नीती, कायदा या तीन गोष्टी नियंत्रण ठेवतात. या तिघांमध्ये निश्चित असा फरक आहे. तो फरक असा आहे की, धर्म जेव्हा एखादी गोष्ट करावी किंवा करू नये असे सांगतो, तेव्हा धर्म ही गोष्ट केली तर देवप्राप्ती होईल किंवा स्वर्गप्राप्ती होईल, असे प्रलोभन दाखवतो. जर नाही केली तर नरकात पडाल अशी भीती दाखवतो. हीच गोष्ट कायद्याची आहे. कायद्याच्या विरोधात वर्तन जर केले तर कायदा शिक्षा करू शकतो. कायद्यामध्ये inforcement करण्याची शक्ती आहे. नीतीचा जर विचार केला, तर नीतीच्या पाठीमागे देवही नाही आणि कायदाही नाही. सगळ्या लोकांना एखादी गोष्ट करायची किंवा एखादी गोष्ट करू नका, म्हणून सांगायचे; पण हे सांगताना त्याच्यामागे कोणतेही बळ नीतीजवळ नसते. नीतीची मदार ही माणसाच्या विवेकबुद्धीवर अवलंबून असते. त्यामुळे माणूस जेव्हा नीतीने वागतो तेव्हा तो कोणाला घाबरून वागतो किंवा कोणत्यातरी प्रलोभनासाठी वागतो असे नाही, तर नीतीची प्रेरणा ही एका अर्थाने अंत:प्रेरणा असते. याचा अर्थ असा नाही की, नीती ही सर्वस्वी वैयक्तिक बाब आहे; तर नीती हीसुद्धा सामाजिकच बाब आहे. एकटा मनुष्य जर जगामध्ये असेल तर त्याला नीती असणार नाही. नीतीचा प्रश्न हा माणसाच्या समूहामध्ये असणारा प्रश्न आहे. म्हणून या तीन गोष्टींतला फरक येथे सांगितला आहे. हैदराबादमध्ये १, २, ३ ऑक्टोबर १९०७ला निजामप्रांतीय पहिले मराठी साहित्य संमेलन भरले होते. त्याचे अध्यक्ष अमरावतीचे कवी बाबासाहेब खापर्डे हे होते. या संमेलनास सरोजिनी नायडू या उपस्थित होत्या. यात ३० ठराव पुढे आणले गेले व त्यावर चर्चा झाली आणि ते ठराव पास झाले. त्यातील २२ वा ठराव हा 'अभिजात नीतिकल्पना व बहुजन समाजाच्या सद्‌अभिरुचीला घातक अशा वाङ्मयाचा हे संमेलन निषेध करते', हा होता. त्या काळात मराठी साहित्यात काही

लोक नव्याने मांडणी करत होते. तेव्हा ते सद्अभिरुचीला, नीतीला धरून नाही, असे काही लोकांचे म्हणणे होते. या ठरावाच्या वेळी त्याला अनुकूल व प्रतिकूल अशी काही भाषणे झाली; परंतु, जेव्हा ठरावावर मतदान घेण्याची वेळ आली तेव्हा अध्यक्ष बाबासाहेब खापर्डे यांनी मतदान न घेता स्वत:च्या अखत्यारीत ठराव पास झाला, असे जाहीर केले.

अशा प्रकारे वाङ्मयाचा निषेध करणारा ठराव पास झाला. त्यामुळे साहजिकच ठरावाला विरोध करणारे अस्वस्थ झाले. 'निजामविषयक' या वर्तमानपत्रामध्ये त्या ठरावाच्या संबंधी उलटसुलट चर्चा झाली. ठरावास विरोध करणारे रा. गो. नांदापूरकर हे होते. त्यांनी अत्यंत महत्त्वाच्या बाबीवर बोट ठेवले होते. ते म्हणजे अभिजात नीतिकल्पना व बहुजन समाजाला घातक अशा प्रकारच्या वाङ्मयाचा निषेध करण्यात येत आहे. येथे मुद्दा हा आहे की, अभिजात ठरविणार कोण? अभिजात म्हणजे ज्या तिन्ही काळांमध्ये चालू राहतील, त्यांना बाधा येणार नाही. म्हणजे त्यांच्या मतानुसार हे वाङ्मय घातकच आहे, तर दुसऱ्या बाजूला बहुजन समाजाच्या सद्अभिरुचीलाही हे वाङ्मय घातक आहे. नांदापूरकरांनी एक महत्त्वाचा मुद्दा येथे मांडला तो म्हणजे नीतिकल्पना न बदलणाऱ्या असतात असे नाही, तर नीतिनियम या गोष्टी सापेक्ष आहेत; निरपेक्ष नाहीत. म्हणजे समाजानुसार, काळानुसार, स्थळानुसार त्या बदलणाऱ्या आहेत. एके काळी जी गोष्ट नैतिक गणली गेली, ती त्याच समाजात नंतर केव्हातरी नैतिक असेलच असे नाही. एके काळी जी गोष्ट एका समाजात नैतिक मानली जात असे, ती दुसऱ्या समाजात नैतिक असेलच असे नाही; म्हणून नीतिमूल्यांच्या बाबतीत सापेक्षतावाद या ठिकाणी खूप विद्वान पहिल्यापासूनच मांडत आलेले आहेत. नांदापूरकर म्हणतात, ''बहुजन समाजाची अभिरुची काय आहे, हे तुम्हाला ठरविण्याचा अधिकार कोणी दिला? ठराव मांडणारे डॉ. वा. द. गाडगीळ त्यांचा व बहुजन समाजाचा संबंध काय?'' असा महत्त्वाचा प्रश्न त्यांनी उपस्थित केला. ते म्हणतात, ''ही मंडळी आपल्या स्वत:च्या नीतिकल्पना सर्वांवर लादतात. हा ठराव असा असला पाहिजे; मग कदाचित आम्ही त्याला विरोध केला नसता. मग त्यांनी मसुदा दिला. महाराष्ट्रातील स्वत:ला शिष्ट समजणाऱ्या मूठभर शिक्षितांच्या अभिजात नीतिकल्पनांना ते स्वत:लाच बहुजन समाज समजत असल्यामुळे बहुजन समाजाच्या सद्अभिरुचीला बाधक अशा वाङ्मयाचा निषेध करावा. म्हणजे ठरावात त्यांना हा बदल करावयास हवा होता की, मूठभर शिक्षित लोकही स्वत:ला बहुजन समाजाचे प्रतिनिधी समजतात व आपल्या नीतिकल्पना म्हणजे त्यांच्या नीतिकल्पना या एकच आहेत असे समजतात. ही त्यांची भूमिका योग्य नाही.''

यातून असे निष्पन्न होते की, जेव्हा एखादी नीतिकल्पना पुढे येते, बऱ्याच

लोकांना ती मान्य आहे असे दिसते, तेव्हा अशी शक्यता आहे की, समाजात ज्ञानाची, ज्ञानाच्या उत्पादनाची, ज्ञानाच्या वितरणाची ही साधनसामग्री ज्यांच्या ताब्यात आहे, अशा लोकांनी या नीतिकल्पना स्वत:च्या मतलबासाठी, स्वार्थासाठी सगळ्यांवर लादल्या तर नाहीत ना, हा फार महत्त्वाचा मुद्दा आहे. याचा समाजशास्त्राच्या अभ्यासकांनी विचार केला पाहिजे. मार्क्सवादी तत्त्वज्ञानामध्ये असे नमूद आहे की, समाजामध्ये ज्याच्या मालकीची उत्पादनसाधने असतात त्याचा असा एक वर्ग असतो. तो वर्ग राज्यसंस्था, धर्मसंस्था ताब्यात ठेवतो. तोच वर्ग अशा प्रकारची नीतिमूल्ये प्रसृत करतो की, ज्यामुळे त्याचे स्थान अबाधित राहील. ज्याला कोणीही आव्हान देणार नाही. मग अशाचप्रकारे नीतिकल्पनांचे होते का, याचा विचार होणे आवश्यक आहे. तसेच केवळ एखादी कल्पना नीतिकल्पना म्हणून रूढ आहे, ती सर्वांच्या हिताची आहे. यावरून ती सगळ्यांना मान्य आहे असे नाही. चांगले साहित्य केव्हा लिहिले जाते, जेव्हा प्रचलित नीतिकल्पनांच्या पैकी एखादी नीतिकल्पना ही समाजाच्या हिताला बाधक असेल तर समाजाच्या प्रगतीला प्रतिबंधक असेल तर या नीतिकल्पनांना विरोध करणारे वाङ्मयच चांगले होते. जसे हरि नारायण आपटे यांच्या कादंबऱ्या. कारण त्या काळच्या अभिजन समाजामध्ये जी नीतिमूल्ये मान्य होती त्या मूल्यांच्या विरोधात हरिभाऊंनी लिहिले. उदा. मुलींनी शिकायचे नाही, विधवांनी पुनर्विवाह करू नये. यांसारख्या नीतिकल्पनांमुळे समाजाच्या प्रगतीला बाधा येत होती. म्हणजे प्रचलित नीतिकल्पनांच्या विरुद्ध लिहिले म्हणून त्यांचे साहित्य चांगले झाले. या उदाहरणावरून आपल्याला एखादी गोष्ट केवळ नैतिक कल्पना म्हणून प्रचलित असेल तर यावरून ती समाजाच्या प्रगतीला पोषक असेल, असे सांगता येत नाही. तसेच नसेल असेही त्यामुळे सांगता येत नाही. या सर्व बाबींचा तारतम्याने विचार करणे गरजेचे आहे. त्यामुळे सगळ्या नीतिकल्पना मार्क्सवादी दृष्टिकोनातून फुले-आंबेडकरवादी पद्धतीने किंवा दुसऱ्या एखाद्या पद्धतीने तपासून पाहणे गरजेचे आहे. येथे अमुक एका प्रकारची पद्धत वापरली पाहिजे असे नाही, तर महत्त्वाचा मुद्दा म्हणजे मानवी विकास म्हणजे काय, हा मूलभूत प्रश्न येथे उपस्थित करावा लागतो. मानवी विकास ही कल्पना नैतिक आहे किंवा नाही, तसेच कोणत्या विकासाला आपण नैतिकतेचा पाठिंबा द्यायचा, त्यामुळे त्या कल्पनासुद्धा आपणाला तपासून घ्याव्या लागतील की मानवी विकास म्हणजे काय अभिप्रेत आहे? या ठिकाणी दोन वर्ग पडलेले दिसतात. एक म्हणजे भौतिकवादी विचारवंतांचा वर्ग, तर दुसरा भौतिकवादाला न मानणारा वर्ग. भौतिकवादी विचारवंतांच्या मते, मानवी विकास वा प्रगती म्हणजे मानवी सुखात वाढ होणे, मानवाला सुखसोई उपलब्ध होणे. मानवाचे सुख हेच अंतिम साध्य आहे. पण येथे भौतिकवादी म्हणजे चंगळवादी नव्हे.

चंगळवाद आणि सुखवाद यामध्ये फरक आहे. 'चंगळवाद' हे सुखवादाचे अत्यंत भ्रष्ट रूप आहे. त्याला कोणताही नैतिक पाठिंबा नसतो. पण 'सुखवाद' ही नैतिक भूमिका आहे. माणसाच्या आयुष्याची प्रेरणा ही दु:ख कमी करणे आणि सुख वाढविणे ही आहे. येथे सुख म्हणजे पाशवी पातळीवरचे सुख नाही. नुसते खाणे, पिणे, मजा करणे नाही, तर सुखामध्येसुद्धा श्रेणी असते. अशा प्रकारचे सुख वाढविणे म्हणजे मानवाचा विकास अशा पद्धतीने भौतिकवादी लोक समर्थन करतील. पण ज्यांना भौतिकवाद मान्य नाही असे लोक म्हणतील की, ईश्वराची प्राप्ती ही माणसाच्या जीवनाचे उच्च मूल्य आहे. विकास म्हणजे काय तर अंतिम टप्प्यावरती ईश्वराची प्राप्ती. कोणी म्हणेल मोक्षप्राप्ती म्हणजे 'विकास'. म्हणजे विकासाची कल्पना ही भौतिकवाद्यांची वेगळी आणि भौतिकवाद न मानणाऱ्यांची वेगळी असते. तसेच वेगवेगळ्या धर्मांमध्ये वेगवेगळी असते. शेवटी विकास कशाला म्हणायचे, हासुद्धा एक महत्त्वाचा प्रश्न आहे.

जॉन स्टुअर्ट मिल, स्पेन्सर, ऑगस्त कॉम्त यांच्या भौतिकवादी दृष्टिकोनामुळे माणसाचे अंतिम ध्येय हे सुखप्राप्ती हेच आहे. परंतु, न्या. रानडे यांचा याला विरोध होता. त्यांच्या मते, माणसाचे अंतिम ध्येय हे सुखप्राप्ती नाही, तर माणसामध्ये असणाऱ्या सुप्त शक्ती, क्षमता यांचा विकास करणे, हे माणसाचे ध्येय आहे. या विकासासाठी माणसाला सातत्याने प्रयत्न करावे लागतात. प्रसंगी दु:खही सहन करावे लागते. म्हणूनच न्या. रानडे यांच्या मते, माणसाचे सुखप्राप्ती हे ध्येय नाही, तर विकास हे ध्येय आहे. मानवी विकास जर करायचा असेल तर फक्त सुख आवश्यक नाही तर त्यासाठी काही मूल्यव्यवस्था अंगीकारणे आवश्यक आहे.

ऑगस्त कॉम्त यांच्या मते, नैतिक नियमामुळे समाजाला स्थैर्य प्राप्त होते. धर्माचेही काही प्रमाणात प्रयोजन तेच आहे. 'धर्म' या शब्दाची उत्पत्ती महाभारतात सांगितली आहे. धारणा - धृ हे क्रियापद. 'धृ' म्हणजे धारणा करणे. एकत्र ठेवणे, बांधणे. ज्याच्यामुळे समाजाची धारणा होते तो 'धर्म'. समाज स्थिर राहतो. विस्कळीत होत नाही. म्हणजे धर्म हा समाजातील व्यक्तीने कसे वागावे याचे नियम सांगतो. धर्माला देवाचे, स्वर्ग-नरक यांचे पाठबळ आहे. पण नीतीला तसे पाठबळ नाही. एखादी व्यक्ती अनैतिक वागली तर लोक फार तर त्याला नावे ठेवतात. पण शिक्षा हा प्रकार तेथे नाही. कारण ते कायद्याच्या कक्षेत आहे. समाजाच्या गरजेनुसार नियम तयार होतात. कालपरत्वे समाजाच्या गरजा बदलतात. त्यामुळे नियमातही बदल करावे लागतात. नीतिमूल्यांच्या बाबतीतही सापेक्षतावाद आहे. फक्त नीतिनियमांचाच जर विचार झाला तर समाजाची प्रगती खुंटते. बदलत्या परिस्थितीत नवीन मूल्ये निर्माण होतात.

स्वातंत्र्य, राजनिष्ठा हे मूल्य आहे. स्वातंत्र्य जर हवे असेल तर कधी कधी राजनिष्ठा झुगारून द्यावी लागते; परंतु, सगळीच मूल्ये सापेक्ष नसतात. काही मूल्ये ही निरपेक्ष असतात. म्हणजेच एका अर्थाने अभिजात असतात. समाजातील एक वर्ग सगळ्याच मूल्यांचा उपयोग आपल्या स्वत:साठी करू इच्छितो.

तुकाराममहाराजांचा पुढील अभंग नैतिक मूल्यांचे विवेचन करणारा आहे.

"स्वामी काज गुरू भक्ती, पितृ वचन,
सेवा पती हीच विष्णूची महापूजा अनुभाव नाही दुजा,
सत्य बोले मुख, दु:खवे अनेकांच्या दु:खे
हीच विष्णूची महापूजा. अनुभाव नाही दुजा.
निश्चयाचे बळ तुका म्हणे हेची फळ
हीच विष्णूची महापूजा अनुभाव नाही दुजा"

या अभंगात तुकारामकालीन व्यवस्थेत मान्य असणारी मूल्ये तुकाराममहाराज सांगत आहेत. तुकाराममहाराजांच्या काळात सरंजामशाही होती. आपण ज्याचे मीठ खातो, त्याच्याशी एकनिष्ठा ठेवली पाहिजे. तुकाराममहाराज म्हणतात, गुरुभक्ती केली पाहिजे असे आपली परंपरा सांगते. तरच गुरू प्रसन्न होऊन ज्ञान मिळेल. वडिलांची सेवा केली पाहिजे. उदा. श्रीराम यांनी पित्याला दिलेल्या वचनामुळे वनवासाला जावे लागले. स्त्रियांनी पतीची सेवा करावी. कारण त्या काळात निश्चितपणे पातिव्रत्य हे श्रेष्ठ मूल्य मानले गेले होते. या सर्व मूल्यांचा दर्जा सारखाच नाही. समाजात मूल्यांची एक उतरंड असते. काही मूल्ये श्रेष्ठ, तर काही कनिष्ठ प्रकारची असतात.

येथे तुकाराममहाराजांचा आणखी एक अभंग सांगता येईल.

'न मानावे तसे गुरूचे वचन। जेणे नारायणे अंतरेल' या अभंगात तुकाराममहाराजांनी ज्यामुळे देव दुरावेल असे गुरूचे वचन ऐकू नये, असे म्हटले आहे. म्हणजे या ठिकाणी त्यांनी गुरुभक्तीच्या मूल्यापेक्षा ईश्वरप्राप्तीचे मूल्य श्रेष्ठ मानले. जेव्हा उच्च मूल्य आणि कनिष्ठ मूल्य यांच्यामध्ये संघर्ष होतो तेव्हा कनिष्ठ मूल्यांचा त्याग केला पाहिजे.

पातिव्रत्य हे एक मूल्य आहे. पुराणकथांमध्ये तुकाराममहाराजांच्या अभंगातही हे मूल्य आहे. उदा. जर पती चुकीच्या मार्गाने कार्य करत असेल, देशद्रोही असेल तर स्त्रीने काय करावे यासंदर्भात कट्टरपंथीय वर्गाच्या मते, स्त्रीने कोणत्याही परिस्थितीत पातिव्रत्य ठेवलेच पाहिजे. पुराणातील एका कथेनुसार एका पतिव्रता स्त्रीचा पती छंदी वृत्तीचा असतो. एके दिवशी तो रात्री उठून एका नायिकेकडे जाण्यास निघतो. चालण्यास त्रास होत असल्यामुळे पती पत्नीस सोबत येण्यास सांगतो. तेव्हा ती स्त्री तिच्या पतीला घेऊन निघते. रस्त्याने जाताना तप करीत असलेल्या ऋषीला अंधारामुळे तिच्या पतीचा धक्का लागतो. तेव्हा ऋषी तिच्या पतीला - सूर्य उगवण्याच्या आत त्याचा मृत्यू होईल, असा शाप देतो. तेव्हा ती स्त्री त्या ऋषीस म्हणते की, माझे

पातिव्रत्य जर खरे असेल तर सूर्य उगवणारच नाही. त्या स्त्रीच्या पातिव्रत्यामुळे सूर्य उगवत नाही. तेव्हा ऋषी त्याचा शाप परत घेतो. सध्याच्या काळात जर हे मूल्य मांडले तर अशा पुराणकथा स्त्रीच्या शोषणाला जन्म देतात, असे म्हटले जाईल. आजच्या स्त्रीवादी चळवळीचे अभ्यासक या कथेचे विश्लेषण अशा पद्धतीने करतील की, पुरुषांनी स्वत:च्या सोईसाठी निर्माण केलेली ही कथा आहे. त्यांना स्त्रीला स्वत:च्या ताब्यात ठेवायचे असते. शोषण करायचे असते. पतिव्रताचा अर्थ असा होत नाही; म्हणूनच मूल्यांच्या संदर्भात उच्च मूल्य कोणते, कनिष्ठ मूल्य कोणते, हे ठरविले पाहिजे.

विकासाची मूल्य दृष्टिकोनातून चिकित्सा केली पाहिजे. ठरविलेल्या ध्येयाची परीक्षा नीतीच्या दृष्टिकोनातून करावयास हवी. उदा. भारत महासत्ता होणार, हे जर ध्येय आहे तर 'महासत्ता होणे' ही कल्पना नैतिक आहे का, याचा विचार करावयास हवा. महासत्ता होण्यामध्ये अर्थशास्त्राचा वाटा अधिक असतो. तेव्हा अर्थशास्त्र व नीतिशास्त्र हे दोन्हीही बरोबरीने चालले पाहिजेत का, हा महत्त्वाचा प्रश्न आहे. आधुनिक अर्थशास्त्राचा जनक ॲडम स्मिथ हा मोठा नीतिवेत्ता होता. पण ॲडम स्मिथच्या नीतिशास्त्राचा अभ्यास कोणीही करत नाही. तो प्रयत्न सर्वप्रथम अमर्त्य सेन यांनी केला. त्यांच्या मते, अर्थशास्त्राला नीतिशास्त्राची जोड असली पाहिजे. महासत्ता होणे, समृद्ध होणे यात कसे महासत्ता होणे, किती प्रमाणात होणे हा नैतिक प्रश्न आहे. मॅक्सवेबरने त्याच्या वैज्ञानिक सिद्धान्तात मूल्यनिरपेक्ष असणे म्हणजेच नीतिनिरपेक्ष असणे होय. अमुक एखादी बाब नैतिक दृष्टिकोनातून योग्य किंवा अयोग्य आहे, हे ठरविण्याचे काम विज्ञानाचे नाही. विज्ञानाने ते ध्येय गाठण्यासाठी कोणते साधन वापरायचे हे सांगण्याचे काम विज्ञानाचे आहे. पण त्या साध्याची चिकित्सा करण्याचे काम विज्ञानाचे नाही म्हणून त्यांनी विज्ञानाचा नीतीबरोबर अभ्यास करावा, असे म्हटले.

म. गांधींनी असा विचार मांडला की, अनैतिक साधनांनी नैतिक साध्य प्राप्त करणे हे योग्य नाही. समाजासाठी सत्य आणि अहिंसा या मूल्यांची खऱ्या अर्थाने आवश्यकता आहे. अहिंसेचे रूप व्यापक आहे.

तुकोबांच्या एका अभंगात नैतिक उंची आहे.

> "जे का रंजले गांजले त्यासी म्हणे जो आपुले
> तोची साधू ओळखावा देव तेथेचि जाणावा"

शासनसंस्थेचेही हेच ध्येय असले पाहिजे, म्हणजे शासनसंस्थाही कुठेतरी नीतीने नियंत्रित झाली पाहिजे. अशा प्रकारची नीती जर समाजात असेल तर समाजाला स्थैर्य लाभेल आणि समाजात संघर्ष न होता समाजाच्या प्रगतीच्या दिशेने पाऊल पडेल.

५ नीतिमत्ता व नैतिकता : स्वप्न अन् वास्तव

प्रा. दिनकर बोरीकर

सृष्टीमध्ये पशूप्राणी आणि मनुष्यप्राणी यांचे अस्तित्व असते आणि हे दोन्ही वंश आपल्या अस्तित्वात सातत्य राखून असतात, ही बाब आपल्या नित्यानुभवाची आहे. हे जे अस्तित्व सातत्य राखून आहे त्याच्या मुळाशी 'नैतिकता' असते. दोन शब्द वापरले जातात. 'नीतिमत्ता' आणि 'नैतिकता'. नीतिमत्ता हा गुण असतो तर नैतिकता ही वृत्ती असते. सृष्टी नियमांचे पालन करून आपले जीवन व्यतीत करणे याला 'नीतिमत्ता' म्हणता येईल, आणि अशा प्रकारे नीतिमत्तेचे पालन करणे याला 'नैतिकता' म्हणता येईल. अगदी निसर्ग नियमांना अनुसरून वागणारे प्राणी म्हणजे पशूप्राणी. पशूप्राणी स्वत:ची वेगळी बुद्धी वापरत नसतात कारण त्यांच्यात तशी बुद्धी मुळातच विकसित झालेली नसते; म्हणून याला 'इन्स्टिन्क्टिव्ह लाइफ पॅटर्न' असे म्हटले जाते. मनुष्य प्राण्यांना स्वत:ची बुद्धी असते, विचार असतात, भावना असते आणि आपण कसे वागायचे हे मनुष्यप्राणी स्वत:च्या जागी स्वत: ठरवू शकत असतो. नीतिमत्ता आणि नैतिकता यांचा सोपा अर्थ म्हणजे 'स्व'चे अस्तित्व कायम राखताना 'स्व'च्या पलीकडे जे काही विश्व आहे त्यांची बूज राखून जीवन जगणे. या वृत्तीला माणूस ज्या वेळी फाटा देतो आणि सगळेकाही 'स्व'च आहे असे मानतो त्या वेळी नैतिकतेला बाधा येते आणि सामूहिक समाजजीवनाच्या पृष्ठपटलावर विविध प्रकारचे बाधक तरंग उठू लागतात.

समाजातले कलह, युद्ध, युद्धजन्य परिस्थिती, हेवा, मत्सर यांचे प्रमाण प्रमाणाबाहेर वाढणे, पझेसिव्ह वृत्तीचा अतिरेक या बाबी अविवेकाला कारणीभूत ठरतात आणि त्यातून अपघात, घातपात, आत्मघात यांसारखी संकटे उद्‌भवतात. एक साधी गोष्ट घ्या. पशुप्राण्यांत नर मादीवर बलात्कार करतो असे कधी घडत नाही. पशूप्राणी डाका टाकतात, चोऱ्यामाऱ्या करतात असे कधी घडत नाही.

पशुप्राण्यांत युद्ध झाल्याचे आपण कधी पाहात नाही; कारण पशुप्राण्यांची मानसिकता अगदी निसर्ग नियमांनी बद्ध असते. उलट, वर सांगितलेले सगळे अपप्रकार मनुष्यप्राण्यात घडत असतात. आपण मनुष्यप्राण्याकडे वळतो तेव्हा व्यक्ती आणि समाज यांच्या परस्परसंबंधांचा विचार करावा लागतो. मानवसंस्कृती जसजशी विकसित होत गेली तसतसा व्यक्ती आणि समष्टी यांच्या नात्याचा विचार तीव्र होत गेला. 'समाज म्हणजे व्यक्तींची गोळाबेरीज' असा अर्थ काढणे म्हणजे प्रश्नाचे फारच स्वप्नाळू सुलभीकरण झाले; कारण व्यक्ती 'व्यक्ती' म्हणून जगते तेव्हा जगण्याचे नीतिनियम वेगळे वापरते. तीच व्यक्ती समाजाचा घटक म्हणून जगते तेव्हा नीतिचा आधार बदलतो. व्यक्ती 'व्यक्ती' म्हणून जगताना स्वायत्त असते. ती समाजात वावरते तेव्हा या स्वायत्ततेला लगाम बसतो.

एक साधी गोष्ट पाहा. अत्यंत सभ्य, अबोल व्यक्ती जेव्हा मोर्चात सामील होते तेव्हा तिचे हातवारे, तिची घोषणाबाजी हे सगळे काही मोर्चेकरी समाजानुसार घडत असते. कुटुंबात वागणारी व्यक्ती वेगळ्या प्रकारे संवाद साधते; तीच व्यक्ती ज्या वेळी समुदायात किंवा समुदायानुसार संवाद साधते तेव्हा संभाषणाला वक्तृत्वाचे रूप प्राप्त होते. समुदायापुढे बोलताना विवेकाला फारसा थारा नसतो. 'भावना उत्तेजित करणे' याला महत्त्व प्राप्त होते; म्हणजेच वैयक्तिक जीवनातील नीतिमत्ता वेगळी आणि समाजजीवनातील नीतिमत्ता वेगळी होते. व्यक्तीला वैयक्तिक जीवनात नीतिमत्ता, नैतिकता पाळणे सोपे असते; पण मानवी गटाला, मनुष्य समाजाला अवघड असते; कारण समाजात विविध वृत्ती-प्रवृत्तींच्या व्यक्ती एकत्र येतात आणि त्यांचे त्यांचे काही 'अहंकार' कार्यरत होत असतात. अशा विविध अहंकारांचा ल.सा.वि. काढता येत नसतो; म्हणून छोटे-मोठे मतभेद, छोटे-मोठे संघर्ष निर्माण होत असतात. अशा विरोधी वृत्तीत किमान समन्वय साधण्यासाठी एक सर्वमान्य आचारसंहिता बनविली जाते, ही असते 'सामाजिक नीतिमत्ता'. यात मानवी उपजत प्रवृत्ती संयमित ठेवून सामाजिक संकेतांचे पालन केले जाते. गौतम बुद्धांनी दया, करुणा यांची जी शिकवण दिली, महात्मा गांधींनी आपपर भावनांना जी तिलांजली दिली, त्यात समष्टीची नीतिमत्ता अनुस्युत आहे.

सामाजिक न्यायासाठी सामाजिक संघर्ष करावा लागतो. अशा संघर्षात ज्या वेळी वैचारिक आदानप्रदान, विवेकवादाचा आग्रह धरला जातो ती असते सामाजिक नीतिमत्ता. ही कास जर सोडली तर सामाजिक संघर्षाला हिंसक स्वरूप प्राप्त होते आणि सामाजिक न्यायाची कल्पना बाजूला पडून वित्त आणि जीवितहानीच्या आहारी आपण जायला लागतो; म्हणून ज्याला आपण 'सोशल एथिक्स' म्हणतो त्या शाखेला महत्त्व प्राप्त होते. व्यक्ती आणि समाज यांच्या नीतिमत्तेचा विचार आपण

ज्या वेळी करतो त्या वेळी माणसाच्या स्वभावाच्या बाबतीत आपण टोकाच्या गोष्टी गृहीत धरतो. प्रत्येक व्यक्ती मुळात सद्‌गुणी आणि सद्वर्तनीच असते म्हणून व्यक्तींचा मिळून झालेला समाजही सद्‌गुणी आणि सद्वर्तनीच असतो, अशा एका भाबड्या निष्कर्षाप्रत आपण येऊन पोहोचतो; परंतु, त्यामुळे मूळ प्रश्न तसेच कायम राहतात.

आज आपण जगभर पाहात आहोत की, जागोजागी द्वेष आणि शत्रुत्वाची भावना जोर धरीत असून हिंसक कृत्य ही नित्याची बाब झाली आहे. महात्मा गांधींच्या अहिंसेच्या शिकवणुकीचा आपण कितीही 'उदो उदो' केला तरी गटागटांतील, राष्ट्राराष्ट्रांतील हिंसक संबंधांना आवर घालण्यास ते अपुरे पडत आहेत. मानवी समाजाच्या निकोप अस्तित्वासाठी 'जगा आणि जगू द्या' या तत्त्वाचा अंमल समाजाच्या गळी कसा उतरायचा, हा प्रश्न उभा राहत आहे. मानव जातीने भौतिक जीवनात विविध प्रकारे विज्ञान आणि तंत्रज्ञानाचा विकास करून सुख-समृद्धी आणली, हे जेवढे सत्य आहे तेवढेच दुसरे दारुण सत्य म्हणजे गटागटांत श्रेष्ठतेची भावना जास्त जोर धरू लागली आहे. इथे सामाजिक नीतिमत्तेची पार विल्हेवाट लागत आहे. बाह्य निसर्गाचा समृद्धीसाठी वापर करणे आता आवाक्यात येत चालले आहे. परंतु, सुखाने आणि गुण्यागोविंदाने सर्वांनी सहजीवन व्यतीत करू शकावे ही वृत्ती मात्र विकसित होईनाशी झाली आहे.

सत्ता आणि अधिकार यांची लालसा याच्या मुळाशी आहे. हेन्री ॲडम्स यांनी म्हटल्यानुसार, 'पॉवर इज पॉइझन विच ब्लाईंड्‌स मॉरल इनसाईट ॲन्ड लेम्स द विल ऑफ मॉरल पर्पज' याचे आकलन आणि उकल करण्याचे मोठे आव्हान आपल्यापुढे उभे आहे. जगभर सामाजिक संघर्षाच्या जागी सामाजिक समन्वय स्थापित करणे आणि सामाजिक अन्यायाला मूठमाती देऊन सामाजिक न्यायाची प्रस्थापना करणे, यासाठी दोन माध्यमांतून प्रयत्न केले जात आहेत. धार्मिक विचारसरणीचे लोक सामाजिक अन्यायाच्या मुळाशी माणसाचे अज्ञान कारणीभूत आहे, असे न मानता त्याची स्वार्थी प्रवृत्ती कारणीभूत आहे, असे मानतात. वाढत्या प्रमाणात धर्माचरण हे त्याचे उत्तर आहे; तर विवेकवादी असे मानतात की, या सामाजिक रोगांवर उपाय शोधायचा असेल तर त्याची बौद्धिक जाण जास्त प्रगल्भ करण्याचे प्रयत्न केले जावेत. माणसातली नैतिकता जागृत ठेवण्यासाठी कार्लमार्क्सने व्यवस्थेच्या चौकटीत परिवर्तन सुचविले. वर्गरहित समाजरचनेत शोषण आणि विषमता असणार नाही अशी त्याची धारणा होती. उत्पादन साधनांचे सामाजिकीकरण हा उपाय त्यांनी सांगितला.

आज नेमकी उलटी परिस्थिती आहे. मुक्त अर्थव्यवस्थेचे युग आता सुरू झाले

आहे. आर्थिक व्यवहारात राजकीय सत्तेचा कमीत कमी हस्तक्षेप असला तर बाजारपेठेतील विविध घटक एकमेकांना संतुलित ठेवण्याचा प्रयत्न करतात अशी ती भूमिका आहे. यामुळे सुखसमृद्धी सर्वांच्या दारी पोहोचून समाज सुस्थिर होईल अशी भूमिका यामागे आहे.

महात्मा गांधींनी 'विश्वस्त संकल्पना' मांडून स्वेच्छेने स्वार्थाला मर्यादा घालावी म्हणजे समाजाची नैतिकता उंचावेल, असे त्यांचे मत होते. अशा कितीतरी मार्गांनी व्यक्ती आणि समाज यांचे परस्पर नाते नैतिकतेवर आधारित असावे असे प्रयत्न केले गेले. परंतु, माणूस हा प्राणी इतका गुंतागुंतीचा आहे की, तो यातल्या कोणत्याही एकमेव मार्गाला प्रतिसाद देत नाही हा अनुभव आहे. राष्ट्राराष्ट्रांतील संघर्षाने तर दोन सर्वविनाशी जागतिक महायुद्धे पाहिली आणि एकीकडे संघर्ष चालू असताना त्याला कुठेतरी खीळ बसावी म्हणून संयुक्त राष्ट्रसंघटनेसारखे संवाद व्यासपीठ प्रस्थापित केले आहे. भारतातील जातिभेद असोत किंवा अमेरिकेतील वर्णभेद असो, त्यावरही आधुनिकतेचे दडपण येऊन हे भेद पातळ होण्याची शक्यता निर्माण झाली आहे. व्यक्तीची नैतिकता आणि समाजाची नीतिमत्ता यात सुसंगती साधून एका नवीन नैतिक समाजाच्या उभारणीचे स्वप्न प्रत्यक्षात अवतरण्यासाठी सतत दक्ष राहून प्रयोगशील राहण्याची गरज आहे, हाच सारांश आपल्यासमोर येतो.

येणाऱ्या युगात व्यक्तीचा सन्मान आणि समाजाचे स्थैर्य यांची सुसंगती लावण्यासाठी अत्याधुनिक मूल्यांची कास धरावी लागणार आहे. ती मूल्ये म्हणजे लोकशाही, सर्वधर्म समभाव, अहिंसा, आरोग्य, सुसंवाद, अशक्तांचे सबलीकरण, सर्वांगीण विकास, समता, अनुकंपा आणि या सर्वांना पोषक पर्यावरण अशा बहुविध ताणाबाणांचे वस्त्र विणावे लागणार आहे.

थोडक्यात, नैतिक मूल्ये, नैतिकता याबाबींचे मोठे आव्हान मानव समाजापुढे आहे. ते पेलण्यासाठी सर्वांनी आपली बहुरंगी क्षमता वापरण्याची गरज आहे.

६ राज्यकारभारातील नैतिकता

भुजंगराव कुलकर्णी

सार्वजनिक जीवनातील नैतिकता व शुचिता हे राज्यकारभाराच्या उत्तमतेसाठी कळीचे मुद्दे आहेत. आंतरराष्ट्रीय स्तरावर विकासाची सहस्रकासाठी उद्दिष्टे ठरवली आहेत. त्यांतही ही दोन्ही मूल्ये प्राधान्यक्रमात आहेत. युरोपातील सॉक्रेटिस, प्लेटो व ॲरिस्टॉटल, भारताच्या थिरुवल्लुवर आणि चीनच्या कन्फ्यूशीयस पासून अनेक तत्त्वज्ञांनी व विचारवंत, संत-महंतांनी गेली दोन हजार वर्षे राज्यकारभारातील उत्तमतेसाठी आवश्यक असलेल्या सदाचारांचे व नैतिकतेचे चिंतन अखंड चालू ठेवले आहे. एकविसाव्या शतकातील एक प्रमुख समस्या म्हणून राज्यकारभारातील नैतिकतेचा प्रश्न आजही साऱ्या जगभर चर्चेत आहे.

राज्यकारभारातील उत्तमतेला व नैतिकतेला अनुकूल व पोषक असलेल्या अनेक गोष्टी आपणा भारतीयांना उपलब्ध आहेत. उदा. आपले जगातील उत्कृष्ट असे संविधान, त्यावर आधारलेली पार्लमेंटरी पद्धतीची लोकशाही; राष्ट्रीय पातळीपासून राज्ये, जिल्हे, शहरे व खेडी अशा सर्व पातळ्यांवर सार्वत्रिक प्रौढ मतदानाने निवडून आलेली लोक प्रातिनिधिक सरकारे, न्यायव्यवस्थेचे स्वातंत्र्य, प्रेसचे स्वातंत्र्य, शिक्षणाचे व माहितीचे अधिकार आणि मानवी हक्कांबद्दल आदर, वगैरे. तरीही आपल्या राज्यकारभाराची गुणवत्ता दिवसेंदिवस खालावत चालली आहे. नैतिकताही संपल्यासारखे चित्र आहे. एवढी अनुकूलता असूनही राज्यकारभारातील गुणवत्तेची व नैतिकतेची घसरण का होत आहे? त्यामागील कारणे कुणी व कशी शोधायची व त्यावर प्रभावी उपाय करून राज्यकारभारात नवी उभारी कशी आणावयाची, असे गंभीर प्रश्न आजच्या पिढीसमोर आहेत.

भारताच्या लोकशाहीत सर्व स्तरांवर राज्यकारभार करणाऱ्या लोकसेवकांच्या दोन प्रणाली किंवा धारा (Streams) आहेत. एक प्रणाली, कायद्याप्रमाणे लोकांनी

ठरावीक मुदतीसाठी निवडून दिलेल्या राजकीय (Politician) लोकसेवकांची. दुसरी प्रणाली, धोरणांची व उपक्रमांची अंमलबजावणी करण्यासाठी नेमलेल्या कायम व पगारी लोकसेवकांची. दोन्ही स्तरांवरील राज्यकारभार दोन्ही प्रणालीतील लोकसेवकांनी मिळून करावयाचा असतो. राज्यकारभारातील गुणवत्ता व नैतिकता या दोन्ही प्रणालीतील सर्व लहान-मोठ्या लोकसेवकांच्या कामाच्या गुणवत्तेवर व वागणुकतील नैतिकतेवर अवलंबून आहेत. ढोबळमानाने राजकीय प्रणालीतील लोकसेवकांनी आपापल्या क्षेत्रात प्रगतीसाठी कार्याची धोरणे ठरवावी; त्यासाठी नवे कायदे करावेत, उपक्रमांची आखणी करावी व त्यांच्या अंमलबजावणीचे मॉनिटरिंग करावे, असा संकेत आहे. त्या धोरणांची व उपक्रमांची सुयोग्य अंमलबजावणी कायम पगारी लोकसेवकांनी करावयाची असते. दोन्ही प्रणालीतील लोकसेवकांनी आपापली कामे कायद्याप्रमाणे त्यांना असलेल्या अधिकारांच्या व जबाबदारीच्या मर्यादेत करावीत व ती प्रामाणिकपणे, निष्पक्षपातीपणे व नि:स्वार्थपणे करावीत अशी किमान अपेक्षा असते. दोन्ही प्रणालीतील बहुतेक लोकसेवक वरील अपेक्षेप्रमाणे आपापली कामे करीत नाहीत, हे आजचे वास्तव आहे. दोन्ही प्रणालीतील अनेक लोकसेवकांच्या कामात स्वार्थ, लोभ, बेजबाबदारपणा व तत्सम दोष प्रगट होत आहेत व त्यांना वरिष्ठांचा धाकही नसावा, अशी शंका येते. राज्यकारभारातील अशा उणिवांमुळे विकासाची गती मंदावते. क्वचित ती उणावतेसुद्धा. महाराष्ट्राची सर्वांगीण उन्नती व्हावी, ती सातत्याने होत राहावी आणि इथल्या सर्व लोकांचे जीवन सुखी असावे असे आपणा सर्वांना वाटते. विकासाची आपली संकल्पनाही अशीच आहे; पण राज्यकारभारातील जडता व अनैतिकता हे विकासाच्या वाटेवरील मोठे अडसर आहेत. समाजाच्या ध्येयनिष्ठेने व विकासाला अनुकूल असलेल्या मानसिकतेनेच या वाटेवरील अडचणींवर मात करता येईल. तत्त्वत: कारभारातील उणिवा किंवा अपयशासाठी राजकीय प्रणालीतील लोकसेवक लोकांच्या प्रातिनिधिक सभेस उत्तरदायी (Accountable) किंवा जबाबदार (Responsible) असतात. किंबहुना, ती जबाबदारी व ते उत्तरदायित्वच लोकशाही राज्यव्यवस्थेचा मुख्य गाभा आहे, असेही म्हणता येईल. राजकीय प्रणालीतील नेतृत्व ध्येयवादी, समाजहित बुद्धी असलेले, क्रियाशील व कर्तृत्ववान असेल तर राज्यकारभार नीतीवान व प्रभावी होतो; त्यातूनच राज्याच्या उभारणीची व उन्नतीची कामे होतात, अन्यथा नाही. तोच न्याय जिल्हा, तालुका व गावपातळीसही लावता येईल. मात्र, तसे ध्येयवादी व कर्तृत्ववान नेतृत्व कुणाही समाजाच्या, राज्याच्या, जिल्ह्याच्या किंवा गावाच्या भाग्यवशात क्वचितच लाभत असते. १९५६ ते १९६२ या काळात स्वर्गीय यशवंतरावजी चव्हाणांच्या रूपात तसे नेतृत्व महाराष्ट्रास लाभले होते. ते समाजाचे मोठे धन असते. त्या धनाची जोपासना करणारी सृजन संस्कृतीही वर्धिष्णू

समाजात असते. त्या काळात समाज वर्धिष्णू विश्ववंदिता होण्याची शक्यता असते. सर्वसामान्य लोकांच्या अनुभवात राज्यकारभारातील अनैतिकता मुख्यत: छोट्या-मोठ्या भ्रष्टाचाराच्या रूपानेच येत असते; म्हणून या लेखात, या पुढे, भ्रष्टाचार व तो हटविण्यासाठी होत असलेल्या उपायांचा व त्यांच्या प्रभावांचा ऊहापोह करू.

पूर्वी उच्चपदावरील भ्रष्टाचाराचा केवळ आरोप झाला, तरी त्यास कलंक मानले जाई. गेल्या काही दशकात मोठमोठ्या भ्रष्टाचारांचे सांगाडे गंगा-यमुनेच्या प्रवाहात बुडवून झाले असल्याने भ्रष्टाचाऱ्यांची भीड आता बरीच चेपली आहे. आताशा भ्रष्टाचार हा स्वबळाचे द्योतक, शौर्याचे प्रतीक किंवा सवयीची व शौकाची बाब मानतात. त्याची लाज भ्रष्टाचाऱ्यांना मुळीच वाटत नाही.

अलीकडे भ्रष्टाचाराचे अनेक नवे व अधिकाधिक चलाखीचे प्रकार प्रकाशात आले आहेत. सामाजिक जीवनात व राज्य व्यवस्थेत अनेक कच्ची मर्मस्थाने असल्याने असे प्रकार शक्य होत आहेत. उदा. -

१) लोकसेवकांवर उत्तरदायित्वाचा (Accountability) अभाव.

२) गुन्हेगारी प्रवृत्तीच्या उमेदवारांची चाळणी करून त्यांना निवडणुकीतून वगळण्याची राजकीय पक्षांची अनिच्छा.

३) भ्रष्टाचाराचा तपास करणाऱ्या निष्प्रभ यंत्रणा, आणि

४) सावकाशीने कार्य करणारी न्याय व्यवस्था.

या व अशाच अनेक मर्मस्थानांमुळे भ्रष्टाचार निर्भयपणे होत राहतो; त्यामुळे संसाधनांची मोठी नासाडी होते. विशेषत: गरीब व दुर्बल लोकांना साहाय्य म्हणून आलेल्या संसाधनांची अधिक पळवापळवी होते. अशा गळतीमुळे मंजूर झालेले उपक्रम वेळेवर पूर्ण होत नाहीत किंवा कमी गुणवत्तेने होतात. यादृष्टीने भ्रष्टाचार विकासविरोधी, लोकविरोधी व गरीबविरोधी असतो, असे म्हणता येईल. कनिष्ठ पातळीवरील भ्रष्टाचार रेव्हेन्यू, पोलीस व तत्सम विभागाकडील कर्मचाऱ्यांनी तक्रारीची तत्काळ दखल घेणे किंवा न घेणे, ड्रायव्हींग लायसेन्स किंवा इतर दाखले तत्परतेने देणे किंवा न देणे अशा कारणांनी चालतो. स्वस्त किंवा मोफत अन्नधान्याचे किंवा कमी व्याजावर कर्जाचे वाटप अशा भ्रष्टाचाऱ्यांच्या नजरेत मिळकतीचा हंगाम असतो.

गरीब व दलित लाभधारकांना त्यांचे लाभ रोखीने द्यावयाचे असतील तर कनिष्ठ पातळीवरील भ्रष्टाचाऱ्यांची चंगळच असते. अशा छोट्या भ्रष्टाचाराला हाताळणाऱ्या यंत्रणा नगण्य व तोकड्या आहेत. छोट्या तक्रारदारांची दखल घेण्याची त्यांची मानसिकता नसते. त्या पातळीपर्यंत पोहोचण्याची साधनेही त्यांच्यापाशी नसतात. उच्चपातळीवरील भ्रष्टाचार प्रत्यक्षात दिसत नसला तरी अप्रत्यक्षपणे त्याचा राज्याच्या तिजोरीवर व लोकहिताच्या विकास प्रकल्पाच्या पात्रतेवर (Viability) दुष्प्रभाव पडतोच.

प्रकल्पाच्या उभारणीसाठी ठेकेदार निवडणे व चढाओढीतून त्याच्याशी करावयाच्या कराराच्या अटी ठरविणे वगैरे बाबी ही मोठ्या भ्रष्टाचाराची शक्यता असलेली क्षेत्रे आहेत. बहुधा, खासगी क्षेत्रातील एखादी प्रभावी व्यक्ती या दुर्व्यवहारात मुळाशी असते. कार्यालयातून माहिती मिळविण्यापासून निर्णय घेणाऱ्या अधिकाऱ्यांना व राजकीय पुढाऱ्यांना वश करण्याचा गेम चालत असतो. त्यांच्या प्रलोभनाला बळी पडणारे लहान-मोठे अधिकारी व मंत्री त्यांना आवडतात. उलट, जे प्रामाणिक अधिकारी त्यांच्या प्रयत्नांस दाद देत नाहीत त्यांचा ते पिच्छा पुरवतात. त्यांच्या बदल्या करवितात किंवा अन्य मार्गाने त्यांना अडचणीत आणतात.

अनेक ज्येष्ठ अधिकाऱ्यांनी निवृत्तीनंतर अशा अनुभवांवर लिहिले आहे. गेल्या पाच-सात वर्षांत कोळसा खाणींची व २-Gची जी प्रकरणे साऱ्या जगभर गाजली त्यातून बरेच भ्रष्टाचारी मुखवटे जनतेसमोर आले; आणखीही येतील. भारताची अपकीर्ती मात्र या प्रकरणातून भरभरून झाली. भ्रष्टदेशांच्या क्रमवारीत भारताचे नाव (Transperency interactional corruption perception index) प्रमाणे २०१० साली १७८ देशांमध्ये ८७व्या स्थानावर होते, ते आता बरेच वर गेले असावे. भ्रष्टाचारास आळा घालण्यासाठी राष्ट्रीय व राज्यपातळ्यांवर अनेक संस्था कार्यरत आहेत. त्यातील काही संविधानानुसार कायम केलेल्या आहेत. इतर काही विशेष कायदे करून त्या आधारावर काम करीत आहे. त्याशिवाय काही यंत्रणा शासकीय आदेशानुसार कायम होऊन काम करीत आहेत. कंट्रोलर ॲन्ड ऑडिटर जनरल हे पद (CAG) भारतीय संविधानातील कलम १४८ अन्वये कायम झालेले आहे. तसेच सेंट्रल व्हिजिलन्स कमिशन (C.V.C.) पार्लमेंटने विशेष कायदा करून २००३मध्ये कायम केले आहे. तपासणीयंत्रणा असलेले सेंट्रल ब्युरो ऑफ इन्व्हेस्टिगेशन (C.B.I.) शासकीय आदेशानुसार १९६३मध्ये कायम झालेले आहे. त्यात एकूण सात विभाग आहेत. त्याच्या कामावर अनेक मर्यादा असल्या तरी मधल्या काळात C.B.I.ची भूमिका पूर्वीच्या भ्रष्टाचारविरोधी यंत्रणेपासून आत्ता कायद्यांची अंमलबजावणारी बहुआयामी व बहुरूपी व प्रमुख पोलीसयंत्रणा अशी विस्तारली आहे. तिची क्षमता व विश्वासार्हता खूप आहे व सबंध भारतात अपराध्यांची तपासणी करण्याचे व न्यायालयापुढे प्रकरणे मांडण्याचा तिला कायदेशीर अधिकार व आदेश आहेत. C.B.I. शिवाय अंतर्गत इंटेलिजन्स व सिक्युरिटीसाठी केंद्रीय गृहखात्याकडे 'Central Intelligence Agency' अशी एक यंत्रणा आहे. अर्थ खात्याकडे 'डायरेक्टोरेट ऑफ एन्फोर्समेंट', 'सेंट्रल इकॉनॉमिक इंटेलिजन्स ब्युरो' व 'डायरेक्टोरेट ऑफ रेव्हेन्यू इंटेलिजन्स' अशा यंत्रणा आहेत.

वरील यंत्रणांसारख्याच यंत्रणा प्रत्येक राज्याच्या अखत्यारीत कायद्यांनी किंवा

शासकीय आदेशांनी कार्यरत आहेत.

पार्लमेंटने भ्रष्टाचारविरोधी अनेक कायदे मंजूर केले आहेत. त्यांपैकी 'कमिशन ऑफ इन्क्वायरी ॲक्ट' हा पहिला कायदा आहे. त्यानंतर संतानम कमिटीच्या शिफारशीप्रमाणे १९६४मध्ये 'प्रिव्हेन्शन ऑफ करप्शन ॲक्ट' मंजूर झाला व त्यातील तरतुदींप्रमाणे सेंट्रल व्हिजिलन्स कमिशनर (C.V.C.) नेमले गेले.

निवडणुकीच्या संबंधीच्या कायद्यामध्ये १९७३ साली दुरुस्ती करण्यात आली. ती महत्त्वाची आहे कारण न्यायालयातून शिक्षा झालेल्या गुन्हेगारांना निवडणुकीस उभे राहता येणार नाही अशी तरतूद त्यात केली आहे. मोरारजी देसाई अध्यक्ष असलेल्या पहिल्या प्रशासकीय सुधारणा आयोगाने प्रत्येक राज्यात मंत्री व ज्येष्ठ अधिकाऱ्यांची चौकशी करण्यासाठी लोकायुक्त नेमावे म्हणून शिफारस केली. काही राज्यांत तसे लोकायुक्त नेमण्यातही आले. तसेच केंद्रामधील मंत्री (प्रधानमंत्री धरून) व ज्येष्ठ अधिकाऱ्यांच्या चौकशीसाठी 'लोकपाल' नेमावे म्हणून त्या आयोगाची शिफारस होती; पण ४०-४२ वर्षांत त्यासाठी कायदा केला नाही; तो कायदा करावा म्हणून श्री.अण्णा हजारे यांनी मोठे आंदोलन केले, तो इतिहास ताजा आहे; त्यानंतर २०१३-१४मध्ये लोकपालाचा कायदाही मंजूर झालेला आहे पण लोकपालाची नेमणूक अजून झालेली नाही.

भ्रष्टाचाराला आळा घालण्यासाठी राष्ट्रीय व राज्यपातळीवर वरीलप्रमाणे अनेक संस्था व यंत्रणा कार्यरत आहेत; पण त्यांचा पुरेसा प्रभाव पडलेला दिसत नाही. त्यासाठी अधिक कडक उपाय योजावे लागतील असे दिसते. सुजन समाजालाही या दिशेने महत्त्वाची भूमिका बजवावी लागणार आहे.

७ मानव विकासासाठी घटनात्मक मूल्ये महत्त्वाची

डॉ. नागनाथ कोत्तापल्ले

साधारणत: १९९०पर्यंत सर्व नेत्यांना, सर्व लोकांना 'कल्याणकारी राज्य' हा शब्द वापरल्याशिवाय पुढे जाताच येत नव्हते. आपणाला असे दिसते की, आपण १९९०पर्यंत जे जे शब्द वापरत होतो ते शब्द आता उपहासनीय झाले आहेत. त्यामध्ये Welfare हाही एक शब्द आहे. प्रत्येकाने आपल्या धर्मग्रंथाप्रमाणे वागावे, असे गृहीत असते. तेव्हा 'राज्याचा धर्मग्रंथ' त्याची घटना आहे; प्रत्येकाने घटनेप्रमाणे वागणे बंधनकारक आहे. 'आपण आपल्या धर्माप्रमाणे वागतो का?' असा प्रश्न जर आपण स्वत:लाच विचारला तर उत्तर 'नाही' असेच येईल. उदा. सर्व माणसे ही ईश्वराची लेकरे आहेत, असे सर्व धर्मांत म्हटले जाते. पण, लोक याप्रमाणे वागतात का? तुकारामांनी 'जे का रंजले गांजले त्यासी म्हणे जो आपुले' असे म्हटले ते आपणांस शतकानुशतके माहीत आहे. जे काही धर्मग्रंथांत किंवा धर्मविचारांत सांगितलेले असते ते आपल्यासाठी नाही, हे गृहीत धरण्याचीसुद्धा आपली परंपरा आहे. या संदर्भात एक उदाहरण येथे देता येईल. संत गाडगेबाबा हे ग्रामस्वच्छता करत असत आणि ते कधीही कोणालाही आपल्या पायावर डोके ठेवू देत नसत. त्यांच्या कोणी पाया पडायला आले की ते लगेच त्याच्यावरती हातातल्या झाडूने फटकारत असत. प्रत्येकाच्या देहात, शरीरात परमेश्वर जर असेल तर त्याने पाया पडू नये, असे काही सूत्र त्यामागे असावे. काही लोक मात्र यामागे वेगळेच कारण होते असे मानतात. त्यांच्या मते, संत गाडगेबाबा कोणालाच पाया पडू देत नाहीत. कारण गाडगेबाबा हे धोबी परीट होते. म्हणजे खालच्या जातीचे होते. पाया पडायला येणाऱ्यांमध्ये कोण वरिष्ठ असेल, कोण उच्चवर्णीय असेल, हे सांगता येत नाही आणि त्यामुळे त्या उच्चवर्णीयांनी जर आपल्या पायावरती डोके ठेवले तर आपल्यालाच पातक लागेल, म्हणून गाडगेबाबा कोणालाही आपल्या पायावरती डोके ठेवू देत नव्हते. यावरून हे

आपल्या लक्षात येते की, उच्च अशा प्रकारची तत्त्वे वेगवेगळ्या पद्धतीने कशी बाजूला ठेवता येतील यासाठी माणसे वेगवेगळ्या पद्धतीने तर्क लावत असतात. आपण जर म्हटले की, एकनाथांनी दलिताचे मूल कडेवर घेतले. त्यावर असे म्हटले जाईल की, ते परमेश्वराचे अवतार आहेत. त्यांना काहीही जमते. आपण सामान्य माणसे आहोत. आपल्याला असे करता येणार नाही. आपले जीवन जगत असताना आपण आपल्या पद्धतीने जगायचे, असे लोकांनी गृहीत धरलेले असते. जीवन जगत असताना एकीकडे आदेश असतात, तर एकीकडे प्रत्यक्षातले जगणे असते. जीवन जगत असताना जगण्यामध्ये हा सततचा ताण असतो. हा ताण दूर करण्यासाठी माणूस ज्या तडजोडी करतो, त्यातून अध:पतन सुरू होते. हे अध:पतन किती खालच्या पातळीवरती जाते, त्यावर त्या त्या समाजाची नैतिकताही ठरत असते.

येथे Sociolistic Pattern of Stateचा विचार पुढे येतो. जे घटनेत आहे त्याचे पालन आपण केले पाहिजे. पण त्याचे पालन आम्ही करत नाही; कारण आम्ही ते वाचलेलेच नसते. कारण मागील २०-३० वर्षांत वाचणारा माणूस महत्त्वाचा असतो असे समाजालाही वाटेनासे झाले आहे. राज्यघटना तर नंतरची बाब झाली. पण वर्तमानपत्राशिवाय काहीही न वाचणारे आपले सगळ्या प्रकारचे लोकप्रतिनिधी आहेत. एके काळी यशवंतराव चव्हाण, नंबुद्रीपाद, रफिक झकेरिया यांसारखी वाचन करणारी विद्वान मंडळी होती; पण अलीकडच्या काळात वाचन करणारा माणूस हा काही उपयोगाचा आहे, यावर लोकांचा विश्वासच राहिलेला नाही. त्यामुळे जनतेचे प्रतिनिधीही वाचत नाहीत.

'राजा कालस्य कारणम' म्हणजे 'राजा जसा तशी प्रजा' असे म्हटले जाते. मात्र, आज परिस्थितीत बदल झाला आहे. आज अशी परिस्थिती निर्माण झाली आहे की, संवेदनक्षम, स्वत:पुरती नैतिक मूल्ये बाळगणाऱ्या माणसाला समाजामध्ये जगणे जवळजवळ अशक्य झाले आहे. म्हणजे आपण जगण्यास लायक नाही असे त्याला वाटावे आणि त्याचे त्याला नैराश्य यावे, या पातळीवर समाज येऊन ठेपला आहे. समाजाचे एक सूत्र असते. ते म्हणजे सगळ्या समाजाला बरोबर घेऊन जाता आले पाहिजे. पण हे सूत्र आज दिसत नाही. त्यामुळे अनेक चिंताजनक प्रश्न निर्माण झाले आहेत. म्हणून धर्माचे जसे पालन केले जात नाही, तसेच राज्यघटनेचेही पालन व्यक्ती करत नाही. तेव्हा स्वाभाविकपणे संपूर्ण देशभर त्याचे समर्थन केले जात आहे. अशीही परिस्थिती निर्माण झाली आहे. समर्थन अशा प्रकारे केले जाते की, भ्रष्टाचार हा आजचा आहे का? प्राचीन काळी राजांनाही नजराणे दिले जात असत. राजाकडे जाताना रिकाम्या हाताने जाता येत नव्हते. मग आज जर मंत्र्याला, अधिकाऱ्याला 'नजराणे' दिले, तर त्यात अयोग्य काय? दुसरे समर्थन असेही केले जाते की, हे

आपल्या देशापुरते मर्यादित आहे का? जगभर असेच घडत आहे. अगदी अमेरिकेपासून ते आपल्यापर्यंत. याचा अर्थ समाजामध्ये अशी एक प्रक्रिया सुरू करून दिली जाते ज्याला मान्यता प्राप्त व्हावी. २५-३० वर्षांपूर्वी कार्यालयातील कर्मचारी हा फार झाले तर चहा मागत असे. पण आता सर्वांनी असे गृहीत धरले आहे की, काही तरी दिल्याशिवाय काहीही प्राप्त होत नाही. पण खरा प्रश्न हा आहे की, ज्यांच्याकडे देण्याची कुवत नाही, ऐपत नाही, त्यांनी काय करावे? जसे, सध्या शिक्षणक्षेत्रामध्ये इतकी अनागोंदी निर्माण झाली आहे की, ज्या शिक्षणाच्या माध्यमातून संस्कार केले पाहिजे असे आपण म्हणतो त्या शिक्षणक्षेत्रात शिक्षकाच्या नेमणुका होताना काय घडते, संस्थाचालक कोणत्या प्रकारचे वर्तन करतात, याची उघडपणे चर्चा करणे आवश्यक आहे. तासिका तत्त्वावर अधिव्याख्याताची नेमणूक करताना शासनही त्यांना ७ तास देण्यास सांगते. म्हणजे M.A., M.Phil., Ph.D. झालेल्या माणसाने केवळ २००० रुपयांवर काम करावे. मोठ्या शहरांमध्ये या तुटपुंज्या पगारावर त्याला जर जगताही येणार नसेल तर तो काहीतरी अपप्रकार करणारच, हेही गृहीत धरायला पाहिजे. त्यामुळे सुशिक्षित लोक हे गुन्हेगारी कृत्य करतात असे निदर्शनास येते; कारण त्याशिवाय दुसरा कोणताच पर्याय त्यांच्यासमोर समाज ठेवत नाही. येथे मुद्दा हा आहे की, या समाजरचनेमध्ये जे अत्यंत खालच्या स्तरावरील लोक आहेत, त्यांनी काय करावे, हा प्रश्न आहे.

समाजातील सगळ्या लोकांना सुखाने जगता यावे यासाठी ही मार्गदर्शक तत्त्वे आहेत; पण त्यांचे पालन केले जात नाही. या मार्गदर्शक तत्त्वांचे जर पालन केले गेले तर देशातील सर्व जनता ही सुखाने जगू शकेल.

भारताने १९९०नंतर जागतिकीकरणाचा स्वीकार केला आणि यापूर्वी भ्रष्टाचारासारख्या गोष्टी ज्या मर्यादित प्रमाणात होत्या त्यांना एक प्रकारची मान्यताही या काळात मिळू लागली. म्हणून १९९०नंतर Welfare State हा शब्द मागे पडला. आता नेतावर्गही हा शब्द उच्चारत नाहीत. स्वातंत्र्य, समता, बंधुता हे शब्दही मागे पडले आहेत; परंतु, या मार्गाने जर पुढे गेले तर आपले जगणे नैतिक होऊ शकते, समृद्ध होऊ शकते, सुखाचे होऊ शकते. परंतु, त्या मार्गाने जाण्याच्या दृष्टीने आता प्रयत्न होत नाहीत.

जनतेने निवडून दिलेले प्रतिनिधी हे शेतकऱ्यांचे प्रतिनिधी आहेत. भारतातील एकूण खासदार, आमदारांच्या संख्येपैकी ७५ टक्के लोकप्रतिनिधी हे शेतकऱ्यांनी निवडून दिलेले आहेत. हे प्रतिनिधी शेतकरी, ग्रामीण भागातील, बहुजन समाजातील, दलित समाजातील आहेत; आणि नागरी समाजातील प्रतिनिधी २५ टक्के असतात. पार्लमेंटमध्ये निर्णय घेतले जातात. या जनतेचे प्रतिनिधीच त्यांच्याविरोधात निर्णय

का घेतात, नेमकी काय प्रक्रिया घडते हे समजून घेणे महत्त्वाचे आहे. परंतु, या सगळ्याचा परिणाम म्हणून सर्वसामान्य माणसाचे जगणे हे अतिशय कष्टप्रद झाले आहे, याची कोणीही दखल घेत नाही. म्हणून नैतिक मूल्यांचा विचार करत असताना साधारणत: घटनेने जी नैतिक मूल्ये सांगितली आहेत, त्या नैतिक मूल्यांचे जर आपण पालन केले तर सर्वांचे जीवन सुखी होईल.

येथे प्रश्न असा निर्माण झाला आहे की, जागतिकीकरणाच्या काळात जागतिक पातळीवरील अर्थकारणामध्ये हे करता येईल का? भारताने जागतिकीरणाचा स्वीकार केला आहे आणि त्याचे दूरगामी परिणाम म्हणून शेतकऱ्यांच्या आत्महत्यांचे प्रमाण वाढले आहे. तेव्हा आपणासमोर असा प्रश्न उभा आहे की, कल्याणकारी राज्याची निर्मिती करायची की जागतिकीकरणाच्या प्रवाहात सामील होऊन त्यात वाहत जायचे? याचा निर्णय जोपर्यंत हा देश घेत नाही तोपर्यंत या देशामध्ये निर्माण झालेले सगळे नैतिकतेचे प्रश्न हे पाण्यावरील बुडबुड्यांप्रमाणे असणार आहेत. त्यांची चर्चादेखील पाण्यावरील बुडबुड्यांप्रमाणे होणार आहे; म्हणून हा निर्णय घेणे गरजेचे आहे. हा निर्णय जर राज्यकर्ते घेत नसतील तर जनतेनेच घेतला पाहिजे, अशी परिस्थिती निर्माण झाली आहे. ही जाणीव समाजामध्ये निर्माण झाली तर आपले सगळेच प्रश्न हळूहळू सुटतील आणि ज्यास आपण खऱ्या अर्थाने नैतिक जगणे, असे म्हणतो ते नैतिक जगणे आपल्याला प्राप्त होईल, असे मला वाटते.

१९७०-८०पर्यंत महात्मा गांधी व स्वातंत्र्यचळवळीचा जो प्रभाव होता, तो आता जवळजवळ संपुष्टात आला आहे. जागतिकीकरणामध्ये तर End of Ideology end of History या गोष्टी आता आल्या आहेत आणि केवळ Market शिल्लक राहिले आहे. या भूमिकेच्या संदर्भात जनतेनेच निर्णय घेण्याची आता वेळ आली आहे.

८ लवचीक आणि बदलांना सामोरी जाणारी मूल्यव्यवस्था गरजेची

ॲड. प्रदीप देशमुख

बऱ्याचदा 'नीतिमत्ता' व 'कायदा' यात फरक केला जात नाही; परंतु, यामध्ये मूलभूत फरक आहे व तो म्हणजे नीती ही स्वेच्छापूर्वक स्वीकारलेली असते व कायद्याला अधिकाराचा आधार असतो. राजकीय मान्यता मिळाली की कायदा तयार होतो, तर सामाजिक मान्यता असेपर्यंत नीतिमूल्ये टिकून राहतात. आज नीतिमूल्यांचा ऱ्हास होत आहे; सगळीकडे अंधार आहे, असे चित्र उभे केले जात आहे. परंतु, ही बाब चुकीची आहे. याकडे सकारात्मक दृष्टिकोनातून बघावयास हवे. सर्वकाही वाईट होत आहे, अशी जर मांडणी केली गेली, तर ऱ्हासाचीच कल्पना पुढे येईल. मापदंडाच्या संकल्पनेतून ऱ्हास किती होतो व काय होत आहे, हे ठरविता येत असल्याने मापदंड कोणती आहेत, त्यावरच ऱ्हास होतो की नाही, हे ठरते. व्यक्तीचे Thinking हे Global असले पाहिजे; परंतु, आचार हा लोकल असला पाहिजे. तसेच विचार हे उच्च असावयास हवेत. त्याचा परीघ मोठा असावयास हवा. विचारांची व्याप्ती व एकूण आवाका हा उच्च असला पाहिजे. विचार जरी उच्च असले तरी व्यक्तीचे आचरण हे परिस्थितीजन्य असले पाहिजे. व्यक्ती ज्या परिस्थितीत वागते, त्या परिस्थितीत प्रामाणिक प्रयत्न होत आहेत का, यावरच माणसाचे मूल्यमापन झाले पाहिजे. म्हणजेच परिस्थितीजन्यता आणि तेथे व्यक्तीचे वर्तन कसे आहे, यावरूनच व्यक्तीचे मूल्यमापन होणे आवश्यक आहे. समाजातील दांभिकता जोपर्यंत नष्ट होत नाही, तोपर्यंत मूल्यांच्या वल्गना आणि गप्पा चुकीच्या आहेत. समाजात प्रतिष्ठा कशाला दिली जाते व हिंमत कोणाची वाढविली जाते, यावरच नीतिमूल्यांचा सांगाडा अवलंबून आहे.

मानवी समाजाच्या उत्क्रांतीचे विशेषत: भारतीय समाजाच्या जडणघडणीच्या इतिहासाचे अवलोकन केले तर त्या त्या वेळी अस्तित्वात असलेल्या सामाजिक

परिस्थितीत नैतिक मूल्यांची घसरण होत आहे असे म्हणणारा बुजुर्ग वर्ग आणि बदल हाच स्थायी असतो; आणि या बदलालाच घसरण असे मानण्याचा अट्टहास प्रस्थापितांकडून किंवा जुन्या पिढीकडून होत असतो - असे तरुण पिढीकडून बदलाचे समर्थन केले जाते, हे स्पष्टपणे निदर्शनास येते.

नैतिक मूल्ये म्हणजे नेमकी कोणती मूल्ये? ती कोणी ठरविली? त्यामागचा उद्देश काय? आणि त्यामागची परिस्थिती काय? याचा जोपर्यंत उलगडा होत नाही तोपर्यंत घसरण होत आहे किंवा नाही, याबाबत निर्णायक मत देणे अन्यायकारक ठरेल. समाजाच्या धारणेसाठी काही नीतिनियम गरजेचे असतात व त्यातूनच नैतिक मूल्यांची निर्मिती होते. ही नीतिमूल्ये म्हणजेच समाजाची आचारसंहिता. ही ठरवताना सर्व समाजाचा आणि परिस्थितीचा समावेश होऊ शकेल इतकी व्यापकता त्यात असेल तरच त्याचे पालन सर्व समाजाकडून आणि सर्व परिस्थितीत अपेक्षित असे करता येईल. एका विशिष्ट वर्गाने किंवा एका विशिष्ट वर्गाच्या लोकांनी त्या त्या वर्गाच्या अथवा वर्णाच्या हितसंबंधांना जोपासण्यासाठी विशिष्ट पद्धतीची आचारसंहिता हीच आदर्श आणि योग्य असे मानून ती समाजातील अन्य घटकांवर लादण्याचा प्रयत्न केला आणि जर अशी आचारसंहिता इतर घटकांनी मान्य केली नाही किंवा त्याचा अव्हेर केला तर ज्यांनी ही आचारसंहिता अथवा मूल्ये ठरविलेली असतात, त्यांच्याकडून या मूल्यांची समाजाकडून अवहेलना होत आहे व घसरण होत आहे, असा प्रचार होणे स्वाभाविक आहे. नेमके असेच आज घडत आहे.

भारतीय राज्यघटना तयार करताना भारतातील विविध जाती, जमाती, संप्रदाय आणि रूढी, परंपरा यांचा विचार करून सर्व समाजाला एकत्रित बांधून एकात्मता निर्माण करण्यासाठी आणि सामाजिक सद्भावनेच्या आणि बंधुत्वाच्या जोपासनेसाठी सर्वसमावेशक अशा स्वरूपाच्या वैधानिक तरतुदी, मूलभूत अधिकार आणि मार्गदर्शक तत्त्वांच्या स्वरूपात समाविष्ट करण्यात आल्या व संसद आणि विधिमंडळांनी कायदे करताना या तरतुदी समोर ठेवूनच कायदे करावेत व धोरणे ठरवावीत, असे सुचविले गेले. आज देशात अस्तित्वात असलेले कायदे हे राज्यघटनेतील मूलभूत अधिकारांशी सुसंगत असेच आहेत, आणि जे कायदे त्याचा भंग करणारे असतील त्यांना अवैध ठरविण्यात आले आहे. भारतीय राज्यघटनेत आणि कायद्यामध्ये काळ आणि परिस्थितीनुसार वेळोवेळी बदलही करण्यात आले आहेत; व या बदलामागे जनशक्ती उभी असल्यामुळेच हे बदल होऊ शकले, हे जसे खरे, तसेच समाजपरिवर्तनासाठी आणि समाजातील कालबाह्य रूढींना बदलण्यासाठी समाजाला मान्य नसलेले कायदेदेखील करणे भाग पडते व तसे करण्यात आलेले आहे. या कायद्याची अंमलबजावणी

जितक्या कठोरपणे होईल, तितकी समाजातील नीतिमूल्यांची जोपासना अधिक प्रमाणात होईल, हे वेगळे सांगण्याची आवश्यकता नाही.

आणखी एक बाब प्रकर्षाने जाणवते ती ही की, समाजातील आर्थिकदृष्ट्या उच्चभ्रू व सत्तास्थानावर असलेला वर्ग हा मूल्यांच्या पालनाबाबत बेफिकीर असतो. किंबहुना, मूल्यांचे देणे-घेणे नाही अशीच त्यांची मानसिकता असते. कारण मूल्यपालनापेक्षा मूल्यताडनातूनच अधिक लाभ होऊ शकतो आणि मूल्यहीनतेचा विपरीत परिणाम आपल्यावर होऊच शकणार नाही, इतकी निर्ढावलेली मनोवृत्ती या वर्गात सामान्यत: दिसून येते. हा वर्ग मूल्यांचे महत्त्व जाणून असतो; परंतु, जाणूनबुजून नैतिक मूल्यांचे खच्चीकरण करून जमेल तितका स्वार्थ साधून घेणे याकडे या वर्गाचा कल असतो; आणि समाजाची व्यवस्थाच अशी आहे की, असे करणाऱ्यांना कोणतेही शासन होत नाही किंवा त्याच्या प्रतिष्ठेलाही धक्का पोहोचत नाही. किंबहुना, जो जास्तीत जास्त नीतिमूल्यं पायदळी तुडवतो किंवा जो जास्तीत जास्त कायदेभंग सराईतपणे करू शकतो तो अधिक प्रतिष्ठित, अशी आजची प्रतिष्ठेविषयीची कल्पना समाजात रूढ झाली आहे. त्यामुळे सत्ता, संपत्ती आणि गुंडगिरी यांच्या माध्यमातून अधिकाधिक लाभ उठवणारेच अधिक प्रतिष्ठित म्हणून मिरवताना दिसतात.

दुसरा एक वर्ग म्हणजे, समाजातील अत्यंत गरीब आणि दारिद्र्यरेषेखालील वर्ग. या वर्गाला नीतिमूल्यांची चाड असते; परंतु, जीवन जगणे इतके दुस्तर झालेले असते की, जगण्यासाठी आणि अस्तित्वासाठी मूल्यांशी तडजोड करणे याशिवाय त्यांना पर्याय नसतो. या वर्गातील मूल्यहीनता ही त्यांच्या अस्तित्वाशी निगडित असल्यामुळे त्याचा दोष या वर्गाला देता येणार नाही.

खरी कुचंबणा होते ती मध्यमवर्गाची. हाच वर्ग असा आहे की जो नीतिमूल्यांविषयी जागरूक असतो आणि त्याच्या पालनाचीदेखील काळजी घेतो. परंतु, एकूण व्यवस्थाच अशी आहे की, नीतिमूल्यांच्या पालनामुळे या वर्गाची सर्वांत अधिक कुचंबणा होते आणि ससेहोलपटदेखील होते.

शासनव्यवस्थेतील एकूण रचना आणि कायद्याच्या अंमलबजावणीतील त्रुटीदेखील नीतिमूल्यांच्या पालनातील अडसर बनलेल्या आहेत. आपल्या पाल्याला जवळच्या आणि चांगल्या शाळेत प्रवेश मिळावा, ही प्रत्येक पालकाची इच्छा असणे स्वाभाविक असते. जवळच्या आणि चांगल्या शाळेत प्रवेशासाठी देणगी किंवा वरची रक्कम मागितली आणि ती न दिली तर लहान लहान मुलांना अतिदूरच्या शाळेत किंवा म्युन्सिपाल्टीच्या शाळेत प्रवेश घ्यावा लागतो. साहजिकच

मुलांच्या भवितव्याच्या आड येऊ नये म्हणून पालकवर्ग तडजोडीला तयार होतो. देणगी अथवा भ्रष्टाचाराविरुद्ध लढा द्यावा, भ्रष्टाचार करूच नये, हे इच्छा असूनदेखील अंमलात आणणे कठीण जाते. कारण असा लढा देणाऱ्यांच्या पाठीशी शासनव्यवस्था तर नसतेच; पण एकमेव आशास्थान असलेली न्यायव्यवस्थादेखील निश्चितपणे अशा संघर्षात साथ देऊ शकेल, अशी अवस्था आज राहिलेली नाही. न्यायालयात न्याय मागण्यासाठी जाणाऱ्यांना न्याय मिळण्यात होणाऱ्या अतिविलंबामुळे न्याय नाकारला जातो, ही गोष्ट आता सर्वश्रुत आहे व त्यात जलद गती आली तरी, जोपर्यंत कायदा तोडणाऱ्यांना तत्काळ आणि निश्चितपणे शिक्षा होईल, याची खात्री देण्यासारखी परिस्थिती निर्माण होणार नाही, तोपर्यंत कायद्याचे अथवा मूल्यांचे पालन ही केवळ तात्त्विक बाब ठरेल. व्यवहारात मात्र नेमके त्याविरुद्धचे वर्तन आढळून येते.

या सर्वांवर उपाय म्हणजे व्यवस्था परिवर्तनव्यवस्थेतील परिवर्तन हे कायदा व नीतिनियमांच्या परिवर्तनातून घडू शकते आणि कायदे आणि नीतिनियम हे बदलत्या परिस्थितीशी सुसंगत आणि लवचीक असावेत. समाजाची एकूण परिस्थिती, जगातील होणारे बदल आणि त्यातून बदलत असलेली मानसिकता, बदलांची गतिमानता आणि जागतिक पातळीवरील होणारे सामाजिक, राजकीय आणि आर्थिक बदल आणि त्याचा स्थानिक परिस्थितीवर होणारा परिणाम यांच्याशी सुसंगत असे कायदे व नियम जोपर्यंत अस्तित्वात येणार नाही, तोपर्यंत कायदा व नियमांविषयी आदरभाव आणि त्याच्या पालनाविषयी निग्रहीपणा येणे शक्य नाही. कायदे आणि नीतिनियम हे व्यावहारिकतेपासून दूर असतील तर त्याच्या पालनात अडथळे निर्माण होणे, हे स्वाभाविक असून, समाजाची एकूण मानसिकता आणि सर्व परिस्थितीचा विचार करून कायदा किंवा नियम हा केवळ 'एक पाऊल पुढे' इतकेच अंतर असणारी असेल तरच मूल्याधिष्ठता ही अधिक बळकट होऊ शकते. त्यामुळे काही शाश्वत मूल्यांचा आग्रह जरूर धरला पाहिजे; आणि समाजदेखील तो धरू इच्छितो, हे खरे असले तरी प्रत्यक्ष व्यावहारिक जीवनात अशा शाश्वत मूल्यांचे समाजाकडून पालन व्हावे, ही अपेक्षा असेल तर जी मूल्यचौकट स्वीकारावयाची आहे ती लवचीक आणि बदलांना स्वीकारणारी असणे ही काळाची गरज आहे.

विसाव्या शतकातील परिस्थितीत मोठ्या प्रमाणावर बदल होऊन एकविसाव्या शतकात पदार्पण झाले आहे. मागच्या शतकातील सामाजिक, आर्थिक आणि राजकीय परिस्थितीत आमूलाग्र बदल आज झालेले असून, वैश्वीकरणाचा ध्यास आजच्या पिढीने घेतला आहे.

वैश्वीकरणाच्या या प्रक्रियेत काही जुन्या रूढी, परंपरा व मूल्यांना धक्के दिल्याशिवाय नव्या आधुनिक विचारांचा स्वीकार संभवतही नाही व आजची नवी पिढी नेमके हेच करत आहे. कोणत्याही नवनिर्मितीच्या प्रक्रियेत वेदना या गृहीत धरलेल्या असतात. तसेच अनुकूल-प्रतिकूल प्रतिक्रियादेखील स्वाभाविकच असतात; व या प्रतिक्रियांपैकी एक प्रतिक्रिया म्हणजे मूल्यांची घसरण होत आहे हीदेखील असते. प्रत्यक्षात मात्र तसे नसते. कारण बदल हीच एक गोष्ट स्थायी आहे; बाकी सर्व परिवर्तनीय आहे.

१ नैतिकता आणि मराठी साहित्य

प्राचार्य रा. रं. बोराडे

वास्तवाशी इमान असलेले साहित्य हे एकाचवेळी साहित्यही असते आणि माणसाच्या जगण्याचा इतिहासही असते. शीलालेख, ताम्रपट आदी ऐतिहासिक साधनांद्वारे इतिहाससंशोधक त्या काळातील माणसांचे जगणे अधोरेखित करतात. ते अधोरेखित करणे अनुमानांवर आधारलेले असते. मात्र, साहित्यातून अधोरेखित झालेले माणसांचे जगणे खरेखुरे असते.

साहित्यिक साहित्यनिर्मिती करतो, म्हणजे काय करतो तर त्याचा जो भोवताल आहे त्या भोवतालचा एक घटक म्हणून जगत असताना त्याला जे अनुभव येतात, त्या अनुभवाला तो साहित्यरूप देत असतो. प्रत्येक साहित्यिकाचा हा भोवताल किती व्यापक आहे, हे त्याच्या अनुभव घेण्याच्या क्षमतेवर अवलंबून असते.

आपण स्वयंप्रेरित आहोत असे कुणा साहित्यिकाला वाटत असेल तर ते निखालस चूक आहे; कारण साहित्यिक हा त्याच्या भोवतालचा एक घटक असल्यामुळे त्या भोवतालाने प्रेरित असतो. प्रत्येक साहित्यिकाचा हा भोवताल त्याच्या साहित्यात शब्दबद्ध झालेला असतो.

हा 'भोवताल' म्हणजे काय, हा कदाचित, कुणाला प्रश्न पडला असेल. साहित्यिक ज्या प्रदेशात राहतो, ज्या लोकजीवनाचा एक घटक म्हणून जीवन जगत असतो, तिथली माणसे, त्यांचे आचारविचार, चालीरिती, रूढाचार, नैतिक-अनैतिकतेच्या संकल्पना त्या साहित्यिकाच्या अनुभवाचा विषय होत असतात.

काळ बदलतो, परिस्थिती बदलते, या बदलत्या काळाबरोबर, बदलत्या परिस्थितीबरोबर तिथली माणसे, त्यांचे आचारविचार, चालीरिती, रूढाचार, नैतिकता -अनैतिकतेच्या संकल्पनाही बदलत असतात. हे बदल, ही स्थित्यंतरे साहित्यिकाच्या साहित्यकृतीत शब्दबद्ध होत राहतात. वास्तवाशी इमान असलेले साहित्य हे माणसाच्या

जगण्याचा इतिहास असतो, असे जे मी म्हणालो त्याचा अर्थ असा आहे – नैतिकता-अनैतिकतेच्या संकल्पना घेऊन बोलायचे झाले तर मराठी साहित्याच्या निर्मितीच्या प्रारंभ काळापासून ते आत्तापर्यंतच्या काळात नैतिकतेच्या-अनैतिकतेच्या संकल्पना कशा बदलत आल्या याचा आलेख अधोरेखित करता येतो.

एखादे जोडपे विवाह न करता राजरोस एकत्र राहात असेल तर आपल्याकडे ते अनैतिक मानले जाते. महानगरात उच्चभ्रू लोकांत अशा प्रकारे एकत्र राहण्याची टूम निघाली आहे. दोन मने एकत्र आल्यावर या दोन मनांनी एकमेकांचा स्वीकार केल्यानंतर विवाहाची आवश्यकता काय, असे या लोकांचे म्हणणे होते. अशा प्रकारे एकत्र राहण्यामुळे 'लिव्ह इन' मुळे काही समस्या निर्माण होत असत. उदाहरणार्थ, या जोडप्याचे बिनसले तरी त्याच्या मिळकतीवर स्त्रीला काही हक्क सांगता येतो का? त्याच्यापासून स्त्रीला मूल झाले असेल तर त्याच्या संगोपनाच्या खर्चाचे काय? विवाह संबंधांत असे काही झाले असेल तर घटस्फोट घेण्याचा, पतीकडून पोटगी मागण्याची कायद्यात तरतूद आहे; अशी तरतूद 'लिव्ह इन'मध्ये नव्हती. या संदर्भात सुप्रीम कोर्टाने एक निकाल दिला आहे. या निकालानुसार सुप्रीम कोर्टाने 'लिव्ह इन'ला कायदेशीर मान्यता दिली असून, विवाहित घटस्फोटित स्त्रीला पतीकडून पोटगी मागण्याची जशी तरतूद आहे, त्याचप्रमाणे 'लिव्ह इन'मधील जोडपे एकमेकांपासून अलग झाले तर आपल्यासाठी व आपल्या अपत्यासाठी त्या पुरुषाच्या मिळकतीवर हक्क सांगण्याचा तिला अधिकार राहील.

सुप्रीम कोर्टाच्या या निर्णयाच्या संदर्भात एक प्रश्न निर्माण होतो आणि तो असा की, सुप्रीम कोर्टाच्या या निकालामुळे 'लिव्ह इन'मधील जोडप्याच्या संबंधाला नैतिक संबंध म्हणता येतील का? समाजमन या संबंधाला नैतिक म्हणणार नाही. मात्र, विरोधाची धार बोथट होत जाईल, हे मात्र खरे.

नैतिकता रुजविण्यात, वाढविण्यात साहित्याचे काही योगदान असू शकते का, असल्यास ते कोणत्या स्वरूपाचे असते असा एक प्रश्न या संदर्भात उपस्थित होऊ शकतो.

मराठी साहित्यापुरते बोलायचे झाले तर जीवनवादी साहित्य व कलावादी साहित्य हे साहित्याचे दोन प्रवाह आधुनिक मराठी साहित्यामध्ये प्रारंभ काळात उघडउघड अस्तित्वात होते. त्याच्या सीमारेषा स्पष्ट स्वरूपात अस्तित्वात होत्या. मात्र, नंतरच्या काळात त्यांच्या सीमारेषा पुसट होत गेल्या. वि.स.खांडेकरांचे साहित्य हे जीवनवादी मानले जायचे तर ना.सी.फडक्यांचे साहित्य कलावादी मानले जायचे. जीवनवादी साहित्य हे नैतिकतेचे संस्कार करण्यात सक्षम असते. याउलट, कलावादी साहित्य हे नैतिकतेचे संस्कार करण्यात सक्षम असतेच असे नाही. वि.स.खांडेकरांचे

साहित्य हे संस्कारक्षम आहे; पण ती क्षमता ना.सी.फडके यांच्या साहित्यात नाही. ना.सी.फडके यांच्या साहित्याला कलावादी म्हणण्यापेक्षा रंजनवादी म्हणणे अधिक उचित होईल. रंजनवादी साहित्याचा हेतू 'वाचकांचे रंजन करणे' हा असतो.

'खरा तो एकची धर्म। जगाला प्रेम अर्पावे।।' या उदात्त जाणिवेने साने गुरुजी जीवन जगले. या जाणिवेतूनच त्यांचे लेखन झालेले आहे. त्यांच्या साहित्यात संस्कारक्षमता आहे. नैतिकता रुजविण्याचे, वाढविण्याचे मोलाचे काम साने गुरुजींच्या साहित्याने केलेले आहे.

काळ बदलत गेला. परिस्थिती बदलत गेली. मराठी साहित्यात वाङ्मयीन मूल्यविचार बळावत गेला पण म्हणून मराठी साहित्याने नैतिकतेला फाटा दिलेला नाही. एक मात्र खरे की, अलीकडच्या काळात नैतिक मूल्यांची घसरण सुरू आहे. 'माणसाचे जगणे' हा साहित्याचा विषय आहे. माणसाच्या जगण्यातच नैतिक मूल्यांची घसरण असेल, तर या घसरणीचे चित्रण साहित्यात होणार, हे उघड आहे. या भूमिकेतूनही मराठी साहित्याचा विचार व्हायला हवा.

१० जीवनमूल्ये आणि त्यांची आवश्यकता

डॉ. वासुदेव मुलाटे

या जगात जन्माला आलेला प्रत्येक जीव जगण्यासाठी धडपडत असतो. पोटाची भूक भागवणे हा त्याच्या नित्याच्या जगण्यातला सर्वांत मोठा आणि महत्त्वाचा भाग असतो; त्यासाठी त्याच्या आयुष्याचा अधिकांश कालावधी खर्च होत असतो. या सजीवांमध्ये माणूस हा मात्र वेगळा आहे, म्हणजे त्याच्याही आयुष्यातला काही कालावधी हा उदरभरणासाठी खर्च होतोच; पण काहीच कालावधी. भूक ही त्याचीही समस्या आहेच; पण ती अपरिहार्य असली तरी केवळ तिच्या पूर्ततेसाठी माणूस जगत नाही; कारण शरीराबरोबरच त्याला 'मन' नावाची एक अद्भुत गोष्ट निसर्गाने बहाल केलेली आहे. त्याला जोडून बुद्धी दिलेली आहे आणि बुद्धीमुळेच काही विचार करण्याची क्षमता त्याच्या ठिकाणी उपजतच असते; त्यामुळेच त्याच्या अंतर्यामी शारीरिक भुकेबरोबरच मानसिक आणि बौद्धिक भूक यांचाही सामना त्याला करावा लागतो; म्हणून तो केवळ पोटाची भूक भागली यावर संतुष्ट होत नाही. त्याची मानसिक, बौद्धिक भूक त्याला सातत्याने अस्वस्थ करीत असते आणि सर्वप्रकारच्या तृप्तीसाठी, मन:शांतीसाठी त्याला गरज असते आत्मसन्मानाची. आत्मसन्मानासाठी हवे असते स्वावलंबन; म्हणजे स्वावलंबन हे त्याच्या जगण्यातले प्राथमिक स्वरूपाचे, पायाभूत स्वरूपाचे मूल्य असते.

कोणताही सुबुद्ध माणूस अशी काही मूल्ये मनाशी बाळगून असतो. मूल्याधिष्ठित जगणे हेच त्याच्या जीवनाचे उद्दिष्ट असते. मूल्यविहीनता म्हणजे जगणे नव्हे. मूलाधार हाच जगण्याचा खरा मार्ग असतो.

मानवी जीवनात मूल्यांचे अस्तित्व असतेच असते. माणसाचे मन हेच मुळी मूल्यांचे उगमस्थान आहे.

समाज हा विविध अशा जीवनमूल्यांनी बांधलेला असतो. त्याचे अस्तित्वच

अशा मूल्यांवर असते. समाजजीवनात मूल्ये निर्माण होण्यासाठी आणि ती टिकून राहण्यासाठी वैयक्तिक जीवनात मूल्ये असावी लागतात; त्यासाठी ती माणसाच्या मनात चांगली रुजावी लागतात. ती अशी समाजाच्या मनामनांत रुजली की, ती समाजातही आपोआपच रुजतातच. उदा. व्यक्तीव्यक्तींमधील प्रेमभाव, बंधुभाव, सहकार्याची भावना, विश्वास, सत्यनिष्ठा, सौहार्द, सुसंवाद, स्थैर्य, सुरक्षितता, भागीदारी, संयम, कृतज्ञता, प्रामाणिकपणा इ. मूल्ये, अशा मूल्यांच्या आधारानेच समाज चालत असतो; त्यातून 'संस्कृती' निर्माण होते. तिचे वर्षानुवर्षे वहन चालू राहते.

संस्कृतीच्या निकोप वाढीसाठी आणि सातत्यासाठी नैतिकता महत्त्वाची आहे. पूर्वी आपल्याकडे शिक्षण गुरुकुलात दिले जाई. विद्यार्थी गुरुगृही राहत. तिथे ते व्यावसायिक शिक्षणाबरोबरच एक माणूस म्हणून कसे बोलावे, कसे वागावे, धर्मपालन कसे करावे हे शिकत असत. गुरू हे त्यांना ज्ञान देत असल्याने गुरुला अनन्यसाधारण आदराचे स्थान होते. त्याचे स्थान माता-पित्यापेक्षा कमी दर्जाचे नव्हते. मातृॠण, पितृॠण, आचार्यॠण, समाजॠण, राष्ट्रॠण ही मूल्ये गुरुगृहीच समजून दिली जात. या शिक्षणात सर्वांत जास्त भर नीतिमूल्यांवर दिला जात असे. स्वाभाविकपणेच समाजातही त्यामुळे नैतिकता सांभाळली जाई.

समाजाच्या उभारणीत विवाहसंस्थेलाही आत्यंतिक महत्त्व आहे. या विवाहसंस्थेतूनच कुटुंबसंस्था जन्माला आली. तिच्यामध्ये पती-पत्नी, आई-बाप, बहीण-भाऊ, मुलगा-मुलगी, सून-जावई, सासू-सासरे, आत्या, चुलता-चुलती, मामा-मामी, दीर-भावजय, आजी-आजोबा अशी कितीतरी नाती निर्माण झाली. या नात्यातील संबंध कायमस्वरूपी टिकविण्यासाठी त्याचे पावित्र्य जपले जाते. या नातेसंबंधांच्या सीमारेषा अलिखित स्वरूपात सांभाळल्या जातात. त्या ओलांडल्या की स्वैराचार ठरतो. स्वैराचाराने मूल्यहानी होते; म्हणून आपल्या आचरणात संयम ठेवावा लागतो. अशा नियंत्रणामुळेच समाज घट्ट स्वरूपात स्थिर, सुरक्षित, आनंदी असा जगू शकतो. परिणामत: नात्या-नात्यातील गोडवा, अर्थ आणि त्याचे महत्त्व याची प्रचिती येते; यातूनच मग मित्रप्रेम, देशप्रेम आणि सहभाव इ. उदात्त सद्‌गुणांची निर्मिती होते. आपल्या आई इतकीच मातृभूमी प्रिय वाटू लागते. ज्या शेतीच्या मशागतीमधून शेतकरी पीक काढतो; ती शेती, ती जमीन त्याला आई इतकीच वंदनीय वाटते; म्हणून तर तो तिला 'काळी आई' असेच संबोधतो. असे का व्हावे? कारण या श्रद्धेचा मुळाशी मातृभावाचे उदात्तमूल्य कार्यरत असते.

सारांश काय की, मानवी जीवनाचा जेव्हा त्याच्या संपन्नतेसंबंधाने, यशस्वीतेसंबंधाने आपण विचार करायला लागू तेव्हा अशा मूल्यांची आवश्यकता आपल्याला जरूर जाणवेल. आपल्या जीवनाच्या समृद्धीसाठी ज्ञानाबरोबरच अशा काही जीवनमूल्यांची

अपरिहार्यता आणि चांगल्या, आदर्श संस्कृतीची निर्मिती यांचा संबंधही लक्षात घ्यावा लागतो. संस्कृती ही एकाएक निर्माण होणारी, नुसतीच जगणाऱ्यांची नसते. ती मुळात उभी असते, अनेकानेक अशा समाजहितैषी मूल्यांवर. अर्थात, काही मूल्ये सर्वकाळ, सर्वठिकाणी मानली जाणारी व चिरंजीवी स्वरूपाची असतात, तर काही मूल्ये विशिष्ट पर्यावरणाशी निगडित असतात. उदा. धार्मिकमूल्ये, राजकीयमूल्ये, आर्थिकमूल्ये, काळाच्या ओघात त्यात परिवर्तन येत राहते, त्यांत संक्रमण होत असते.

माणूस हाच समाजाचा 'मुख्य घटक' असल्याने, मूल्यांसंदर्भात तो जेवढा सजग असेल तेवढाच समाजही मूल्यांच्या संदर्भात भक्कम राहील.

अर्थात, प्रत्येक माणसाच्या जडणघडणीत सचोटी, नम्रता, कृतज्ञता, धैर्य, सहनशीलता, संवेदनशीलता यांचा समावेश असण्याची आवश्यकता आहे. स्वातंत्र्य, समता, बंधुता आणि सामाजिक न्याय ही उत्तम लोकशाहीप्रणीत राष्ट्रासाठी आवश्यक असणारी मूल्ये होत. त्यांच्या संवर्धनासाठी प्रत्येक नागरिकाने सजग राहून प्रयत्न करणे गरजेचे आहे. 'जगा आणि जगू द्या' हे उदात्त मूल्य आहे. हे मूल्य आत्मसात केले तर जगात शांततेची उत्तम संस्कृती निर्माण होईल.

परंतु, यासाठी प्रत्यक्षात कृतीची गरजही आहेच ना! प्रत्यक्ष व्यवहारात आम्ही कोणती मूल्ये आणि कशी पाळतो? आमच्या विचारात आणि नित्याच्या वर्तनात काही विसंवाद तर नाही ना? हे एकदा तपासून बघावे लागेल. आपण आता एकविसाव्या शतकाचे एक दशक मागे टाकून दुसरे दशकही निम्मेअर्धे ओलांडले आहे. जागतिकीकरणाच्या या काळात आम्ही माहितीतंत्रज्ञानात कमालीची प्रगती केली आहे, यात शंका नाही. आमचे जीवनमान आणि राहणीमान यातही नकोएवढी आधुनिकता आली आहे. विज्ञान आणि आधुनिक तंत्रज्ञानामुळे जग लहान झाले आहे. या तंत्रज्ञानामुळे आता आम्ही क्षणात जगातल्या कानाकोपऱ्यातल्या माणसाशी जोडले जाऊ शकतो, संवाद करू शकतो, माहिती मिळवू शकतो व आमचे ज्ञान अद्ययावत करू शकतो; पण वस्तुस्थिती वेगळीच आहे. आमच्या या हव्यासी धबडग्यात आमच्या कुटुंबातच आम्ही एकमेकांना अनभिज्ञ झालो आहोत. आमचा एकमेकांशी संवादच उरलेला नाही. मग एकमेकांची काळजी घेणे, विचारपूस करणे, सर्वांनी मिळून काही निर्णय घेणे, आनंद साजरा करणे किंवा दुःख वाटून घेणे या गोष्टी पार विसरूनच गेलो आहोत. कुटुंबाचा एक घटक म्हणून, कुटुंबातील नात्यानुसार आपली काही जबाबदारी आहे, त्यासाठी काही झिजायचे आहे, त्याग करायचा आहे आणि हे करणे आपले नैतिक कर्तव्य आहे, हे आम्ही नजरेआड करून ग्लोबलायझेशनच्या प्रक्रियेत नुसते धावतो आहोत, हा आमच्या जीवनमूल्यांचा ऱ्हास आहे. ज्या मूल्यांमुळे

कुटुंब आजवर एकसंध राहिली, त्यातला माणूस माणसाला चिकटून राहिला; ज्यामुळे आम्ही कधी 'वसुधैव कुटुंबकम्'ची संकल्पना जपत होतो, ती मूल्ये कुठे आहेत?

केवळ कुटुंबाच्या संदर्भातच नव्हे तर एकूणच आमच्या समाजजीवनात कितीतरी मूल्ये जाणते-अजाणतेपणाने पायदळी तुडवली जात आहेत. जीवनाच्या सर्वच क्षेत्रांत मूल्यांची ही घसरण चिंतनीय अशीच आहे. खरी चिंतेची बाब अशी आहे की, मूल्य व्यवस्था खिळखिळी करणारी माणसं सुशिक्षित-उच्चशिक्षित आणि बुद्धिवादी आहेत, म्हणजे ज्यांनी समाजाला मूल्यशिक्षण द्यावे त्यांनीच मूल्यांचा पराभव चालवला आहे. उदा. शिक्षणामुळे माणसाचा बौद्धिक विकास होतो आणि बौद्धिक विकास झाला की, त्याचा भौतिक विकासही होतो म्हणून तर आमच्या प्राचीन शिक्षण परंपरेत ते देणाऱ्या गुरुला अनन्यसाधारण आदराचे स्थान होते. आज ही स्थिती आहे का? त्या काळाचा गुरू आयुष्यभर साधनेतून ज्ञान साध्य करून त्या गुरुपदाला पोहचलेला असे. आज आमच्या शिक्षणसंस्थांमधून ज्ञानार्जन करणारे शिक्षक-गुरू किती प्रमाणात या कसोटीला उतरतील? आपल्या घरात विद्यादान करून गुरुकुल चालवणारे ते 'ज्ञान-तपस्वी' गुरू कुठे आणि शिक्षणसंस्था स्थापन करून शिक्षण सम्राट म्हणून मिरवणारे 'महागुरू' कुठे, यांची तुलना करता येईल का? म्हणजे ज्ञानाच्या क्षेत्रातील नीतिमूल्ये कुठे गेलीयेत? असा प्रश्न कोणत्याही नीतिमूल्यांची चाड असणाऱ्या माणसाला पडणे स्वाभाविक आहे. किती अवमूल्यन झालेय माणूस घडवणाऱ्या या क्षेत्राचे?

समाज घडविण्याचे काम करणारा महत्त्वाचा घटक म्हणजे साहित्याचा निर्माता, लेखक-कवी, 'खरा तो एकचि धर्म। जगाला प्रेम अर्पावे।।' हे सांगणारे साने गुरुजी मातृहृदयाचे महान लेखक होते आणि 'वृक्षवल्ली आम्हा सोयरी वनचरे' असे लिहिणारे तुकाराम महाराज संतवृत्तीचे महान कवीच तर होते. या दोघांच्याही वाङ्मयाचा आपण अभ्यास केला तर लक्षात येते की, त्यांनी त्यांच्या साहित्यातून मांडलेले विचार आणि त्यांचे प्रत्यक्षातले वर्तन यात तफावत नव्हती. ते जसे जगले तसेच लिहिले. त्यांच्या लिहिण्या-जगण्यात विसंवाद नव्हता. आज साहित्यातून प्रेम, जिव्हाळा, उच्चप्रतीचा विचार मांडणारा साहित्यिक प्रत्यक्ष त्याच्या जीवनात सगळ्या सद्विचारांची पायमल्ली करताना आढळतो. ओळी ओळींमधून नीतीतत्त्वे सांगणारा कवी-लेखक आपल्याच साहित्यातील विचारांची प्रतारणा करताना दिसतो, म्हणजे साहित्याच्या क्षेत्रातही अनैतिकता धुडगूस घालीत असेल तर समाजातल्या नैतिकतेचे काय होणार? कोणत्या बळावर समाजाचे आरोग्य टिकून राहणार आहे?

नि:स्वार्थ, निरपेक्ष केवळ सेवाभावनेने समाजसेवा करणारे समाजसुधारक आणि अशा सामाजिक चळवळी किती कार्यरत आहेत? म्हणजे आमच्या समाजकारणाचे, त्याहीपेक्षा आमच्या देशातल्या राजकारणाचे चित्र भयावह आहे. व्यापार, उद्योग असो

की विविध क्षेत्रांत सेवा देणारा कर्मचारी वर्ग-अधिकारी वर्ग आपआपल्या क्षेत्रातल्या मूल्यांची जपणूक करून व्यवहार करणारे किती?

'दगड उचलला की विंचू' अशी एक म्हण आहे. आमच्या वर्तमान जीवनात याचा पदोपदी साक्षात्कार घडावा अशी परिस्थिती आहे. प्रत्येक जण स्वत:ला वगळून दुसऱ्याच्या दुष्कृत्यांकडे बोट दाखवितो. 'कुंपणानेच अवघे शेत गिळंकृत करावे' अशी अवस्था सगळ्याच क्षेत्रांची झालेली आहे. सुखाचा अवास्तव असा हव्यास असणाऱ्या समाजात 'कष्टाची भाकरी' म्हणणारा वेडा ठरतो आहे. 'कष्टाची भाकर' हाच एक विनोद वाटतो आहे. चंगळवादात कष्ट, प्रामाणिकपणा इ. ची आपण पार वाट लावली आहे.

स्त्रियांच्या सबलीकरणासाठी, सुरक्षिततेसाठी आम्ही एकीकडे नवनवीन व गुन्हेगारांना दहशत वाटावी असे कायदे करतो आहोत आणि जाहिरात, चित्रपट, नाटक, टी.व्ही. यांमधून तिचे घडणारे दर्शन कुटुंबातील सर्व सदस्यांनी मिळून बघावे असे नसते. ही केवढी विसंगती आहे!

कायद्यांची आवश्यकता नाकारता येणार नाही, पण केवळ कायद्याच्या धाकातून मूल्ये निर्माण होत नसतात आणि त्यांची जपणूकही होत नसते. ती आपल्या अंगभूत अशा मूल्यधारणेतून निर्माण होतात, वृद्धिंगत होतात आणि जपलीही जातात. आमच्या प्राचीन संस्कृतीत कायदे नव्हते, पण एका पिढीकडून दुसऱ्या पिढीकडे या अलिखित मूल्यांचा वारसा दिला-घेतला जात होता. 'माणुसकी' नावाचे सर्वांत प्रधानमूल्य जपले जात होते.

मूल्ये ही माणसाने स्वत:हून अंगीकारावयाची असतात. ती जबरदस्तीने लादली जाऊ शकत नाहीत. समाज कोणताही असो, राष्ट्र कोणतेही असो, मूल्यविरहित असू शकत नाही. मूल्यांच्या बळावरच कुटुंब उभे असते, म्हणून समाज बांधलेला असतो म्हणूनच देश एकसंधपणे उभा राहू शकतो. सामाजिक आरोग्याची किल्लीच मानवीमूल्ये असतात. माणूस कोणत्याही वयाचा, सामाजिकस्तरावरचा असो आपल्या जीवनात काही मूल्ये जपणे त्याचे कर्तव्य असते. ऐहिक-आध्यात्मिक-मानसिक शांतीसाठी आवश्यकता असते उच्च मूल्यं धारणेची.

११ लोकशाही मूल्य आणि नैतिकता

डॉ. डी. एस. लोहिया

लोकशाही ही आधुनिक राज्यकारभाराची उत्तम व्यवस्था आहे. भारतीय लोकशाहीची तीन शक्ती स्थळे आहेत. पहिले शक्तीस्थळ आहे, लोकांनी निवडून दिलेली सत्ता स्थापन करणाऱ्या राजकीय पक्षाचे. ज्या राजकीय पक्षाचे प्रतिनिधी पन्नास टक्क्यांपेक्षा जास्त संख्येने लोकसभेत निवडून जातात, तो पक्ष सत्ता स्थापन करतो. त्यापेक्षा कमी संख्येने निवडून जाणाऱ्या राजकीय पक्षाचे प्रतिनिधी विरोधी पक्षाच्या बाकावर बसतात. सत्ताधारी पक्ष राज्य करतो कारण राज्य करण्याची शक्ती लोकांनी त्यांना दिलेली असते. सत्ताधाऱ्यांच्या कामकाजावर नजर ठेवणे, ठरावावर चर्चा करणे, सादर होणाऱ्या बिलामधील दोषांवर टीकाटिप्पणी, सुधारणा सुचविण्याची शक्ती त्याला लोकशाही व्यवस्थेने दिलेली असते. या दोन्ही शक्ती लोकसभेत समाजहिताचे ठरावकार्यात गुंतलेल्या असतात. समाजहिताचे कायदे करण्याची जबाबदारी घटनेनी त्यांच्यावर सोपविलेली असते; पण याचा अर्थ त्यांच्या हातून देशहिताचे सर्व प्रश्न हाताळले जातात, असा होत नाही.

समाजातील इतर अनेक प्रश्नांची जाणीव असलेली, ते प्रश्न जनतेत राहून मांडणारे, सामान्य नागरिकांच्या अडचणींवर आवाज उठविणारे, जनतेची मानसिकता समजून घेणारी, लोकसभेत होणाऱ्या चुकांच्या कायद्यांना लोकसभेत बाहेर राहून विरोध करणारी, विविध प्रकारचे प्रतीकात्मक प्रकल्प राबविणारी आणि सामान्यांच्या हिताचे, हक्कांचे संरक्षण व्हावे म्हणून चळवळी उभारणारी तिसरी शक्ती आपल्या देशात आहे; त्यालाच आम्ही 'स्वयंसेवी चळवळ' म्हणतो.

गावपातळीवर लोकहितासाठी कार्य करणाऱ्या लाखो संस्था आहेत. तसेच देशपातळीवरदेखील अशा हजारो संस्था पर्यावरण, हवामान बदल, सेंद्रिय शेती, अणूऊर्जा प्रकल्पास विरोध इत्यादी विषयांवर कार्य करीत आहेत. शासनाने घेतलेल्या

चुकीच्या निर्णयाला विरोध करण्याच्या कामात त्या अग्रेसर आहेत. त्याची दखल शासनाला घ्यावी लागते. नर्मदा आंदोलन, सेझचा कायदा, भूसंपादन बिल, नदी जोड इत्यादी प्रकल्पांची आणि कायद्यांची लोकसभेच्या सभागृहाबाहेर चर्चा घडवून आणणाऱ्या आणि त्याला विरोध करणाऱ्या स्वयंसेवी संस्थाच आहेत. जे काम शासन किंवा विरोधी पक्षाच्या बाकावर बसणारे करू शकत नाहीत. ते जनजागृतीचे काम लोकचळवळीद्वारे अशा संस्था करीत आहेत.

स्वयंसेवी संस्थेचा अंतिम उद्देश आहे समाज परिवर्तनाचा, व्यवस्था बदलण्याचा! त्यासाठी संबंधात परिवर्तन झाले पाहिजे, संपर्कात परिवर्तन घडविले पाहिजे, असे त्यांना वाटते. व्यवस्था बदलासाठी 'हृदय परिवर्तनाचा' मार्ग लोकशाही व्यवस्थेला बळकटी देणारा आहे, असेही काही मानतात. परिवर्तनासाठी संघर्ष केला पाहिजे; असा विचार मांडणाऱ्या संस्था, संघटना आपल्या देशात आहेत. जनतेत मिसळून त्या काम करीत असल्यामुळे लोकांच्या सुख-दु:खाची त्यांना कल्पना असते. त्यांचा लोकसंपर्क दांडगा असतो. चर्चा, मोर्चे, धरणे, सत्याग्रह या मार्गांच्या समस्या सोडविण्यासाठी स्वयंसेवी संस्था वापर करताना दिसते.

लोकशाहीत मूल्यांचे स्थान कायद्याने घेतले आहे. कायद्याप्रमाणे वागणे म्हणजेच मूल्यांचा आदर करणे. लोकशाही हीच मुळी नवसमाज निर्माण करण्यासाठी जन्मास आलेली व्यवस्था आहे. त्यात नैतिक मूल्यांचे स्थान कोणते, हे सांगणे कठीण आहे.

स्वयंसेवी संस्थेबद्दल असे म्हणता येणार नाही. नैतिक मूल्यांच्या संवर्धनाचे कामच स्वयंसेवी संस्था करीत असतात. लोकसेवेचे कार्य ही स्वयंसेवी संस्थेनी स्वेच्छेने स्वीकारलेली बाब आहे. वंचित, पीडित, पिळल्या गेलेल्या समाजाला सन्मानाने जगता यावे यासाठी त्यांची अखंड धडपड चालू असते. स्वयंसेवी संस्था सुरू करण्यामागे एक वैचारिक उद्दिष्ट असते. त्यालाच 'नैतिक मूल्य' म्हणता येईल.

लोकशाहीत कायद्याला महत्त्व आहेच, त्याला अधिकार दिलेले आहेत; पण त्याचा योग्य वापर करणारी ध्येयवादी मंडळी सत्तेत अभावानेच सापडते. 'कर्तव्य' म्हणूनचं लोकप्रतिनिधी काम करतात. नैतिकता त्यांच्या कामात दिसून येत नाही. स्वातंत्र्य, समता, बंधुता या लोकशाहीतील मूलभूत तत्त्वांची काटेकोर अंमलबजावणी व्हावी यासाठी धडपडताना ते दिसत नाहीत. याउलट, स्वयंसेवी क्षेत्रांचे चित्र आहे. स्वातंत्र्य, समता, बंधुता याला त्यांनी नैतिक मूल्य मानले आहे. कर्तव्य म्हणून नव्हे तर एक जबाबदारी म्हणून त्या मूल्यांची स्थापना समाजात व्हावी म्हणून ते बेधुंदपणे कार्य करत असतात, 'नैतिक मूल्यांची प्रतिष्ठापना' हेच त्यांचे स्वप्न असते. तेच त्यांचे जीवनकार्य असते. 'त्याग' हा स्वयंसेवी संस्थेत कार्य करणाऱ्या कार्यकर्त्यांच्या जीवनाचे नैतिक मूल्य आहे. लोकप्रतिनिधींमध्ये याचा दुष्काळ जाणवतो.

स्वयंसेवी संस्थांची ही तिसरी शक्ती समाजात विकेंद्रित लोकशाही, समाजवादी व्यवस्था निर्माण करण्याचा प्रयत्न करीत असते. अर्थात, नैतिक मूल्यांची जोपासना केल्याशिवाय सत्तेच्या विकेंद्रीकरणाचे स्वप्न साकार होणार नाही, याची त्यांना जाणीव असते. नुसते कायदे करून विकेंद्रित समाजवाद निर्माण होत नसतो. त्यासाठी समर्पणाची गरज लागते. संतांनी त्या काळात समाजाला चेतना दिली. त्यातूनच नैतिकता जन्माला आली. लोकशाहीने घटनेत मूल्यांना स्थान दिले, हे चांगलेच झाले, पण यातून नैतिकता निर्माण झाली नाही. मूल्यांना त्यागाचा आधार मिळाला की, नैतिकता आपोआप वर्धिष्णू होते. हा त्याग स्वयंसेवी क्षेत्रात पहावयास मिळतो. त्याग हेच नैतिकमूल्य आहे.

ध्येयवाद आणि विचारनिष्ठेशिवाय नैतिक मूल्यांची जोपासना होऊ शकत नाही. ध्येयवाद आणि विचारनिष्ठा कृतितून समाजाला दिसली पाहिजे. 'विचार' आणि 'आचार' यामध्ये फार कमी अंतर असले पाहिजे; असे म्हणतात की, गांधीजींचा विचार आचारांच्या फक्त एक पाऊल पुढे होता. तरीही त्यांच्या विचारांना वजन प्राप्त झाले होते. नैतिकतादेखील विचारांप्रमाणे आचरण करणाऱ्या समाजातूनच जन्माला येत असते. दीन-दलितांसाठी संघर्ष करणाऱ्या संस्था आणि त्यासाठी झिजणाऱ्या व्यक्तींनाच नवसमाज निर्माण करण्याचे स्वप्न पडत असते. हे स्वप्नच नैतिक मूल्याला जन्म देते. नैतिकता आणि मूल्य यात जमीन-अस्मानचे अंतर आहे. मूल्यांना मर्यादा आहेत. काळाप्रमाणे मूल्य बदलू शकते. मात्र, नैतिकतेला काळाचे बंधन नसते. ती त्रिकालाबाधित आहेत. तिचे मोजमाप करता येत नाही. किंमतही ठरविता येत नाही. आईच्या सेवेची किंमत ठरविता येते का? हिच गोष्ट नैतिकतेला लागू पडते; म्हणून मूल्याबरोबरच समाजात नैतिकतेची गरज आहे. समाजाची घसरण थांबविण्याचे ते सर्वश्रेष्ठ हत्यार आहे. या हत्याराचा वापर स्वयंसेवी क्षेत्रात होताना दिसतो. या हत्याराच्या योग्य वापरावरच लोकशाहीचे भवितव्य अवलंबून आहे.

१२ सर्वसंमत नीतिमूल्ये हाच आपला धर्म

डॉ. दत्ता भगत

प्रत्येकाच्या जीवनशैलीत 'नीतिमूल्ये' म्हणजे काय, याविषयीची एक धूसर संकल्पना असते. अगदी बालपणापासून आई-वडील यांच्यापासून आपल्या मनावर या धूसर संकल्पना रुजू लागतात. त्यामागे पहिला उद्देश आपण समाजात वावरताना कुणी आपणास नावबोटे ठेवू नयेत हा असतो; पण त्याचवेळी दुसराही एक उद्देश असतो; तो म्हणजे, आपल्या कृती-उक्तीतून आपणाला एक प्रकारचे समाधान मिळावे हा, दुसरा उद्देश बालपणात रुजतो पण तो अतिशय सुदृढपणे मूळ धरायला बरेच आयुष्य जगावे लागते.

लहानपणी मी एक मांजरीचे पिल्लू घरात आणले. मला ते खूप आवडले होते म्हणून; पण आई म्हणाली, "तुलाही असेच कुणी उचलून नेले, तर मला काय वाटेल, चालेल तुला?" मी लगेच माझी अवस्था काय होईल या कल्पनेने 'नकार' दिला. मग त्या पिलाच्या आईला काय वाटेल, याचा विचार केला. "जा, जिथून आणलेस तिथे नेऊन ठेव." आणि मी पटकन ते पिलू जिथून आणले तिथे नेऊन ठेवले. एकाचवेळी माझ्या आईने मला काय काय शिकविले होते; आई मुलाची ताटातूट करू नये, हा भावनिक संस्कार माझ्या मनावर झाला. आपल्या आईसारखीच प्राण्यांमध्येसुद्धा आई असते, तिच्याही मनाचा आपण विचार करायला हवा. हा दुसरा संस्कारही तिने माझ्या मनावर केला. पुढे वयोमानाप्रमाणे मोठा झाल्यावर कळले की 'वात्सल्य' हे नीतिमूल्य आहे.

दुसरीही एक महत्त्वाची गोष्ट कळली, ती म्हणजे नीतिमूल्ये पाळण्याचे बंधन व्यक्तीवर असते पण ती जपायची असतात, ती मात्र आपल्याशिवाय जे अन्य समाजिक घटक असतात त्यांच्यासाठी 'मी खोटे बोलू नये' हे मी व्यक्तिगत पातळीवर पाळायचे मूल्य आहे; पण त्यामुळे इतरांची फसवणूक होते म्हणून मी ते जपायला

हवे, याचाच अर्थ, नीतिमूल्ये ही सामाजिक जबाबदारीचे संगोपन करीत असतात.

इतरांच्या मनाचा आपल्या पातळीवरून विचार करायला शिकवणारी मूल्ये आपल्या मनाला संवेदनाक्षम ठेवत असतात. जो समाज संवेदनाक्षम असतो तोच एकात्म राहू शकतो.

इकडे शेतकरी आत्महत्या करताहेत आणि तिकडे लग्नकार्यादी उत्सवांवर आपण पैशांची उधळपट्टी करायची, इकडे पाण्यासाठी मैलोन्‌मैल चालून हंडाभर पाणी मिळवायचे आणि तिकडे कुंभमेळ्याच्या शाही स्नानासाठी करोडो रुपयांचा खर्च करायचा, इकडे विद्यार्थी कॉप्या करताहेत, आई-वडीलसुद्धा त्यांना त्यासाठी मदत करताहेत म्हणून केवढा हा समाजाचा अध:पात म्हणून फुत्कार सोडायचे आणि तिकडे प्रामाणिकपणे उत्तीर्ण होणाऱ्या विद्यार्थ्यांवर नोकरीसाठी पंचवीस पंचवीस लक्ष रुपयांची मागणी करणाऱ्यांचे हारतुरे देऊन सत्कार करायचे, अशा या विसंवादी वर्तनातून समाज एकात्म होईल कसा? त्यातून तो गुन्हेगारीकडे वळला तर कायद्याने अपराध्यांना शिक्षा करता येईल; पण हा अपराध करणेच मुळी गैर आहे. ही जाणीव कशी रुजवता येईल? ही जाणीव ज्या मूल्यांच्या आधारे रुजवली जाते त्यांना आपण नीतिमूल्ये मानतो.

नीतिमूल्यांच्या बाबत समाजात एकवाक्यता असते, हे नीतिमूल्यांचे आणखी एक वैशिष्ट्य. 'दया करणे जे पुत्रासी तेच दास आणि दासी यावर सर्वांचेच एकमत. अशा या नीतिमूल्यांबद्दल समाजात एकवाक्यता असूनही आपला समाज एकात्म का नाही? एकावर संकट आले तर दुसरा त्याच्या मदतीला धावत नाही, हे चित्र आपल्या समाजात का आहे?

घरात चोर शिरतो आणि त्यानी वडीलभावाच्या मुसक्या आवळल्या, तर धाकटा भाऊ असे म्हणेल का, "मला काय त्याचे? तो चोर माझ्यावर थोडाच हल्ला करतो आहे?" असे घडत नाही. कुटुंबातही सर्वच सदस्य आपापल्यापरीने परस्परांना मदत करतात, हे असे संकटकाळीच घडते असेही नाही. परिस्थिती सर्वसामान्य असते तेव्हाही एकाच कुटुंबातले सर्व सभासद परस्परांना मदतच करतात. अशी मदत करणे प्रत्येकालाच स्वाभाविक वाटते. (याला अपवादही असू शकतात पण अपवादांच्या आधारे समाजाच्या वर्तनाचे सर्वसामान्य वर्तन विशेष आपण नोंदवत नसतो.) मग हेच सभासद कुटुंबाबाहेरच्या समस्यांच्या सुख-दु:खात त्याच आत्मीयतेने का सहभागी होत नाहीत? या प्रश्नाचे सरळ-साधे उत्तर आहे पण आपणास ते उत्तर आपली मानहानी करणारे वाटते, परंपराभिमान दुखावणारे वाटते, म्हणून आपण खरे उत्तर द्यायला धजावत नाही. त्याचे खरे उत्तर असे आहे की, आपण ऐहिक पातळीवर सर्वांना बंधू मानीत नाही. आत्म्याच्या पातळीवर आपण सर्वांना बंधू मानतो म्हणून

एकनाथांनी गाढवाला चारीधाम यात्रेचे तीर्थ देऊन त्याची तृष्णा शांत केली, हे कौतुकाने सांगतो किंवा एकनाथांनी महाराचे मूल कडेवर घेऊन महारवाड्यात पोहोचते केले याचे कौतुक करतो, पण आजही गावात एक पाणवठा नाही, एक मसणवटा नाही, देवळात सर्व जाती-जमातींना प्रवेश नाही, याची मात्र आम्हाला लाज वाटत नाही.

हा विसंवाद आहे; पण अशा विसंवादात काही चूक आहे, असे आम्हाला कधीच वाटत नाही. आम्ही जीवन जगण्याचे सरळ सरळ दोन कप्पे केले आहेत. एका कप्प्यात असेच व्यावहारिक जगण्याचे नीतीनियम आहेत आणि दुसऱ्या कप्प्यात आध्यात्मिक साधनेचे नियम आहेत, त्यामुळेच या विसंवादाचा ना वारकऱ्यांना त्रास होतो, ना आधुनिकीकरण झालेल्या भारतीय माणसाला त्रास होतो. जीवनशैलीतल्या या विसंवादावर तथागत गौतमबुद्धाने मात्र नेमकेपणाने बोट ठेवले. ज्या 'आत्मा' आणि 'परमात्मा' या गृहीतांमुळे हा विसंवाद निर्माण झाला त्या दोन्ही गोष्टींना त्यांनी चर्चेतून हद्दपार केले. सृष्टीचा चक्रनेमिक्रम हाच पुर्नजन्म अथवा विश्वाचे सातत्य, असे सांगितले म्हणून सामूहिक परस्पर संबंधांना जीवनशैलीत मध्यवर्ती स्थान प्राप्त झाले आणि या संबंधातील आचरण शैलीला मूल्यात्मक अधिष्ठान दिले; म्हणून ज्यास आपण 'धर्म धर्म' म्हणतो, तो धर्म असा आपल्यापेक्षा वेगळे अस्तित्व असणारा विचार नसतो तर धर्म म्हणजे नैतिक संकल्पनांचा गुच्छ असतो, पाहिजे तर या संकल्पनांच्या गुच्छाला 'बुद्धधर्म' असे नावसुद्धा देण्याची आवश्यकता नाही. वर्तमान जीवनशैलीत आपल्या सर्वांचे मतैक्य होईल अशी नीतिमूल्ये हाच आपला आधुनिक धर्म आहे, असे मला वाटते. मग आपणाला साने गुरुजी आठवतात, शाळेत पाठ केलेली त्यांची कविता आठवते, 'खरा तो एकचि धर्म। जगाला प्रेम अर्पावे।।'.

१३ बदलणारी नीतिमूल्ये

प्रा. प्रल्हाद लूलेकर

मानवी जीवन सुखकर आणि शुभंकत होण्यासाठी सतत नैतिक मूल्यांची चर्चा आपण करतो. नैतिक मूल्ये व्यक्तिसापेक्ष, समूहसापेक्ष, समाजसापेक्ष, कालसापेक्ष आणि स्थलसापेक्ष असतात. 'मूल्ये' ही संकल्पना व्यापक स्वरूपाची आहे. या संकल्पनेचा संबंध केवळ आर्थिकतेशी असत नाही. मानवी जीवनाशी आणि मानवी वर्तनाशी मूल्यांचा संबंध असतो. अधिकाधिक लोकांच्या हिताचा विचार मूल्यांमध्ये समाविष्ट असतो. मूल्ये ही शिकवण्याची, सांगण्याची बाब नाही, तर स्वाभाविक आणि नैसर्गिक दृष्टीने अर्जित करण्याची बाब आहे. मानवी जीवनात मूल्ये ही उपजत, अर्जित आणि उपर्जित पद्धतीने माणसाच्या व्यक्तिमत्त्वात मुरत असतात. त्याचा एक परिणाम माणसाच्या सार्वजनिक वर्तनावर होत असतो. मूल्ये या संकल्पनेवर काळाचा परिणाम होतोच शिवाय त्या काळातील प्रभावी असणारा धर्म, तत्त्वज्ञान, तत्कालीन प्रभावी विचारधारा, तत्कालीन कायदे आदी बाबींचा परिणामही होत असतो; या सर्वांनीमिळून आपले वर्तन किंवा वर्तनाची पद्धत निश्चित होते.

मध्ययुगीन कालखंडात राजनिष्ठा आणि मालकनिष्ठा ही महत्त्वाची मूल्ये मानली जात होती. आधुनिक काळात राजनिष्ठा किंवा मालकनिष्ठा ही मूल्ये असण्याऐवजी 'लोकनिष्ठा' हे मूल्य केंद्रस्थानी आले आहे. गरीबमाणसाच्या, सामान्यमाणसाच्या उत्थापनाची भूमिका महत्त्वाची आहे. सामान्यमाणसांच्या आशा-आकांक्षाच्या पूर्तीसाठी शासन व्यवस्थेतील लोकांनी काम करणे महत्त्वाचे ठरले आहे. लोकशाही जीवन प्रणाली स्वीकारल्यानंतर सामान्यमाणसाच्या जीवनासंबंधीचा विचार केंद्रस्थानी आला; त्यामुळे राजकारण्यांसह सर्वांनीच सार्वजनिक जीवनात सार्वजनिक हित सांभाळले पाहिजे. त्यासंबंधीचे विधीविषयक पाळले पाहिजे. ही भूमिका राष्ट्रीय चारित्र्य निर्माणासाठी महत्त्वाची आहे. देशातील सामान्यलोकांच्या आशा-आकांक्षाचे पंख छाटण्याचे काम

बेकायदेशीरपणे, असनदशीरमार्गाने किंवा भ्रष्टमार्गाने केले जात असेल, तर ते अनैतिक मानले जाते. आपल्या वर्तनातील नैतिकता ही व्यक्तिपातळीवर आणि सामूहिक पातळीवर नीटपणे पार पाडली पाहिजे.

आज आपले राजकीय, सामाजिक, आर्थिक, धार्मिक आणि सांस्कृतिक जीवन कमालीचे अनैतिक झाले आहे. किंबहुना, अनैतिक मार्गानेच सारे काही मिळवता येते यावर कर्त्या लोकांचा विश्वास बसतो. अनैतिक मार्ग हाच एकमेव मार्ग शिल्लक असल्याचे चित्र निर्माण झाले आहे; त्यामुळे सामान्यमाणसांचे प्रश्न वाढत आहेत. या प्रश्नांच्या जंगलातून सामान्यमाणसांना बाहेर काढण्याचे नैतिक बळ कुणाकडेच शिल्लक नाही का? दररोज, दरक्षणी सरड्यासारखी रंग बदलणारी माणसेच आवतीभोवती का दिसतात? जातीच्या आणि धर्माच्या नावाने अस्मिता आणि अस्तित्व संपवणारी व्यवस्था का निर्माण केली जाते? मागास विरुद्ध संवर्ण, हिंदू विरुद्ध मुस्लीम, बाबरी मशीद विरुद्ध राम जन्मभूमी, प्रोमंडल विरुद्ध ॲन्टीमंडल असे वाद समाजात का निर्माण केले जात आहेत. लोकशाही प्रणाली स्वीकारून ६५ वर्षे संपली आहेत, तरीही समाजातील विषमता संपत नाही. विषम समाजभूमी आम्ही बदलू शकलो नाही. जात, वर्ण, लिंग आणि धर्म यातील भेदनीतीचा अवलंब करण्यात आला. मध्ययुगीन कालखंडापासून दैव, प्रारब्ध, नशीब, प्राक्तन यांवर समाज जगतो आहे. जातिव्यवस्था आणि धर्मव्यवस्था अधिक कठोर होते आहे; त्यामुळे सारा समाज गतिहीन बनतो आहे. 'बळी तो कान पिळी' याचे समर्थन उघडपणे केले जाते, असे उघडपणे समर्थन म्हणजे नीतिमूल्यांचा ऱ्हास होतो. मध्ययुगीन काळातील सामंती व्यवस्थेचे हे ओंगळवाणे दर्शन होत असे. ही सारी ओंगळता, सारी कुरूपता संपवण्यासाठी सार्वजनिक हिताची नीतिमत्ता पाळली पाहिजे. त्यासाठी शूद्र, अतिशूद्र आणि स्त्रिया यांना 'माणूस' म्हणून मूल्य असले पाहिजे. 'मी माणूस आहे आणि माझ्या समोरही माणसे आहेत' ही नैतिकता पाळली पाहिजे. त्यातूनच मानवी जीवनाला सुंदर रूप मिळेल आणि संपूर्ण मानवी जीवन निरोगी होईल. श्रेष्ठतर मानवी मूल्यांचा नवा आचार धर्मनिष्ठेसह सातत्याने भूमिका म्हणून मानला पाहिजे. आधुनिक काळात लोकशाहीने मान्य केलेल्या समता, स्वातंत्र्य, बंधुता आणि सामाजिक न्याय या मूल्यांना मोलाचे स्थान आहे; कारण ही मूल्ये सामान्य माणसाला नवे जीवन प्रदत्त करू शकते.

अत्युत्तम सारासार विचार करण्याची बुद्धी माणसाकडे आहे. त्यामुळे भ्रामक कल्पना सोडून दिल्या पाहिजेत. भाकड कथांनी निर्मिलेले कल्पनाबंध संपवले पाहिजे. जातीच्या लाभार्थींनी स्वार्थासाठी निर्मिलेले जातीभेद संपवले पाहिजे. लौकिक जीवन संवादी होईल, असा विचार केला पाहिजे. नव्या समाज रचनेसाठी नव्या भूमिकेसह

न्यायाची चाड ठेवली पाहिजे. अशा नीतिमूल्यातूनच जीवनाची नवी मांडणी शक्य होईल आणि नवी समाजरचना अस्तित्वात येईल. व्यक्तिसापेक्ष मूल्यांसोबतच समाजसापेक्ष मूल्यांना महत्त्व आहे. किंबहुना, समाजसापेक्ष नीतिमूल्ये आधुनिक व्यवस्थेत केंद्रस्थानी असले पाहिजे. त्यासाठी माणूस या मूल्यांचा स्वीकार करणे अपरिहार्य आहे. त्यासाठी स्त्री-पुरुष समानतेचा अंगीकार केला पाहिजे. जातीभेदाला 'नकार' देण्याचे धैर्यही दाखवले पाहिजे. धर्म आणि जात यांच्या आधारावर श्रेष्ठ-कनिष्ठत्वाचा अस्वीकार केला पाहिजे. निरर्थक दांभिक वर्तनाला विरोध करणे आणि शोषित वंचितांना पीडा देणे हे कृत्य अनैतिक मानले पाहिजे. खोट्या प्रतिष्ठेच्या कल्पना अपवित्र ठरवल्या पाहिजे. भारतीय समाजरचना विषमतेवर आधारलेली आहे; त्यामुळे स्त्रियांना बरोबरीचे समजणे आणि बरोबरीने वागवणे पुरुषांना योग्य वाटत नाही. स्त्रियांच्या संदर्भात जी नीतिमूल्ये पुरुषांनी ठरवली आणि पुरुषसत्ताक व्यवस्थेने स्त्रियांवर लादली हे अनैतिक आहे. स्त्री माणूस म्हणून पुरुषांच्या बरोबरीची आहे, हे अजूनही पटत नाही; त्यामुळे स्त्रियांना दास्यात ठेवण्याची, त्यांच्या चारित्र्याबद्दल संशय निर्माण करण्याची अघोरी प्रथा विषमतेला खतपाणी घालते. ही बाब सर्व जातिधर्मांमध्ये आहे. स्त्रियांचे वर्तन कसे असावे? त्यांनी कोणता पेहराव करावा? हेही पुरुषसत्ताक व्यवस्था ठरवते. त्यांनी निर्माण केलेल्या, परंतु स्त्रियांवर दास्य लादणाऱ्या मूल्यांना अनैतिक ठरवले पाहिजे. आपले प्रभुत्व निर्माण करण्यासाठी पुरुषसत्ताक व्यवस्थेने ही मतलबी व्यवस्था निर्माण केली. मुळात स्त्री-पुरुष समान आहेत या विचारात आता नीतिमूल्यांची चौकट आपण उभी केली पाहिजे आणि त्यासाठी निष्ठेने कार्य केले पाहिजे. स्त्री-पुरुष संबंधातील सामाजिक विषमतेविरुद्ध, अन्यायाविरुद्ध युद्ध पुकारले पाहिजे. पुरुषांस एक नियम आणि स्त्रियांस दुसरा नियम तो आता चालणार नाही. जी बाब स्त्री-पुरुष समानतेच्या बाबतीत तीच बाब जातीयतेने निर्माण केलेल्या वेदनांच्या संदर्भात, जातीमुळे समाजाचे अनेक विखंड झाले. जातीवरून माणसाचा दर्जा ठरवला. कनिष्ठ ठरवलेल्या जातीतील माणसांना अत्यंत हीन वागणूक दिली. जातीव्यवस्था ताठर केल्याने संपूर्ण समाजजीवन नासून टाकले. सामाजिक, सांस्कृतिक, आर्थिक, धार्मिक आणि राजकीय सत्तेपासून शूद्र-अतिशूद्र वंचित राहिले. ही व्यवस्था अपरिवर्तनीय असल्याचे सांगत कमालीचे शोषण केले. जातीव्यवस्थेच्या वरच्या स्तरातील लोकांनी केलेले हे अनैतिक कृत्य आहे. भारतीय राज्यघटनेने नव्या समाजरचनेचे स्वप्न पाहिले. त्यात जातिभेद, लिंगभेद आणि वर्णभेद यांना स्थान नाही. नवी समाजरचना नीतिमूल्यांच्या पायावर उभी राहिली पाहिजे असे स्वप्न पाहिले. देशाला नैतिकता स्थापन करावयाची असेल तर सामाजिक, राजकीय, सांस्कृतिक, आर्थिक आणि धार्मिक नैतिकता स्थापन केली पाहिजे; तरच या देशाचे अध:पतन थांबेल, मूल्यांचा

ऱ्हास थांबेल. त्यासाठी शोषणावर आधारलेली मानवनिर्मित व्यवस्था संपली पाहिजे. हे आपले पहिले नैतिक कर्तव्य आहे. विविध समाजातील परस्परासंबंधी असणारी द्वेषांची भावना संपवली पाहिजे. देशातील विसंवाद वाढतो. विसंवादाने अनैतिकता वाढते. अनैतिकतेने समाज नासून जातो. संवादातील नैतिकता-अनैतिकतेतील भेद संपेल, द्वेष संपेल आणि सामंजस्य निर्माण होईल. जातीची वर्तुळे निर्माण झाल्याने जातीची नैतिकता निर्माण होते. शाश्वत नीतिमूल्यांच्या भूमिका संपतात, जातीची नीतिमूल्ये मोलाची ठरतात हे भयंकर आहे, यामुळे धर्माच्याऐवजी जातीचा धर्म आणि जातीच्या धर्माने सांगितलेली मूल्ये महत्त्वाची ठरतात. प्रश्न असा आहे, ही नवी नीतिमूल्ये भारतीय राज्यघटनेने आपल्यासमोर ठेवली आहेत. या मूल्यांना युगभान आहे. हे सामाजिक भान ठेवून पुढे जावे लागेल. भारतीय संविधानाच्या 'प्रास्ताविके'प्रमाणे सर्वच माणसांना प्रतिष्ठा दिली जाईल, याची शाश्वती २१व्या शतकात घेणे हे आपले नैतिक कर्तव्य आहे. केवळ मूल्यांचा उद्‌घोष करून चालणार नाही. आपल्या देशातील आदिवासी, दलित, भटके, बलुतेदार, आलुतेदार, स्त्रिया, छोटे शेतकरी, शेतमजूर, कामगार अशा सर्व शोषितांना शोषणमुक्त करावे लागेल, त्यासाठी भूमिका घेणे 'नैतिक' आहे. शोषणकर्म आणि शोषण करणाऱ्यांना बळ देणे हे अनैतिक, असंविधानिक आहे; असेच घडत राहिले तर, प्रत्येक सूर्य प्रस्थापितांच्यासाठी प्रकाश घेऊन येईल आणि शोषितांच्यासाठी अंधार घेऊन येईल. हे घडू नये म्हणून जात, धर्म, पंथ, वर्ण, भाषा, प्रांत, वंश या पलीकडे जाऊन सामान्यमाणसांचे शोषण थांबवणे आणि सामान्यमाणसांच्या मनात जीवनासंबंधीच्या आशा-आकांक्षा पल्लवित करणे गरजेचे आहे. समता आणि सामाजिक न्यायासाठी काही मूल्ये मानायची असतील तर ती विवेकनिष्ठेवर आधारलेली आणि विज्ञाननिष्ठेने फुलवणारी असतील.

सर्वांशी समतेने वागणे आणि सर्वांना सर्वंकष सत्तेत सामावून घेणे, ही खरी नीतिमत्ता आहे. सामाजिक, सांस्कृतिक, राजकीय, आर्थिक, धार्मिक सत्तेमध्ये समान प्रतिनिधित्व देणे हे नैतिकरीत्या अधिक योग्य आहे. आपले मन, मेंदू आणि पोट साफ ठेवणे येथूनच नैतिकतेचा प्रारंभ होतो. ज्याचे मन, मेंदू आणि पोट साफ आहे त्यांना नैतिक वर्तन करणे सोयीचे आहे. असे झाले नाही तर, अनैतिक कृत्य घडत राहतील आणि नीतिमूल्यांचा उद्‌घोष होत राहील.

खासगीकरण, उदारीकरण आणि जागतिकीकरण या संदर्भात नीतिमूल्यांचा विचार अधिक महत्त्वाचा ठरला आहे. जागतिक पातळीवर सामाजिक आणि सांस्कृतिक जीवनाचे भांडवलीकरण होत आहे; त्यामुळे आजचे वर्तमान भांडवलदारांच्या आणि उद्योगपतींच्या हाती गेले आहे. ही भांडवली व्यवस्था सांस्कृतिक संघर्ष करण्याची संधीच देत नाही. संघर्षाचा शक्तिपात करण्याची प्रचंड शक्ती भांडवलदारांकडे असते

त्यामुळे असामाजिकता वाढत जाते. असामाजिकतेतून प्रेम, करुणा, मित्रता यांचा लोप होतो. त्याजागी वखवखलेला भोगवाद आणि कमालीचा स्वार्थ बोकाळत असतो. मानवी संबंध संपत जातात. त्यात एक प्रकारचा कोरडेपणा येतो. परिणामी माणूस एकांगी, संकुचित बनतो. त्याच्या एकाकीपणातून तडजोड येते. तडजोड आली की मूल्ये संपतात. सर्व प्रकारचे शोषण 'खाऊजा' व्यवस्थेचे मूलतत्त्व आहे. त्यातून विषमता, विषमतेतून जुलूम आणि जुलूमातून दुरावलेपण येत असते. या सर्वांमुळे मानवकेंद्री सांस्कृतिक मूल्ये आणि नीतिमूल्ये संपुष्टात येतात. भांडवली व्यवस्थेने नवा मध्यमवर्ग निर्माण केला, हा नवा मध्यमवर्ग भूमिकेशिवाय जगतो आहे. सत्तेत असलेल्या लोकांचा विचार हाच आपला विचार आहे, अशा पद्धतीने तो वावरत असतो. सत्ताधारी वर्ग या मध्यमवर्गीयांचा आपल्याला हव्या त्या पद्धतीने वापर करतो; त्यामुळे नैतिकतेचा किंवा नैतिक मूल्यांचा संबंधच राहत नाही. उलट, भांडवली व्यवस्थेला अपेक्षित असलेला परिणाम भांडवली व्यवस्था करीत असते; त्यामुळे लोकांच्या विचारांवर, आशा-अकांक्षावर 'खाऊजा'ने ताबा मिळवला आहे. 'खाऊजा'नेच लोकांची सांस्कृतिक आणि नैतिक जडणघडण केली आहे; त्यामुळे भारतीय संविधानाने दिलेल्या सामाजिक न्यायाच्या मूल्यांपासून आपण दूर जातो. आपल्या जीवनाची संपूर्ण घडी भांडवली व्यवस्थेने बिघडून टाकली आहे. माणूस म्हणून हवे असलेले स्वातंत्र्य आपण केव्हाच गमावले आहे. ही नव्या स्वरूपातील सामंतीव्यवस्थाच या नव्या व्यवस्थेतही जातीचे महत्त्व वाढते आहे आणि हे धोकादायक आहे; कारण त्यातूनच विषमता वाढत जाते. प्रत्येक बाबतीत क्रय-विक्रयाचाच विचार होतो; त्यामुळे सांस्कृतिक मानव उभा राहण्याऐवजी अर्थमानव उभा राहील. प्रत्येक बाबतीत 'पैसा' केंद्रस्थानी आहे. पैसा केंद्रस्थानी आला की, माणसेही खरेदी-विक्रीचे केंद्र होत असतात. पैशांचा सुळसुळाट माणसांचे महत्त्व संपवतो. माणसाचे महत्त्व संपतानाच माणसामाणसांमध्ये नातेसंबंध, भावबंध संपतात; त्यामुळे मानवी शक्तिपात होतो; समूहाची शक्ती संपते. परिणामी, विषमतेविरुद्ध, अन्यायाविरुद्ध चळवळी होण्याची शक्यताच शिल्लक राहत नाही. १९८५ नंतर शोषणाच्या विरोधात चालणाऱ्या चळवळी मंदावत गेल्या; त्यामुळे शेतकरी, शेतमजुरांचे शोषण अधिक वाढले. या शोषणाच्याविरुद्ध लढण्याची शक्ती संपल्याने शेतकरी आत्महत्या करतो आहे. आत्महत्यांचे प्रमाण नीतिमूल्यांची चाड असणाऱ्याला शरम आणते. मात्र, एकूण व्यवस्थेला या आत्महत्येचे सोयरसुतक राहिलेले नाही. राजकारणी लोकांचे भ्रष्ट वर्तन आणि भ्रष्ट अधिकाऱ्यांशी त्यांचे असणारे संगनमत सामान्यांच्या जीवनातील प्रश्न वाढवत आहे. इथे कोठेही नीतिमत्ता दिसत नाही. या देशात जातीयतेचे, धर्मवादाचे, स्त्री-पुरुष विषमतेचे प्रश्न तसेच आहेत. उलट, नवे प्रश्न त्यात भर घालत आहेत.

विविध जाहिरातींतून आणि विविध कार्यक्रमांमधून दाखवली जाणारी स्त्री प्रदर्शनीय आणि भोगवस्तू आहे असे वाटते. स्वातंत्र्यानंतर नैतिक मूल्यांच्या आधारे आणि व्यक्तिस्वातंत्र्याच्या आधारे मूलभूत परिवर्तन येईल असे वाटत होते. उलट, त्यांच्या अस्तित्वाचेच प्रश्न निर्माण झाले. कमालीची गर्दी वाढली, महागाईचे आणि रोजगारीचे प्रश्न निर्माण झाले. आरोग्याच्या बरोबरच शिक्षणाचे गंभीर प्रश्न निर्माण झाले. एकूणच सामाजिक, आर्थिक आणि सांस्कृतिक विकासाचे प्रश्न वाढत गेले. ६५ वर्षांत दुष्काळ निर्मूलनाचे कायमस्वरूपाचे काम आणि नियोजन आम्हाला उभारता आले नाही. तात्पुरत्या उपायांची आम्ही चालढकल केली. याचा संबंध शेती आणि शेतीवर अवलंबून असणारे शेतमजूर, बलुतेदार, आलुतेदार यांच्याशी आहे. लोकशाही प्रणालीने निर्माण केलेल्या व्यवस्थेतील निर्णय घेणारे सत्ताधारी, सत्ताधाऱ्यांशी संगनमत असणारे अधिकारी या साऱ्यांवर प्रभाव करणाऱ्या उद्योगपती आणि भांडवलदार यांनी केलेले हे अनैतिक वर्तन आहे. वेगवेगळ्या क्षेत्रांत कार्यरत असणाऱ्या कष्टकऱ्यांशी केलेले हे अप्रामाणिक, अनैतिक वर्तन आहे. याचा गंभीरपणे विचार केला पाहिजे. माणसाच्या श्रमशक्तीला आणि सृजनशक्तीला क्रय वस्तू बनवणे हा मूल्यांचा ऱ्हास आहे. 'खाऊजा'ने निर्माण केलेले दुष्ट चक्र नैतिक मूल्यांच्या दृष्टीने एक संकटच आहे. हे सारे बिभत्स आहे. यातून पैसा, उपभोग, प्रसिद्धी, मानसन्मान यांची प्रलोभने वाढताहेत. सर्वत्र झटपट श्रीमंतीचे मार्ग शोधले जाताहेत. श्रीमंतीसाठी आर्थिकशोषण समाजाच्या केंद्रस्थानी आहे. मक्तेदारी आणि नफेखोरी यातून अनैतिक व्यवहार उजागर झाले. ज्यांच्याकडे पैसा ते 'प्रभुत्ववादी' झाले. अशा प्रत्येक जातीतील प्रभुत्ववाद्याने आपल्या जातीचेही शोषण केले. सार्वजनिक आणि सार्वत्रिक व्यवहारात केवळ लूट चालू आहे. विविध उद्योग क्षेत्रातील आणि भांडवली क्षेत्रातील ही लूट चालू आहे. तशीच लूट किरकोळ व्यापार, बँका, वीज, दूरसंचार, अन्नधान्य, दळणवळण, शिक्षण, आरोग्य या क्षेत्रांतूनही सुरू आहे. कुणालाही नैतिक मूल्यांचे निर्बंध राहिलेले नाहीत. कल्याणकारी राज्याची कल्पना 'खाऊजा'च्या अर्थिक अरिष्टात संपून गेली. मध्यमवर्गीयांची भूमिकाहीन स्थिती, भांडवलदारांची ओरबडण्याची प्रवृत्ती, सत्ताधारी आणि अधिकाऱ्यांची दमण प्रवृत्ती शोषणाला गती देते. या सर्व प्रकारांमुळे सत्ताहीन वर्ग कमालीचा अडचणीत आहे. निसर्गनिर्मित आपत्तींपेक्षा मूल्यहीन मानवनिर्मित आपत्तीने सामान्यमाणसाच्या जीवनाचे वाटोळे झाले आहे. महाराष्ट्रातल्या सध्याच्या दुष्काळाची स्थिती अशीच आहे. दुष्काळाची वाट पाहणारे काही लोक आपल्याकडे आहेत. दुष्काळ निर्मूलनाचे जुजबी उपाय म्हणजे मस्तवाल लोकांची लुबाडण्याची सोय आहे; त्यामुळे सरकार कोणत्याही पक्षाचे असोत ते घोषणांची आतशबाजी करते आणि जनता त्यात होरपळून निघते; हे सारे भयंकर आहे. झटपट नफेखोरीने

सामान्यमाणसाचे कंबरडे मोडले आहे. तरीही नीतिमूल्ये पायदळी तुडवत शोषण झालेल्यांचे पुन्हा शोषण चालू आहे. भांडवलदाराच्या आश्रयाने आणि राजकीय आशीर्वादाने या देशात फुटकळ आंदोलने चालू असतात. भांडवलदार आणि उद्योगपती यांनी पोसलेली प्रसारमाध्यमे या फुटकळ आंदोलनांचा डंका वाजवत राहतात. मध्यमवर्गीयांना कुरवाळत त्यांचा सन्मान करतात. सामान्यमाणसाच्या बाजूनेच लढणाऱ्या शक्तींना प्रसारमाध्यमे दुर्लक्षित ठेवतात, त्यामुळे समाजवास्तव अधिक भयंकर होत जाते. प्रतिभासंपन्न माणसेही अडगळीला समृद्धी मानतात आणि उघडउघड जाती व्यवस्थेचे समर्थन करतात. तेव्हा नीतिमूल्यांची अपेक्षा फोल ठरते. आचार-विचारांच्या अनुबंधातून काही नवे घडण्याची शक्यता संपते. लौकिक जीवन नैतिक मूल्यांच्या नरडीला नख लावून शोषण समृद्ध होते अशा स्थितीमुळे खेडी उद्ध्वस्त झाली आणि शहरे बकाल झाली.

सांसदीय लोकशाहीत मध्यम आणि कनिष्ठ जातीचे पुढारी सामील झाले. नुसते सामील झाले नाही तर राजसत्तेच्या वरिष्ठ लाभार्थींनी त्यांना सामील करून घेण्यात गती दिली; परिणामी नीतिमूल्ये संपण्याच्या दिशेने आम्ही निघालो आहोत; कुठे जाणार आहोत आम्ही? अनैतिकतेचा मार्ग प्रशस्त राजमार्ग होतो आहे. जगात सर्वाधिक तरुण असलेला हा देश सामूहिक आणि सार्वत्रिक नैतिक संवेदना जागृत करणार आहे की नाही, हा यक्षप्रश्न आहे. सामाजिक न्यायावर आधारलेले नैतिक संवेदन जागवावे लागेल, तरच नीतिमूल्याचे जागरण होईल आणि त्यानुसार नैतिक वर्तनही घडेल. भारतीय संविधानाने दिलेली मूल्ये हीच 'नैतिक मूल्ये' आहेत, याचे भान आम्हाला हवे आहे; त्यातूनच नवे युग घडवता येईल. अनैतिकतेचा बुजबुजाट आमच्या जीवनाचे खळे उजाड करायला निघाला आहे; हे थांबवता येईल. 'माणूस' हेच मूल्य मानून व्यवस्थेत आमूलाग्र परिवर्तन घडवावे लागेल. हे काम या देशातील तरुणच करू शकतील त्या दृष्टीने नवे भान देणारे जागरण घडवावे लागेल.

१४ भारतातील सार्वजनिक नीतिमत्ता आणि नैतिक मूल्यांचा ऱ्हास

प्रा. फकरूद्दीन बेन्नूर

ज्या भारताने एके काळी साऱ्या जगाला नैतिक मूल्ये दिलेली होती. २१व्या शतकात भारतीय समाजात नैतिक मूल्यांचा प्रचंड ऱ्हास झालेला आहे. म.गांधी प्रणीत स्वातंत्र्य आंदोलनाच्या काळात असलेले सार्वजनिक चारित्र्य इतके बिघडले आहे की, त्याबद्दल बोलणे कठीण आहे. विसाव्या शतकाच्या प्रारंभी लोकमान्य टिळक आणि नंतर महात्मा गांधी यांच्या स्वच्छ आणि नितळ सार्वजनिक चारित्र्य (Public Morality) आणि नि:स्वार्थ राष्ट्रसेवा आणि समाजसेवा याबाबतीत ते आदर्श मानले जात. लोकमान्य आणि महात्मा गांधी पै-पैशांचादेखील हिशोब ठेवून जनतेला सादर करीत असत. एकूण साधारणपणे १९३०-४०पर्यंत भारतीय जनतेला नैतिक मूल्यांची चाड होती. राजकीय नेते, सार्वजनिक अधिकारी, पक्ष कार्यकर्ते, शिक्षक-प्राध्यापक नैतिक मूल्यांचे आचरण करणारी होती. गाव आणि शहरे आताइतकी बिघडलेली नव्हती. नैतिक मूल्यांच्या घसरणीला सुरुवात ही साधारणपणे विसाव्या शतकातील ७व्या दशकापासून मोठ्या प्रमाणावर सुरू झाली, असे म्हणणे चुकीचे होणार नाही; तसे पाहिल्यास शासकीय प्रशासन, सरकारी कर्मचारी, सरकारी खाती यांच्यामध्ये भ्रष्टाचाराची लागवण कंपनी सरकारच्या काळापासूनच झालेली होती. लॉर्ड क्लाईव्ह आणि इतर वरिष्ठ आयात झालेले ब्रिटिश अधिकारी पैसे कमविण्यासाठी आणि लुटीसाठी हिंदुस्थानात येत असत. शासकीय भ्रष्टाचाराचा पायंडा त्यांनीच पाडलेला आहे. त्या काळातही सार्वजनिक बांधकाम खाते, महसूल खाते ही भ्रष्टाचाराने कुप्रसिद्ध झालेली खाती होती. तेव्हा स्वातंत्र्यानंतर त्यात फारसा फरक झालेला नाही. इतकेच नव्हे तर, जागतिकीकरणाच्या लाटेने आणलेल्या 'खाऊजा' धोरणांच्या परिणामांमधून बाजारपेठीय अर्थव्यवस्था आणि नफेखोरी निर्माण झाली. माणूस (स्त्री-पुरुष), शेतकरी, नागरिक, विद्यार्थी वगैरे यांचे 'वस्तूकरण' झाले. खासगीकरणाचा

अतिरेक होऊन 'कार्पोरेट अर्थव्यवस्था' निर्माण झाली. प्रत्येक गोष्टीचा बाजार झाला. परिणामी गावकरी, शेतकरी, झोपडपट्टीतले नागरिक, विद्यार्थी इत्यादींना लुबाडणे सुरू झाले. कदाचित, भारतीय समाज व्यवस्थेत अंध:पातित झालेले सार्वजनिक चारित्र्य एवढे अफाट आहे की, आपल्या देशाला सार्वजनिक चारित्र्य आहे की नाही, हा प्रश्न पडावा.

तोंडात भारतीय संस्कृतीच्या श्रेष्ठत्वाबद्दल, नैतिक मूल्यांबद्दल एकतर्फी अतिशयोक्त प्रत्यक्षात असे बोलणाऱ्यांचे चारित्र्य व्यक्तिगत नीतिमत्ता पूर्णपणे उलटी अशी परिस्थिती निर्माण झाली आहे. व्यक्तिगत चारित्र्य आणि नैतिक मूल्यांची घसरण तर प्रचंड आहे. सकाळी उठून वर्तमानपत्राचे पान उघडले की, देशभर होत असलेल्या महिला आणि मुली यांच्यावर होणाऱ्या बलात्काराच्या बातम्यांनी मन अस्वस्थ होते. शिक्षक-प्राध्यापकांचा पेशा एके काळी नैतिक आदर्शांचे नमुने होते. परंतु, दररोजच्या शिक्षक-प्राध्यापक यांच्याकडून लहान शालेय मुलीवरदेखील होणाऱ्या बलात्काराच्या बातम्या भारतातील नैतिक मूल्यांची घसरण स्पष्ट करतात. न्यायाधीशदेखील त्यापासून सुटलेले नाहीत. मंत्रालये, शासकीय कार्यालये, कार्पोरेट कंपन्या ही महिलांवरील अत्याचाराची केंद्रे बनली आहेत. प्रश्न निर्माण होतो की, हे असे का झालेले आहे?

काही अभ्यासकांच्या मते, हे राजकीय आणि शासकीय भ्रष्टाचाराचे दुष्परिणाम आहेत. केवळ भ्रष्टाचारामुळे नैतिक मूल्यांची एवढी घसरण होते की, हाही एक प्रश्न आहे. कोणी खासगीकरणाच्या प्रकियेला आणि शिक्षणाच्या खासगीकरणाला दोष देताना दिसून येतात. केवळ खासगीकरणामुळे असे घडते का? स्वातंत्र्यानंतर आपल्या संविधानाने लोकसत्ताक कल्याणकारी राज्याचा आकृतिबंध तयार केला. सार्वजनिक सेवा, शिक्षण, औद्योगिक प्रकल्प यांचे सार्वजनिकरण केले. भारतात लोकसत्ताक कल्याणकारी राज्याची सुरुवात होईपर्यंत सर्वत्र खासगीकरणच होते. मग त्या काळात नैतिक मूल्येच नव्हती का? भ्रष्टाचाराची सुरुवात तर ब्रिटिशांच्या काळापासूनच झालेली होती मग असे का घडावे? कुणी म्हणेल की, लोकांची धर्मावर श्रद्धा नसल्यामुळे असे झाले आहे. उलट, असे दिसते की, विसाव्या शतकाच्या शेवटच्या दशकापासून सर्व धर्माच्या लोकसमूहात धर्मवाद प्रचंड वाढला आहे. धार्मिक आचरणाचे प्रचंड स्तोम माजले आहे. मंदिरे, मशिदी, देवालये, तीर्थक्षेत्रे, दर्गे गर्दीने तुडुंब वाहत आहेत. सर्वधर्मियांचे धर्मगुरूंचे स्तोम माजलेले आहे. सार्वजनिक धार्मिक कार्यक्रम साजरे केले जात आहेत. 'पॉप हिंदूइझम' आणि 'पॉप इस्लाम' यांचा उदय झाला आहे. धर्माचे सार्वत्रिकीरण झाले आहे मग नैतिक मूल्यांच्या घसरणीचा अर्थ कसा लावायचा? धार्मिक शिक्षण किंवा धार्मिक आचरणामुळे माणूस नीतिमान होतो, हे एक अर्धसत्य आहे. जबरदस्तीने लादलेली धार्मिकता किंवा धर्म आणि धार्मिकतेचे

मार्केटिंग व्यक्तीच्या मनात दुभंगलेपणा आणते. तोंडात सर्व प्रकारचे आदर्श आणि प्रत्यक्ष जीवनात स्वार्थ, वासना यांचा धुमाकूळ अशी परिस्थिती निर्माण होते. धर्माच्या मार्केटिंगमुळे धार्मिक किंवा सहिष्णू समाज निर्माण न होता सार्वजनिक क्षेत्रात आणि कुटुंबातही त्याचे फक्त प्रदर्शन होते. भारतातल्या बहुसंख्य कुटुंबात महिलांवर अत्याचार होताना दिसतात आणि दुसऱ्या बाजूला धार्मिक आचरणाचा महापूर आलेला आहे.

या प्रकारची कारणमीमांसा करताना दोन-तीन मूलभूत गोष्टींकडे लक्ष द्यावे लागते. पहिली गोष्ट, फाळणीच्या काळापासूनच धर्माचे राजकीयीकरण झालेले दिसून येते. धर्म हा आत्मशुद्धीचा आणि ईश्वर प्राप्तीचा मार्ग म्हणून मागे पडला. स्वतःच्या धार्मिक लोकसमूहासाठी वाटेल ते करायचे. धार्मिक द्वेष पसरवून समाजात फूट पाडायची. दुसऱ्या धर्माची बदनामी करायची हा प्रकार सत्तेच्या राजकारणापासून सुरू झाला. स्वातंत्र्यानंतरची काही वर्षे सोडली तर धर्माचे नैतिकमूल्य कमी होत गेले. धर्म आणि धार्मिक द्वेष हे सत्ता प्राप्त करण्याचे मुख्य साधन बनले. त्याचा एक परिणाम लोकांच्या मानसिकतेवर झालेला आहे. दुसरी गोष्ट म्हणजे, आपण संसदीय लोकशाहीची पद्धत स्वीकारली तरी, संसदीय लोकशाहीच्या मूल्यांची जोपासना केली नाही अशी घसरण काँग्रेसपासूनच सुरू झाली आणि भाजपाच्या काळात या घसरणीने उच्चांक गाठलेला आहे. याला चाणक्यनीतीची जोड मिळालेली आहे. सत्ता प्राप्तीसाठी आणि सत्ता टिकविण्यासाठी नैतिकतेचे विचार न करता साधनालाच ध्येय मानायचे, हा प्रकार रूढ झाला आहे.

संसदीय लोकशाहीवर नियंत्रण न राहता पक्षीय राजकारण निर्माण झाले की, अर्थिक विषमता वाढते आणि सार्वजनिक क्षेत्रांत भ्रष्टाचार निर्माण होतो. परिणामी भांडवलशाही प्रबळ होत जाते. उद्योगप्रधान अर्थव्यवस्था हा भांडवलशाहीचा पाया आहे. आता तरी कॉर्पोरेट जागतिक भांडवलशाही भारतात आली आहे. या कॉर्पोरेट पद्धतीत फक्त 'नफा' हे ध्येय असते. 'समाजातील सर्व घटकांचे शोषण' आणि 'निसर्गाची लूट' यामधून चंगळवाद निर्माण होतो. चंगळवादी समाजात 'वासनापूर्ती' आणि 'कामनापूर्ती' हीच ध्येये बनतात. चंगळवादी अर्थव्यवस्थेतून विकसित झालेला हा अनिर्बंध उच्चवर्गाचा आणि वरिष्ठ मध्यमवर्गाचा समज हा प्रचंड आत्मकेंद्री आणि चंगळवादी झाला आहे. भारतीय समाजाचे अमेरिकीकरण झाले आहे. आपले आदर्श, अमेरिकेतील चंगळवाद आणि अनिर्बंध जीवन हेच आहे. आता शाळा-महाविद्यालयांतून नागरिकशास्त्रे शिकविली जात नाहीत आणि नीतिशास्त्र क्वचितच आढळते. तंत्रज्ञानपिपासू समाज (Techno-savi) माणसाचे यंत्रात रूपांतर करतो. माणसाला वासनापूर्ती पलीकडे काहीच दिसत नाही. नैतिक मूल्यांच्या अंधःपतनाची आणखीन अनेक कारणे आहेत. विस्तारभयास्तव मी एवढ्यावरच थांबत आहे.

१५ शिक्षण आणि नैतिक मूल्ये

प्रा. नागोराव कुंभार

आजच्या शिक्षणक्षेत्राचे वास्तव हे अतिशय अस्वस्थ करणारे वास्तव आहे. एका लेखकाने असे म्हटले आहे की "This century is good for education but bad for the humanity." अतिशय धोकादायक स्वरूपाचा संदेश त्यांनी या विधानातून दिला आहे. विज्ञान-तंत्रज्ञानात वेगाने वाढ झाली. जागतिकीकरणाची प्रक्रिया संपूर्ण जगभर चालू आहे. भालचंद्र नेमाडे यांनी म्हटल्याप्रमाणे, ''संप्रेषणाच्या माध्यमातून जग जवळ येत आहे; पण जवळ असलेली माणसे दूर जात आहेत.'' सामाजिक, आर्थिक, राजकीय, शैक्षणिक क्षेत्रातील संपूर्ण वास्तव आपल्यासमोर आहे. आपण हे जाणतो पण खरा प्रश्न आहे की, हे बदलायचे कसे? नैतिक मूल्यांची घसरण होत आहे. ही घसरण जर झाली असेल तर त्याच्या कारणांचा शोध घ्यावा लागेल.

त्यापैकी एक कारण म्हणजे 'Self interest' आणि 'Other interest'. संतुलन जेव्हा बिघडते तेव्हा मूल्यांची घसरण होत असते. समाज टिकविण्यासाठी, त्याचा विकास होण्यासाठी स्वहित-परहित यांचे संतुलन राखण्याची जबाबदारी त्या समाजातील सर्व समाजघटकांवरती असते. दुर्दैवाने आज सर्व क्षेत्रातील सर्व माणसे केवळ स्वहिताचा विचार करीत आहेत आणि इतरांच्या हिताकडे दुर्लक्ष करीत आहेत. त्यातून अनेक प्रकारचे दोष निर्माण होत आहेत.

दुसरे कारण असे की, 'Lust or power and money' फार मोठ्या प्रमाणात 'Lust'ची वृद्धी झाली आहे. त्याची अनेक कारणे असतील. १९०७मध्ये महात्मा गांधींनी 'हिंद स्वराज' नावाचा एक मौलिक ग्रंथ लिहिला होता. शंभर वर्षांपूर्वीच गांधीजींनी असा इशारा अखिल मानवजातीला दिला होता की, ''पाश्चात्त्य संस्कृती ही ९ दिवसांची नवलाई आहे. ती सत्तेवर, संपत्तीवर, स्पर्धेवर आधारलेली आहे. या व्यवस्थेचे अंतर्गुणच असे आहेत की, हिंसाचार, भ्रष्टाचार हे सगळे दोष उत्पन्न होणार

आहेत. तुम्ही त्यापासून दूर राहिल्याशिवाय तुम्हाला मानवी जीवन जगणेच शक्य होणार नाही.'' या सुधारणेचा, सभ्यतेचा Base हा Lust आहे आणि म्हणून गांधीजींनी सभ्यतेची केलेली समीक्षा महत्त्वपूर्ण आहे. आज सगळीकडे 'लालसा' ही फार मोठ्या प्रमाणात आहे. या लालसेमध्येच अध:पतनाची बीजे फार मोठ्या प्रमाणात आहेत. दुसरे हे की, आपण हा फरक करायला विसरलो की, 'There is distinction between the needs and wants.' खरे तर कलावंत, साहित्यिक, तत्त्ववेत्ता, विचारवंतांनी मानवाच्या ज्या सहजप्रवृत्ती आहेत, भावना आहेत, त्यांच्यावर संस्कार करून त्याला सुसंस्कारित करणे आवश्यक आहे. तसेच ही भूमिका नीट समजावून सांगावी लागेल की, 'Needs based society' की 'Wants based society'. मानवाचे अस्तित्व टिकविण्यासाठी गरजा आवश्यक आहेत; परंतु, इतरांच्या गरजांकडे दुर्लक्ष करून जेव्हा इच्छा गुणाकार पद्धतीने आपण वाढवतो, तेव्हा मात्र मूल्याचा विधिनिषेध आपण ठेवू शकत नाही; आणि म्हणून गरज आणि इच्छा यामध्ये फरक करून कोणत्या आधारावर समाज उभा करणार, याचा निर्णय आपल्याला घ्यावा लागेल. म्हणून गांधीजी म्हणत होते की, 'गरजा मर्यादित करा.' परंतु, म. गांधीजींना नीट समजून घेतले नाही. म. गांधींना नीट समजून घेतले असते तर अनेक प्रश्नही आज सुटले असते.

तिसरे कारण हे की, 'Duty based society' आपण निर्माण करू शकलो नाही. 'Right based society' चे Model आपल्याकडे दिसते. आज हक्कांबरोबर कर्तव्येही फार महत्त्वाची आहेत, याचे भान राहिलेले नाही. हेही मूल्य अध:पतनाचे एक महत्त्वाचे कारण आहे. अजूनही एक महत्त्वाची गोष्ट आपण विसरलो आहोत की, माझ्याशिवाय इतर कोणीतरी माणूस या समाजात आहे. मी आणि माझे वलय याशिवाय इतर कोणीतरी असते, याचे भानच राहिलेले नाही. यातूनच मग सगळ्यांच्या प्रश्नांकडे दुर्लक्ष करण्याची वृत्ती वाढली. त्यातून अनेक प्रश्न निर्माण झाले. Commitmentचा अभाव हा सर्वच क्षेत्रांत आढळतो. म्हणून ही जर तात्त्विक भूमिका आपण स्वीकारली तर परत आपल्यासमोर हा प्रश्न येईल की, 'How to reconstruction the mentality of man and society?' जोपर्यंत व्यक्ती आणि समाजाची मानसिकतेची पुनर्रचना केली जाणार नाही, तोपर्यंत हे अध:पतन थांबवता येणार नाही.

जगात आणि भारतात काही विद्वान Value Nutralची भूमिका ज्ञानाच्या व्यवहारात घेत आहेत ते योग्य नाही. सामाजिक शास्त्रामध्ये Value Nutralची भूमिका घेतली गेली तर मूल्यांचे संस्कार कसे करणार? मानसिकता कशी तयार करणार? आणि म्हणून अलीकडे 'Fact' आणि 'Values' हे जे debate आहे, त्या संदर्भात दया कृष्णन या तत्त्ववेत्त्याने अतिशय यथार्थ वर्णन केले आहे. त्यांनी असे

सांगितले की, मानवी जीवन हे मूल्यांचे आवर्त आणि अस्तित्वाचे आवर्त या फिरकीमधून वाटचाल करीत असते. पण नेहमी अस्तित्वाच्या आवर्तावर भर दिला जातो आणि मूल्यांच्या आवर्ताकडे दुर्लक्ष केले जाते. याचे कारण म्हणजे तरुण पिढीवर हे संस्कार करायला पाहिजे की, Value Nutral भूमिका बरोबर नाही. तुम्ही जर Value Oriented Perspective स्वीकारले, तरच ही अध:पतनाची प्रक्रिया थांबवता येऊ शकते, आणि म्हणून मूल्यांविषयीच्या जाणिवा प्रगल्भ करणे आणि त्याविषयीचे आकलन वाढविणे आणि मूल्यांविषयीची स्पष्टता आणून देणे हे सर्वांच्या समोरचे खरे आव्हान आहे.

आज अस्पष्टता आणि संभ्रम (Confusion) आहे. तरुणांनी कोणत्या स्वरूपाची भूमिका घ्यावी हे स्पष्ट नाही. याला जबाबदार आई-वडील किंवा शिक्षक असतील; परंतु हेही तितकेच खरे आहे की मूल्यांविषयीचे शिक्षण किंवा त्याविषयीच्या जाणिवा प्रगल्भ करणे आवश्यक आहे. तरुणांना मूल्यांविषयीचे ज्ञान द्यायचे नाही आणि ती मूल्यहीन, स्वैर वागत आहेत असे म्हणायचे हे वादातीत आहे. It is a contadictial धर्म, शिक्षण, राज्य, कुटुंबसंस्था या संदर्भात कुठे तरी कमी पडत आहेत आणि म्हणूनच स्वातंत्र्योत्तर काळात समाजासमोरचा यक्षप्रश्न मूल्यांची घसरण हा आहे. यातूनच अनेक प्रश्न निर्माण झाले आहेत म्हणून मूल्यांविषयीची सम्यकदृष्टी आणि आकलन तरुणपिढीपर्यंत पोहोचविणे हे सर्वांचे काम आहे.

मूल्य ही फार मोलाची असतात. त्यांना हजारो वर्षांचा इतिहास असतो. मूल्य संघर्षातून, त्यागातून मानवी जीवनामध्ये, संस्कृतीमध्ये स्थिर झालेली असतात. मूल्य म्हणजे अशी तत्त्वे जी स्वीकारार्ह असतात. डब्यात जर शिरा असेल तर तू एकटाच खा. आणि भाजीपोळी असेल तर मित्रांबरोबर, सर्वांबरोबर खा. ही जी भूमिका आहे, मानसिकता आहे त्याचे कारण हे स्वीकार्य नाही; परंतु, समानतेने वागणे हे जे मूल्य आहे ते स्वीकार्य आहे. कोणीच याला विरोध करणार नाही.

महात्मा फुले यांच्याकडे एकदा त्यांचे नातलग गेले आणि ते त्यांना म्हणाले की, ''सावित्रीला मूल होत नाही तेव्हा तू दुसरे लग्न कर.'' यावर महात्मा फुलेंनी सांगितले की, ''तुम्ही माझे नातलग आहात. मला ते मान्य आहे पण माझी एक अट आहे की, दोघांचेही शारीरिक परीक्षण करून जर सावित्रीमध्ये दोष आढळला तर मी दुसरे लग्न करेन आणि माझ्यात दोष आढळला तर तिला दुसरा विवाह करण्याची परवानगी देणार का?'' याला म्हणतात समानता. हे समतेचे मूल्य की, असे वागले पाहिजे, आता हे स्वीकार्य आहे. कोणी नाकारू शकत नाही म्हणून जे स्वीकार्य आहे ते 'मूल्य' होय.

दुसरे जे जतन करण्यासारखे असते त्याला 'मूल्य' म्हणतात. Preservation

Capacity या मूल्यांत असते ज्याचे जतन केले जाते. सोने, हिरे, माणके ज्याप्रमाणे जतन केले जाते, त्याप्रमाणेच ही मूल्ये एवढी मूलत: मौलिक असतात म्हणून त्यांचे जतन केले पाहिजे. म्हणूनच जे स्वीकार्य असते आणि ज्याचे जतन करण्यायोग्य असते, अशी जी तत्त्वे असतात त्यांना मूल्य म्हणतात. अनेकदा आपल्या असे लक्षात येते की, मूल्य अशी एक तत्त्वे असतात की, ज्या तत्त्वाच्या साहाय्याने व्यक्ती व समाजजीवनाची धारणा होते. मूल्य म्हणजे व्यक्ती समाजजीवनाचे नियम नियंत्रित करणारी तत्त्वे असतात; आणि म्हणून एका अर्थाने हे मूल्य म्हणजे अशा एका नियमाचा समुच्चय असतो की ज्याच्या साहाय्याने संपूर्ण जीवनाचे नियमन नियंत्रित केले जाते. असे असल्यामुळे Set of Principles चे सम्यक ज्ञान करून दिल्याशिवाय मूल्यांची घसरण थांबवता येणार नाही. मूल्यांच्याशिवाय मानवी जीवन व त्याचे अस्तित्व अर्थपूर्णच होऊ शकत नाही. ही गोष्ट वादातीत आहे; कारण असे की, मूल्ये जर त्या व्यक्तीजीवनात किंवा समाजामध्ये असतील तरच त्या समाजाचा विकास होतो, प्रगती होते, हे आपण मान्य करतो. ही मूल्ये जर त्या समाजात असतील तर त्या व्यक्ती व समाजाला सुख, समाधान, आनंद मिळतो आणि ती मूल्ये मानवी जीवनाला अर्थ आणि दिशा देतात, आशय देत असतात; आणि अशा स्वरूपाच्या मौलिक मूल्यांच्या साहाय्यानेच समाजाची धारणा होत असते आणि म्हणून ही सगळी मूल्ये आहेत. या मूल्यांमुळेच लढाया झाल्या, संघर्ष झाले. यामुळेच प्रबोधनाची लाट युरोपमध्ये ३०० ते ४०० वर्षे चालली. मूल्ये मानवी जीवनात आगंतुकपणे आली नाहीत, तर त्याला प्रदीर्घ स्वरूपाचा चिंतनाचा आणि संघर्षाचा इतिहास आहे. म्हणूनच ही सगळी मूल्ये नीट समजून घेतली पाहिजेत; परंतु, दुर्दैवाने आपण जे शब्द वापरतो त्या शब्दाचा अर्थही नीट लक्षात घेत नाही; जर शब्दांचा अर्थ आणि आशय नीट समजून घेऊन आपले विचार आणि जगणे जर आपण ठेवले तर बरेचसे प्रश्न सुटू शकतात. न्याय म्हणजे काय? 'न्याय' हा शब्द दररोज वापरला जातो. हे मूल्य आहे. 'रिपब्लिक' हा ग्रंथ प्लेटोने इ. स. पूर्व चौथ्या-पाचव्या शतकात लिहिला. जॉन रॉल्स हे ऑक्सफर्ड युनिव्हर्सिटीतील Philosophy चे प्राध्यापक. त्यांनी 'Theory of Justice' हे पुस्तक लिहिले. म्हणजे युरोपियनांची ज्ञानाविषयीची आस्था आणि त्यांच्याविषयीची परिश्रम करण्याची त्यांची जिद्द, चौकसपणा आणि चिकित्सक वृत्ती आहे ती वादातीतच आहे. चांगल्यास चांगली वागणूक देणे म्हणजे न्याय किंवा वाईटास वाईट वागणूक देणे म्हणजे न्याय किंवा प्रमाणबद्ध अशा स्वरूपाची वागणूक देणे म्हणजे न्याय; जर त्या न्यायाचे विश्लेषण केले आणि संकल्पना जर नीट समजावून सांगितली तर अन्याय होणार नाही किंवा अन्याय सहन केला जाणार नाही. अनेकदा या संकल्पनेचा अर्थ नीट समजावून घेतला जात नाही.

येथे विश्लेषण कमी पडत आहे आणि अर्थाची स्पष्टतासुद्धा कमी पडत आहे; आणि म्हणूनच सर्वसामान्यांचे तत्त्वज्ञानाबद्दल फार वाईट मत आहे. डॉ. बारलिंगे यांनी Indian Philosophical Congressच्या अधिवेशनात असे सांगितले की, 'Philosophy is a Rebratution of human.' तत्त्वज्ञान हे मानवी अनुभवावरचे भाष्य असते. तात्त्विक दृष्टीशिवाय मानवी जीवन अशक्य आहे. 'All Indian problems are Philosophical problems' हे खरे आहे की, तात्त्विक दृष्टीच्या अभावातूनच भारतात सामाजिक, आर्थिक, शैक्षणिक, राजकीय प्रश्न निर्माण झाले आहेत आणि म्हणूनच संकल्पनात्मक स्पष्टता येणे आवश्यक आहे. मूल्यांविषयीची संकल्पनात्मक स्पष्टता जर आली, तर हे अध:पतन थांबवता येईल. मूल्यांचा अभाव आहे हे आजचे चित्र का निर्माण झाले? आज शिक्षणक्षेत्राची स्थिती ही अत्यंत वाईट आहे. शिक्षक, प्राध्यापक, प्राचार्य हे विद्यार्थ्यांना 'असे वागा', 'असे वागू नका', असे सांगतात; पण अनेक वेळा तेच चुकीचे वागतात. त्यामुळे विद्यार्थ्यांच्या मनात संभ्रम निर्माण होतो की, आपले शिक्षक सांगतात ते खरे आहे की वास्तव खरे आहे? शिक्षक, प्राध्यापक हा आशावादी असला पाहिजे. मूल्यांवर त्याचा विश्वास असला पाहिजे. सत्य मांडत असताना जर काही किंमत द्यावी लागली तरी ती देऊ, ही मानसिकता जोपर्यंत 'Intellectual'मध्ये येणार नाही तोपर्यंत ही घसरण थांबू शकत नाही.

खरा विचारवंत कोण, याचा अर्थ एका लेखकाने असा सांगितला की, "जो स्वत:चे हित आणि स्वकीयांचे हित यांचा परीघ छेदून सर्वांच्या हिताचा विचार करतो, तो खरा विचारवंत असतो." दुर्दैवाने विरोधी तत्त्वच आपल्या विचारविश्वामध्ये फार मोठ्या प्रमाणामध्ये वाढताना दिसते; म्हणून या विचारवंतांची तपासणी होणे आवश्यक आहे. त्यांच्या भूमिकेबद्दल, त्यांच्या हेतूबद्दल तपासणी होणे गरजेचे आहे. मानवाजवळ बुद्धी आहे, अभिव्यक्तीचे कौशल्य आहे. याच्या साहाय्याने जर चुकीचे मूल्य आणि विचार यांचे समर्थन जर चाणाक्ष पद्धतीने किंवा सूत्रबद्ध पद्धतीने देशामध्ये जर केले जात असेल तर 'You are not doing your duty'. दुर्दैवाने हे घडत आहे. अतिशय प्रज्ञासंपन्न आणि प्रतिभासंपन्न विचारवंतसुद्धा एवढे लहान होताना दिसतात की, हेसुद्धा मूल्यघसरणीला एक कारण आहे.

दुसरे कारण म्हणजे सामाजिक संस्थांनी या मूल्यांचे संप्रेषण करायला पाहिजे. त्या सामाजिक संस्था या आज संप्रेषण करण्यामध्ये निष्क्रिय झाल्या आहेत किंवा अपयशी ठरल्या आहेत. उदा. कुटुंबसंस्थेच्या संस्कारातून माणूस घडत असतो असे एका ठिकाणी म्हटले आहे. संस्कार करणारे कुटुंबाचे स्रोत बंद झाले आहेत. आज कुटुंबात आजी-आजोबा नाहीत. हे आजी-आजोबा विद्यापीठात शिकले नसतील; पण त्यांच्या जीवनअनुभवांचे विचार तरुण पिढीला आज कोण सांगणार? आजच्या

समाजात वाचनसंस्कृती नाही. श्री. ए. व्ही. शहा यांनी पुण्याच्या सर्व प्राध्यापकांचा एक सर्व्हे केला. त्या सर्व्हेसंदर्भात मंगुडकरांनी प्रेस कॉन्फरन्स घेऊन सांगितले की, "आमच्या प्राध्यापकांच्या घरांमध्ये एकही पुस्तक नाही आणि जी पुस्तके आहेत ती क्रमिक पुस्तके आहेत, तीही कॉलेजची. हे चांगले लक्षण नाही."

डॉ. राधाकृष्णन मद्रास विद्यापीठात एका दीक्षान्त समारंभात भाषण करत होते त्या वेळी प्राध्यापकांना, विद्यार्थ्यांना ते तळमळीने म्हणाले की, "माझ्या तरुण मुलांनो, माझा आग्रहाचा सल्ला असा आहे की, तुम्ही अभिजात वाङ्मय वाचायला शिका. अभिजात वाङ्मय म्हणजे काय, ज्यामध्ये शाश्वत मूल्यांचा आविष्कार झालेला असतो. अभिजात वाङ्मय का वाचले पाहिजे, याची त्यांनी तीन कारणे सांगितली आहेत. रामायण, महाभारत, गीता, मार्क्सचे दास कॅपिटल, गांधीजींचे हिंद-स्वराज्य, शेतकऱ्याचा आसुड अशा वाङ्मयाचे वाचन केले पाहिजे, ज्याच्यामध्ये शाश्वत अशा स्वरूपाच्या मूल्यांच्या तत्त्वांचा, संदेशाचा आविष्कार झालेला असतो. तीन कारणांसाठी यांचे वाचन केले पाहिजे. एक तर कशासाठी जगायचे? जगणे महत्त्वाचे नाही, तर चांगले जगणे महत्त्वाचे आहे. What is the good and aim of your life? याचे दिग्दर्शन या अभिजात ग्रंथांतून होते. दुसरे कारण असे सांगितले की, जेव्हा जेव्हा तुम्हाला काहीतरी सृजन निर्मिती करायची असते, काहीतरी मोठे काम करायचे असेल तेव्हा त्यासाठी काही Motivation लागते आणि अभिजात वाङ्मयातून हे Motivation मिळते आणि तिसरे कारण म्हणजे आयुष्यामध्ये जेव्हा काही आव्हाने आणि संकटे येतात, तेव्हा त्याच्यावर मात करण्याची मानसिक ताकद या अभिजात वाङ्मयातून मिळते. आजची तरुण पिढी या सगळ्या प्रज्ञावंत आणि प्रतिभावंतांच्या विचारापासून आणि वाङ्मयापासून तुटत चालली आहे. त्यामुळे मोठ्या माणसांचे जे आहे, त्यांची जी दृष्टी आहे त्यापासून आपण वंचित राहू लागलो आहोत. म्हणून हा एक भाग महत्त्वाचा आहे की, जोपर्यंत या मुलांची मानसिक उभारणी आणि पुनर्रचना केली जाणार नाही तोपर्यंत हे प्रश्न सुटणार नाहीत. म्हणूनच या दोन मुद्द्यांच्या अनुषंगाने येथे उल्लेख करावासा वाटतो की, जेव्हा जेव्हा मूल्यांचा अभाव समाजात होतो, तेव्हा समाजात खूप मोठी पोकळी निर्माण होते. आज समाजात खूप मोठी पोकळी निर्माण झाली आहे. ही पोकळी भरून काढण्याचे शिक्षकांना फार मोठे काम करावे लागणार आहे.

अमेरिकेत समाजशास्त्राच्या हॉकिन्स या एका प्राध्यापकाने २५ वर्षांपूर्वी एक शोधनिबंध लिहिला होता. त्यांनी न्यूयॉर्क शहरातील झोपडपट्टीतील २२० निग्रोंच्या मुलांचा अभ्यास केला. त्यांनी शास्त्रशुद्ध पद्धतीच्याआधारे संशोधन करून असा निष्कर्ष काढला की, २२० निग्रो मुलांपैकी भविष्यामध्ये किमान २१८ मुले एकदातरी

तुरुंगात गेल्याशिवाय राहणार नाहीत. २५ वर्षांनंतर कपाटात त्यांना तो शोधनिबंध मिळाला. तेव्हा त्यांनी त्या शोधनिबंधाचा पडताळा घेण्याचे ठरविले. त्या वेळी त्यांना असे आढळून आले की, २२०पैकी फक्त ४ मुले तुरुंगात गेली म्हणजे २१६ मुले तुरुंगात गेली नाहीत. असे का घडले? याचे कारण ते शोधू लागले, तेव्हा त्यांना असे कळले की, त्या झोपडपट्टीत एक शिक्षिका त्या मुलांना शिकवत असे. त्यांनी त्या शिक्षिकेचा शोध घेण्यास सुरुवात केली. ती शिक्षिका एका वृद्धाश्रमात राहत होती. त्यांनी वृद्ध शिक्षिकेला विचारले की, आमच्या निष्कर्षाच्या विरुद्ध कसे घडले? तेव्हा ती शिक्षिका म्हणाली, "I don't remember anything. But I remember one thing that I Loved them."

१६ ब्रिटिशांची शिक्षणनीती आणि महात्मा गांधींचा त्यावरील अभिप्राय

प्रा. प्रभाकर मांडे

इ. स. १९व्या शतकाच्या प्रारंभी हिंदुस्थानामधील शिक्षणविषयक धोरणांसंबंधी ब्रिटिश पार्लमेंटमध्ये चर्चा करण्यात आली. या संदर्भात विलियम व्हिल्बर फोर्स यांनी 'हाऊस ऑफ कॉमन्स'मध्ये एक बिल मांडले. या बिलावर एकूण ५ सभांमध्ये चर्चा करण्यात आली. २८ जून ते १२ जुलै १८१३ या तारखांच्या झालेल्या चर्चांचा विस्तृत आढावा गांधीवादी विचारवंत, धर्मपाल यांनी त्यांच्या 'Despoliation and defaming of India' (Crusade of Indian Education) या ग्रंथात दिला आहे. या बिलाच्या प्रास्ताविकांच्या रूपात कलम १३ हे हिंदुस्थानात ख्रिस्ती धर्माचा प्रसार कसा करावा, यासंबंधीचे आहे. यापूर्वी २० वर्षांत ख्रिस्ती धर्माच्या प्रसारासाठी पार्लमेंटमध्ये जी निवेदने आणि पिटीशन्स सादर झाली होती त्यासंबंधीची माहिती देऊन आता मात्र 'ब्रिटिश हाऊस ऑफ कॉमन्स'मध्ये भारताचे ख्रिस्तीकरण करण्याच्या संदर्भात मांडण्यात आलेल्या बिलात हिंदुस्थानात कंपनी सरकारनेच हे काम करावे, असे सुचविण्यात आले होते. या बिलाच्या संदर्भात जी विस्ताराने चर्चा धर्मपाल यांच्या ग्रंथात आली आहे, त्यावरून हे स्पष्ट होते की, इंग्रजांनी भारतात ज्या शिक्षणनीतीचा अवलंब केला त्यामागे इंग्रजांना प्रशासकीय हेतूसाठी केवळ कारकून निर्माण करावयाचे नव्हते. 'संपूर्ण देशाचे ख्रिस्तीकरण करावे' हा त्यांचा मूळ उद्देश होता. त्यासाठी हिंदुस्थानच्या सामाजिक, धार्मिक आणि सांस्कृतिक जीवनाचे विलियम व्हिल्बर फोर्स आणि त्यांचे समर्थक यांनी चर्चेच्या संदर्भात असे काही चित्रण केले की, ज्यामुळे या देशात केवळ रानटी आणि जंगली लोक रहातात असेच जगाचे मत व्हावे.

हिंदुस्थानातील लोकांची अगदी शैक्षणिक क्षेत्रातील लोकांची अशी समजूत आहे की, लॉर्ड टी. बी. मेकॉले हे हिंदुस्थानातील ब्रिटिशांच्या शैक्षणिक धोरणांचे

प्रवर्तक आहेत. परंतु, वस्तुस्थिती अशी आहे की, हिंदुस्थानातील ब्रिटिशांचे शैक्षणिक धोरण ब्रिटिश पार्लमेंटने १८१३ साली ठरवले. त्यांचे हे शैक्षणिक धोरण राबविण्यासाठी ब्रिटिश सरकारच्या अधिपत्याखाली असलेल्या 'इस्ट इंडिया कंपनी'ने १८३५ साली लॉर्ड मेकॉलेला हिंदुस्थानात पाठविले. त्याने कोलकात्याला आल्यानंतर लगेच हिंदुस्थानात परंपरेने चालत आलेली विद्यालये बंद पडतील अशी व्यवस्था केली. ब्रिटिश सरकारच्या मान्यतेशिवाय विद्यालये सुरू करता येऊ शकणार नाहीत, असा फतवा काढला; त्यामुळे कंपनी सरकारने त्यांच्या नवीन धोरणानुसार अभ्यासक्रम ठरवून 'शिक्षण प्रक्रिया' सुरू करेपर्यंत हिंदुस्थानातील लोकांना कोणत्याही सोयीसुविधा नव्हत्या. हिंदुस्थानातील शैक्षणिक प्रक्रियाच त्यामुळे ठप्प झाली. दरम्यानच्या काळात ब्रिटिश धोरणांचा हिंदुस्थानातील लोकांची जीवनशैली, प्रचलित असलेले विधिउत्सव, त्यांचे सांस्कृतिक जीवन इ. वर प्रखर टीका सुरू केली. येथील समाजात मध्ययुगातील पारतंत्र्याच्या भागात ज्या सामाजिक विकृती निर्माण झाल्या होत्या त्यांचा आधार घेऊन लोकांच्या मनात त्यांच्याच पूर्वपरंपरेविषयी, संस्कृतीविषयी तिरस्कार निर्माण केला.

हिंदुस्थानचे ख्रिस्तीकरण कसे करावे, यासंबंधी ब्रिटिश पार्लमेंटमध्ये चर्चा चालू असताना, असे मत मांडण्यात आले होते की, हिंदुस्थानातील लोक धर्मपरायण आणि परंपरावादी आहेत. जोपर्यंत हिंदूंना त्यांच्या परंपरेपासून तोडण्यात येणार नाही, तोपर्यंत त्यांचे ख्रिस्तीकरण करण्यात किंवा त्यांना ख्रिस्ती धर्मानुकूल करण्यात यश येऊ शकणार नाही म्हणून मेकॉलेने हिंदुस्थानातील विद्यालये बंद पडतील, हिंदुस्थानातील पारंपरिक शिक्षण प्रक्रिया ठप्प होईल, यादृष्टीने धोरण राबविले. परंतु, एवढ्याने भागणारे नव्हते. हिंदुस्थानच्या धार्मिक आणि सांस्कृतिक परंपरेचे काळेकुट्ट चित्र निर्माण करून त्याविषयी अप्रीती निर्माण करूनही कार्यभाग साधणार नव्हता. हिंदूंचे प्राचीन वाङ्मय; त्यांची पारंपरिक चिंतन परंपरा याविषयी त्यांना अभिमान आहे; त्यापासून त्यांना तोडून त्यांचा बुद्धि+भेद करणे आवश्यक असल्याचेही इंग्रजांच्या लक्षात आले.

त्या काळात ब्रिटिश जगात शक्तीशाली होते, कारण औद्योगिकीरणात पुढारलेले असल्यामुळे व त्यामुळे व्यापारात अग्रेसर असल्याने सगळीकडून संपत्तीचा ओघ इंग्लंडमध्ये येत होता. युरोपातील इतर देशांपेक्षा ब्रिटिशांचे सामर्थ्य त्यामुळे वाढले होते. त्यांना मिळालेल्या आणि मिळत असलेल्या या यशामुळे आपली भाषा आणि वाङ्मय त्याचप्रमाणे आपली संस्कृती जगात सर्वश्रेष्ठ आणि सर्वोपरी आहे अशी त्यांची समजूत झाली. हिंदुस्थानात त्यांच्यादृष्टीने अनुकूल वातावरण निर्माण करण्यासाठी पाश्चिमात्यांची जीवनशैली आणि इंग्रजी भाषा यांचा अत्यंत धूर्तपणे असा काही प्रसार

केला की, येथील लोक प्रभावित झाले.

हिंदुस्थानातील मध्ययुगीन समाजस्थिती फारशी चांगली नव्हती. कुळाची प्रतिष्ठा आणि जातीचीशुद्धता यांच्याभोवतीच समाजातील व्यक्तींचे जीवनचक्र फिरत होते; वतनदारांच्या मनामध्ये देशाभिमानाच्याऐवजी वतनाचा अभिमान प्रखर होता. धर्मनिष्ठा आणि स्वामीनिष्ठा हे गुण होते. तरीही त्याला सामूहिक अधिष्ठान नव्हते. धर्मनिष्ठेत भोळेपणा, कर्मकांडांवर भर, रूढीग्रस्तता, मंत्र-तंत्र, शकुन-अपशकुन यांना फार महत्त्व होते; यामुळे इंग्रजी शिकलेला नवशिक्षित समाज ब्रिटिशांच्या आणि मिशनऱ्यांच्या प्रसाराला बळी पडला. येथील नवशिक्षित प्रभावित होणे आणखीन एका कारणामुळे स्वाभाविक होते. नवीन पाश्चिमात्य संस्कृती, राजकीय क्षेत्रांत लोकशाही, सामाजिक क्षेत्रांत समता आणि धार्मिक क्षेत्रांत अंत:करण प्रवृत्ती यांना महत्त्व देणारी होती. औद्योगिक क्रांतीमुळे भौतिक सुधारणांना चालना मिळून ऐहिक सुख आणि अर्थिक विकास यांना प्राधान्य देणारी जीवनदृष्टी दृढमूल झाली होती. उपयुक्तता आणि बुद्धीप्राधान्य या मूल्यांना फार महत्त्व प्राप्त झाले होते. व्यक्तिस्वातंत्र्य या कल्पनेचा जन्म झाला होता. मानवतेबद्दलची नवी जाणीव निर्माण झाली होती. या सगळ्या बाबी घेऊनच ब्रिटिश भारतात आले; त्यामुळे येथील नवशिक्षित प्रभावित होणे स्वाभाविक होते. त्यांनी केवळ ब्रिटिशांचेच स्वागत केले नाही, तर त्यांनी सुरू केलेल्या इंग्रजी शिक्षणाचा आणि पाश्चिमात्य संस्कृतीचा गौरव करून स्वीकार केला. ते ब्रिटिशांचे प्रशंसक झाले. काहींनी तर त्यांना 'देवदूत' मानले. सुधारक मानले. 'परमेश्वरानेच हिंदुस्थानातील जनतेचे भले करण्यासाठी त्यांची योजना केली' असेही म्हटले. ब्रिटिशांनी आणि ख्रिस्ती मिशनऱ्यांनी केलेला अपप्रचार आणि स्वीकारलेला लोककल्याणाचा मुखवटा यांमुळे भलेभले फसले आणि पाश्चिमात्य संस्कृतीची भलावण करीत सांस्कृतिक आक्रमणाला बळी पडले. ब्रिटिशांची शिक्षणनीती आणि हिंदुस्थानातील त्यांचे शैक्षणिक धोरण हे सांस्कृतिक आक्रमण होते; हे बुद्धिवंतांनाही कळले नाही. हिंदुस्थानाचे पश्चिमीकरण करण्याचा डाव हळूहळू यशस्वी होत होता.

मेकॉलेप्रणीत शिक्षणात नैतिकतेला कोणतेही स्थान नव्हते. शिक्षणाच्या माध्यमातून हिंदुस्थानातील भाषिक, सांस्कृतिक आणि राष्ट्रीय अस्मिता नष्ट झालेल्या आणि ब्रिटिशांना अनुकूल असलेला, ब्रिटिशधार्जिणा एक नवा हिंदुस्थानी वर्ग निर्माण करावयाचा आणि त्यांच्या माध्यमातून या देशाच्या पश्चिमीकरणाची प्रक्रिया गतिमान करावयाची अशी त्यांची भूमिका होती. हे मेकॉलेच्या पुढील भूमिकेवरून स्पष्ट होते-

"We must at present do our best to form a class of such persons, who may be interpreters between us and the millions whom we govern. A class of persons Indian in blood and colour, but English in tastes in opinions, in morals and intelect."

हिंदुस्थानातील जनतेला इंग्रजी शिक्षण देऊन शासकीय सेवेत घ्यावे आणि अंकित करावे. यादृष्टीने शासनाच्या अंतर्गत असलेली पदे आणि नोकऱ्या इंग्रजी शिक्षण घेतलेल्यांनाच द्याव्या हे धोरण पुढेही चालू राहिले; त्यामुळे इंग्रजी शिक्षणासंबंधीचे आकर्षण निर्माण झाले. इंग्रजी शिक्षण घेतलेल्यांचा एक नवा वर्ग निर्माण झाला. तो सामान्य जनांपासून, परंपरेपासून तुटला. परका झाला. ब्रिटिशांचे उद्दिष्ट हिंदुस्थानातील हिंदूंचे मानस आमूलाग्र बदलून टाकणे हे होते. हिंदुस्थानातील शिक्षणात योजनापूर्वक बदल करून येथील नवशिक्षितांचे मानस परिवर्तन केले. सैन्यबलाने जिंकलेल्या हिंदुस्थानावर दुसरा अतुलनीय शैक्षणिक विजय मिळविला. मॅक्सम्युलरने असे म्हटलेच होते की- "India has been conquered once, but India must be conquered again and the second conquest should be a conquest by Education."

अशा या हिंदुस्थानातील इंग्रजप्रणीत शिक्षणनीतीचे महात्मा गांधी हे प्रखर विरोधक होते. इंग्रजांनी हिंदुस्थानात सत्ता स्थापन केल्यानंतर भारतीय शिक्षणपरंपरेचा विध्वंस केला. इंग्रजांनी हिंदुस्थानात शिक्षणाचा प्रसार करण्याचा आव आणून आपणच हिंदुस्थानात शिक्षणाचे सार्वत्रिकीकरण करीत आहोत असा खोटा प्रचार कसा केला, याचा यापूर्वी उल्लेख करण्यात आला आहे. हिंदुस्थानात शिक्षण फक्त काही थोड्यांनाच खुले होते आणि बाकी तमाम जनता शिक्षणापासून वंचित होती, असे सांगून प्रजेच्या डोळ्यांत धूळ फेकली. ब्रिटिशांचे म्हणणे चुकीचे कसे आहे, हे महात्मा गांधींनी १९३१मध्ये इंग्लंडच्या एका सभेत सांगितले. त्यांच्या विधानामुळे सर्वत्र खळबळ उडाली. या सगळ्या बाबींचे सविस्तर विवेचन करावयास हवे.

महात्मा गांधी हे सन १९३१मध्ये गोलमेज परिषदेच्या निमित्ताने लंडनमध्ये गेले होते. तेथील त्यांच्या मुक्कामात त्यांना व्याख्यान देण्यासाठी 'रॉयल इन्स्टिट्यूट ऑफ इंटरनॅशनल अफेअर्स' या संस्थेने निमंत्रित केले. २० ऑक्टोबर रोजी चॅटेम हाऊसमध्ये झालेल्या व्याख्यानात त्यांनी 'भारताचे भवितव्य' या विषयावर विचार मांडले. या भाषणासाठी इंग्लंडमधील अनेक मान्यवर ठिकठिकाणांहून मुद्दाम आले होते. हिंदु-मुस्लीम समस्या, अस्पृश्यतेचा प्रश्न आणि हिंदुस्थानात वाढत जाणारे तीव्र दारिद्र्य, या बाबींचा ऊहापोह करून त्यांनी ब्रिटिश-शासन काळात हिंदुस्थानातील कमी होत चाललेल्या साक्षरतेच्या प्रश्नाकडे श्रोत्यांचे लक्ष वेधले.

तेथे त्यांनी स्पष्टपणे सांगितले की, ''५० किंवा १०० वर्षांपूर्वीपेक्षा भारतात निरक्षरता आजच अधिक आहे.'' याचे कारण असे की, 'भारतात आधीपासूनच अस्तित्वात असलेल्या शिक्षण व इतर बाबींची जपवणूक करण्याऐवजी ब्रिटिशशासनाने त्यांचे उच्चाटन करण्याचाच चंग बांधला आहे.' महात्मा गांधींनी त्यांच्या भाषणात

पुढे असेही म्हटले की, "त्यांनी (ब्रिटिशांनी) भूमी खोदून सर्वांग सुंदर विशाल वृक्षाची मुळे पहायला प्रारंभ केला आणि ती मुळे तशीच उघडी ठेवून दिली आणि पाहता पाहता (भारतीय शिक्षण परंपरेचा) तो सुंदर वृक्ष उन्मळून पडला."

(The two main points he made were (i) "That today India is more illiterate than it was fifty or a hundred years ago." and (ii) That "the British administrations," instead of looking after education and other matters which had existed. "Began to roof them out. They scratched the soil and began to look at the root and left the root like that and the beautiful tree perished. He stated all this with conviction and a sense of authority and said that he was without fear of his being challenged successfully."

"One of the statements which thus comes up was that the ignorance and illitenacy in India was caused by British rule and that conversely at the beginings of British political dominian India had extensive education, learning and literacy." (The Beautiful Tree; Page 56)

महात्मा गांधींनी हे विधान अत्यंत अधिकारवाणीने आणि पोटतिडकीने केले होते; त्यामुळेच ते पुढे असेही म्हणाले होते की, "माझ्या विधानाला कुणी आव्हान देईल त्याची मला पर्वा नाही." आणि झालेही तसेच, सर फिलिप हार्टोग यांनी महात्मा गांधींना त्यांचे विधान सिद्ध करण्याचे आव्हान दिले. महात्मा गांधींनी त्यांना उत्तरे देण्याचा प्रयत्न केला. परंतु, त्याचे समाधान झाले नाही; हेच आव्हान स्वीकारून सात-आठ वर्षांपूर्वी पवनार आश्रमात राहणारे प्रसिद्ध गांधीवादी विचारवंत धर्मपाल यांनी अत्यंत अभ्यासपूर्ण असा 'The Beautiful Tree' हा ग्रंथ लिहिला; त्यासाठी ते इंग्लंडला जाऊन राहिले. तेथे राहून ब्रिटिशांच्याच कागदपत्रांच्या आधारे महात्मा गांधींनी केलेली विधाने त्यांनी सप्रमाण सिद्ध केली.

महात्मा गांधींनी इंग्रजी शिक्षणाच्या दुष्परिणामांसंबंधी अनेक वेळा आपली मते अत्यंत स्पष्टपणे आणि परखडपणे प्रकट केली आहेत.

मेकॉले याने हिंदुस्थानच्या प्रजेतील काहींना त्यांच्या सांस्कृतिक प्रवाहापासून तोडले. त्यांची अभिरुची बदलून टाकली. महात्मा गांधींनी त्यांच्या 'हिंद-स्वराज' या ग्रंथात याविषयी फारच स्पष्टपणे आपले मत दिले आहे. मेकॉलेने हिंदुस्थानातील शिक्षणाचा पायाच नष्ट केला. इंग्रजी शिक्षणपद्धतीतून तयार झालेल्या, देशापासून तुटलेल्या, उपऱ्या झालेल्या, लोकांच्या हातात या देशाचे स्वराज्य गेले तर अनवस्था प्रसंग ओढवेल आणि विपरीत स्थिती निर्माण होईल. यासंबंधी महात्मा गांधी लिहितात,

"English rule without the Englishman, you want the tiger's nature, but not the tiger, that is to say, you would make India English and when it becomes English, it will be called not 'Hindustan' but 'Englishtan'. This is not swaraj that I want."

मेकॉलेच्या शिक्षणप्रणालीचा परिणाम असा झाला की, शिक्षणाच्या मुळाशी असणारा भौतिक मूल्यांचा आधारच संपला.

समाजातील मूल्यनिष्ठा नष्ट झाली. सुख, चैन आणि भौतिक बाबींच्या माध्यमातून विलासी जीवनाकडे लोकांचा कल वाढला. महात्मा गांधींनी ब्रिटिश पद्धतीच्या शिक्षणपद्धतीत 'Unrootedness, Disconnection with morality' असल्याचे सांगितले. ही शिक्षणपद्धती आपल्याला माणूस बनवीत नाही. आपल्याला आपले कर्तव्य करण्याची शिकवण देत नाही. महात्मा गांधींनी पाश्चिमात्य शिक्षण पद्धतीला (Alienational effects) 'दुरावा निर्माण करणारा परिणाम करणारे शिक्षण' असे म्हटले आहे.

दुर्दैवाने मेकॉलेप्रणीत शिक्षणपद्धती हिंदुस्थानात प्रचलित झाली; त्यातून शिकलेल्या भारतीयांच्या मनात भारतीय परंपरेविषयीचा दुरावा निर्माण झाला. स्वातंत्र्योत्तर काळातही महात्मा गांधींना 'राष्ट्रपिता' म्हणून संबोधणाऱ्या हिंदुस्थानात मेकॉलेप्रणीत गांधींनी धिक्कारलेली शिक्षणपद्धती तशीच चालू राहिली. शिक्षणाचे भारतीयीकरण झाले नाही. या देशात राज्य करणाऱ्या काळ्या, देशी पाश्चिमात्यांनी शिक्षणाचे भारतीयीकरण करण्याचे तर सोडाच तशा प्रयत्नांनाही विरोध केला.

महात्मा गांधींनी त्यांच्या चॅटम हाऊसमध्ये केलेल्या भाषणात ब्रिटिश शासन स्थापन झाल्यानंतर गेल्या ५०-१०० वर्षांत, हिंदुस्थानातील साक्षरतेचे प्रमाण किती आणि कसे कमी होत आहे, त्याचा ऊहापोह केला आणि ब्रिटिश शासनाला त्यासाठी जबाबदार धरले. हिंदुस्थानात १९व्या शतकाच्या प्रारंभी साक्षरतेचे प्रमाण किती चांगले होते, प्रत्येक खेड्यात शाळा होत्या, त्यात सगळ्या जातीजमातींचे लोक शिक्षणाचा लाभ घेत असत, इ. बाबींवर प्रकाश टाकला. सभेच्या अध्यक्षस्थानी सर फिलिप हार्टोग होते. ते हिंदुस्थानातील एका विद्यापीठाचे भूतपूर्व उपकुलपती आणि अनेक समित्यांचे अध्यक्ष होते. समारोपात त्यांनी अधिकृत पुराव्यांच्या आधारे महात्मा गांधींना त्यांची विधाने सिद्ध करण्याचे आव्हान दिले. त्यानंतरच्या काळात गांधीजी तुरुंगात होते; त्यामुळे त्यांना हार्टोगच्या आव्हानाला लगेच उत्तर देता आले नाही. त्यांनी त्यांच्या अनुयायांकडे आणि सहकाऱ्यांकडे हे काम सोपविले. महात्मा गांधींनी ब्रिटिशांच्या शिक्षणनीतीसंबंधी विधाने केली. त्यावर फिलिप हार्टोग यांनी केलेल्या आक्षेपाला उत्तर देताना 'यंग इंडिया'च्या डिसेंबरच्या १९२०च्या अंकातील दौलतराम गुप्ता यांचा लेख दिला. ॲडमचा अहवाल, लिटनर यांनी केलेल्या सवलक्षणाचा अहवाल त्याचप्रमाणे पंजाब, मुंबई आणि मद्रास इलाख्यातील सरकारी कागदपत्रे

यांचा आधार घेऊन दौलतराम गुप्ता यांनी त्यांचे लेख लिहिले होते. महात्मा गांधी येरवडा कारागृहात होते; त्यामुळे त्यांनी प्रा. के. टी. शहा यांना हार्टोगच्या पत्राला उत्तर देण्यास सांगितले. त्यांनी जी. एल. प्रिंडरगस्टची मते पुराव्यादाखल दिली. प्रिंडरगस्ट यांनी १८२१ साली नोंदवले होते की, इंग्रजी अंमलाखाली असलेल्या प्रदेशांत जवळजवळ सगळ्या खेड्यांत शाळा आहेत. मोठ्या खेड्यांत अधिक शाळा असून, शहरात शाळांची संख्या भरपूर आहे. मन्रो, ॲडम्स या सर्वांनी प्रत्येक खेड्यात निदान एक तरी शाळा होती, असे सांगितले होते. तेथील अध्यापकांचा चरितार्थ कसा चालतो, ते मात्र त्यांना समजले नव्हते. पगारी शिक्षकांच्या पलीकडे विचार करू न शकणाऱ्या ब्रिटिशांना ते कळणेच शक्य नव्हते. त्याचप्रमाणे भारतातील 'व्हिलेज रिपब्लिक्स' ही संकल्पनादेखील त्यांना कळणे अशक्य होते. हार्टोग यांनी हे सगळे पुरावे अमान्य केले. चार वर्षांनंतर लंडन विद्यापीठाच्या शिक्षणसंस्थेत महात्मा गांधींच्या विधानांचे खंडन करण्यासाठी हार्टोग यांनी तीन भाषणे दिली. ही त्यांची भाषणे 'Some Aspects of Indian Education : Past and present' (१९३९) या ग्रंथात संकलित करण्यात आली आहेत. या घटनेच्या १२५ वर्षे आधी विल्यम बिलबर फोर्स याने ब्रिटिश हाऊस ऑफ कॉमन्समध्ये केलेल्या भाषणाचा आधार घेऊन आपले विचार मांडले. याचा अर्थ असा होता की, ब्रिटिश पार्लमेंटने पुरस्कारलेल्या धोरणांचाच हार्टोग हा समर्थक होता. खरे तर ३ जून १८१३ म्हणजेच इंग्लंडहून हिंदुस्थानातील गव्हर्नरांना जो खलिता मिळाला, तेव्हापासून ते ब्रिटिश कामगार नेता केर हार्डिक यांनी दिलेल्या अभिप्रायापर्यंतचा म्हणजे जवळजवळ १०० वर्षांतील हिंदुस्थानातील शैक्षणिक स्थितीगतीचे विवरण करणारा ग्रंथ त्यापूर्वीच प्रकाशित झाला होता. पंडित सुंदरलाल यांनी 'भारत में अंग्रेजी राज' हा १७८० पृष्ठांचा ग्रंथ १९२९मध्ये प्रसिद्ध केला होता. हा ग्रंथ प्रसिद्ध झाल्याबरोबर ब्रिटिश सरकारने त्याच्यावर बंदी आणली. पुन्हा १९३९ साली त्याची दुसरी आवृत्ती तीन खंडांत प्रसिद्ध झाली. या बृहत्ग्रंथात १८ आणि १९व्या शतकांतील सर्व सामग्रीचा आधार घेऊन हिंदुस्थानातील शिक्षण-परंपरेचा इंग्रजांनी कसा नायनाट केला, त्याचा तपशील दिला आहे. या ग्रंथाच्या ३६ साव्या प्रकरणात 'The Destruction of Indian Indigenous Education' यासंबंधीचा ऊहापोह ४० पृष्ठांत केला आहे. विशेष म्हणजे आपल्या सर्व विवेचनाला त्यांनी ब्रिटिश शासनाचेच अहवाल आधार म्हणून दिले आहेत. हार्टोग यांनी या ग्रंथाची दखल घेतली नाही. कदाचित पंडित सुंदरलाल यांचा हा ग्रंथ हिंदीत असल्यामुळे असे घडले असावे.

१९व्या शतकाच्या प्रारंभी हिंदुस्थानातील शिक्षणाचे स्वरूप कसे होते. यासंबंधी लेखन करणाऱ्या सर्वांनी पूर्वी ख्रिस्ती मिशनरी असणाऱ्या विल्यम ॲडम्स यांच्या

लेखनाचा त्याचप्रमाणे १८२० आणि १८२२ ते २५मध्ये प्रसिद्ध झालेल्या अनुक्रमे मुंबई इलाखा आणि मद्रास तसेच मलबार प्रांतातील शिक्षणविषयक अहवालांचे आधार घेतले आहेत. काहींनी जी. डब्ल्यू. लिटनर यांनी पंजाबात केलेल्या सर्वेक्षणाचा आधार घेऊन लेखन केले आहे. परंतु, त्यापलीकडे जाऊन हिंदुस्थानातील इंग्रज प्रशासकांनी जे अहवाल पाठविले त्या मूळ कागदपत्रांचा कुणीही धांडोळा घेतला नव्हता, हे सगळेच आधार हार्टोगला संदेहास्पद वाटत होते; त्यामुळे महात्मा गांधींची विधाने कशी सत्यावर आधारलेली होती, हे धर्मपाल यांनी एक ग्रंथ लिहून सिद्ध केले. महात्मा गांधींनी हिंदुस्थानातील शिक्षण परंपरेचा 'सुंदर वृक्ष' ब्रिटिश शासनाने नष्ट केला, असे म्हटले होते; म्हणूनच धर्मपाल यांनी त्यांच्या ग्रंथाला 'The Beautiful Tree' असेच शीर्षक दिले. या ग्रंथात त्यांनी इंग्रज प्रशासकांच्या मूळ कागदपत्रांच्या आधारे हिंदुस्थानात ब्रिटिश अमदानीच्याआधी शिक्षणाचा किती आणि कसा प्रसार होता, हे स्पष्ट केले. शिक्षण समाजातील सर्व जाती-जमातींना केवळ खुले नव्हते; तर सगळ्या जाती-जमातीतील मुले आणि मुली किती मोठ्या संख्येने शाळेत येत असत हेच सप्रमाण दाखविले त्यासंबंधी साधार माहिती दिली.

इंग्रजांच्या हिंदुस्थानातील शिक्षणनीतीचा परिणाम असा झाला की, हिंदुस्थानातील लोकांचा धर्मावरील विश्वास उडू लागला. व्यवहारातील नैतिकता संपुष्टात येऊ लागली. माणसामाणसांतील भावसंबंध क्षीण होऊ लागले. हितसंबंध हा त्यांच्या परस्पर व्यवहारांचा एकमेव आधार झाला. हजारो वर्षांच्या परंपरेकडे लोक साशंकतेने पाहू लागले. इंग्रजी अमदानीतील अगदी प्रतिभावंतांनादेखील 'जुने जाऊ द्या मरणा लागूनी। जाळून किंवा पुरुनी टाका' असे वाटले. मूर्तिभंजनाची प्रक्रिया सुरू झाली. संस्कृत भाषा, संस्कृत ग्रंथ, संस्कृतातील विद्या यांची टवाळी सुरू झाली. येथील लोकांच्या मनावरील अध्यात्माचा प्रभाव कमी करण्याचा, एवढेच नाही तर नष्ट करण्याचा प्रयत्न केला गेला. शिक्षित-मोठ्या संख्येने नास्तिक, किमान आज्ञेयवादी बनले. त्यांची कशावरच श्रद्धा राहिली नाही. नीतिमूल्यांवरचा विश्वास उडाला. इंग्रजी शिकलेल्यांच्या मनावरील अध्यात्माचा प्रभाव संपला. त्यांच्या विचारविश्वात आणि जीवनशैलीत लक्षणीय बदल झाला. हिंदुस्थानातील समाजजीवन दुभंगले. ब्रिटिश प्राच्यविद्येच्या अभ्यासकांनी हिंदूंच्या पुराणांचे, दिव्यकथांचे किंवा मिथकांचे हसे केले. त्यांची चुकीची आकलने मांडून विडंबने केली. हिंदू देवदेवतांचे विडंबन करून त्यांच्यासंबंधीची श्रद्धा आणि भक्ती कमी करण्याच्या दृष्टीने प्रयत्न केला.

ब्रिटिशांच्या शैक्षणिक धोरणांमुळे 'स्वाभिमानशून्य पिढी' कशी निर्माण झाली, त्यासंबंधी आपण आत्तापर्यंत चर्चा केली. देशप्रेमरहित, समाजाविषयी कोणत्याही प्रकारे बांधिलकी नसलेला त्याचबरोबर न्यूनगंडाने पछाडलेला नवशिक्षित वर्ग कसा

निर्माण झाला, हे आपण पाहिले. ब्रिटिशांनी राबविलेल्या शैक्षणिक धोरणांचे परिणाम एवढेच सीमित नाहीत; त्याही पलीकडे जाऊन हा देश सर्वतोपरी निष्क्रिय, अकुशल आणि नालायकांचा कसा होईल, यादृष्टीनेही प्रयत्न केले गेले. मेकॉलेप्रणीत शैक्षणिक धोरणांमुळे हिंदुस्थानातील नवशिक्षित अडाणी होतात. ('खेड्यांत सगळीकडे अकुशल व्यक्तीला 'अडाणी' म्हणतात, जी व्यक्ती उत्पादक असे कोणतेही श्रमाचे काम करीत नाही. त्यांच्यासाठी ग्रामीण भागात 'अडाणी' हाच शब्द आहे.') त्यांना उपजीविकेसाठी चाकरी करण्याशिवाय कोणताही पर्याय उरत नाही. चाकरी मिळाली नाही तर ते बेकार होतात. इंग्रजांच्या शैक्षणिक धोरणांमुळे एकतर चाकरमान्यांची निर्मिती झाली किंवा चाकरी न मिळालेल्यांची म्हणजेच बेकारांची फौज तयार झाली.

ब्रिटिश अमदानीत हिंदुस्थानातील समाजाचे आणि त्यातही विशेषतः सुशिक्षित अभिजनांचे पश्चिमीकरण होण्याच्या प्रक्रियेला सुरुवात झाली. पश्चिमी संस्कृतीच्या अनुकरणाची प्रवृत्ती बळावली. त्याचे काही चांगले आणि हितावह परिणामही झाले; जसे मानवी व्यक्तिमत्त्वाला प्रतिष्ठा लाभली. लोकशाही जीवननिष्ठा दृढमूल होऊ लागली. जनलोकांना सामाजिक आत्मसन्मानाचे भान आले. वैज्ञानिक जीवननिष्ठा निर्माण होऊ लागली. परंपरेने चालत आलेल्या लोकभ्रम आणि अंधश्रद्धा क्षीण होऊ लागल्या. ज्ञानाचे प्रमाणीकरण झाले. विज्ञानाने सुख निर्मितीची आणि दुःख निवारणाची जी किमया प्राप्त केली होती, तिचा लाभ झाला. मानवी जीवन सुखी, समृद्ध, निरोगी जगण्याची प्रेरणा मिळाली. कायद्यासमोर सर्व समान हे तत्त्व, त्याचप्रमाणे लोकशाहीच्या यशासाठी विकसित केलेली 'संविधानात्मक नैतिकता' याचा प्रभाव पडला. या सगळ्या बाबी अनुकरणीय अशाच होत्या. त्याचे हिंदुस्थानातील समाजाने अनुकरणही केले. मात्र, अनुकरणाची प्रवृत्ती पुरेशी विवेकी राहू शकली नाही. काही समाज-धुरीणांनी हिंदुस्थानच्या ५ सांस्कृतिक तत्त्वांचा आधार घेऊन वैदिक वास्तवाचे भान त्यांच्या आचार-विचारांतून प्रकट केले. पश्चिमी संस्कृतीतून आलेल्या संकल्पनांचा स्वीकार केला. समाजाच्या उत्थानासाठी त्याचा उपयोग करून घेण्याचा प्रयत्न केला. ब्रिटिशांच्या सांस्कृतिक प्रभावाने दिपून न जाता समाज-परिवर्तनाचा प्रयत्न केला. परंतु, दुर्दैवाने स्वातंत्र्य प्राप्तीनंतर मात्र पराधीन, आत्मप्रत्ययहीन मानसिकतेचे सावट समाज मानसावर आले. आपल्या राष्ट्रीय तत्त्वात न समावल्या जाणाऱ्या अनिष्ट घटकांचेही अनुकरण समाजाकडून घडत गेले. स्वातंत्र्य, समता, लोकशाही, संविधानात्मक नैतिकता अशा अनुकरणीय तत्त्वांचे पोषण होऊन समाजाच्या उत्थानासाठी आवश्यक असलेल्या अनेक प्रवृत्ती, प्रेरणा यांची जोपासना करण्याकडे समाजाने म्हणावे तसे लक्ष दिले नाही. त्याऐवजी पश्चिमेकडील आत्मकेंद्रित व्यक्तिवाद, करारवजा नीतिकल्पना, उपभोगप्रधान इहवाद आणि त्याच्यावर आधारलेली विकासाची संकल्पना, भावरहित

विवेकवाद अशा प्रवृत्ती-प्रेरणांनाच अवलंब करण्याकडे कल वाढला. दृक्श्राव्य प्रसारमाध्यमे, आक्रमक बाजारनीती, इष्ट-अनिष्ट प्रचारतंत्रे इ. माध्यमांतून पश्चिमी संस्कृतीचे अनिष्ट घटक आपल्या समाजाच्या मानसिकतेवर आणि भावविश्वावर प्रभाव टाकत आहेत.

हिंदुस्थानात मध्ययुगातदेखील आत्मकेंद्रितता होती. समाजविमुखता होती. ऐहिक उपभोगप्रधानता होती. सामाजिक फुटीरपणा होता. विषमता होती; नैतिक कल्पनेतील सामाजिकतेचा अभाव होता. अशा मानवी हिताला बाधक प्रवृत्ती होत्या. परंतु, त्याचे सार्वत्रिकीकरण झाले नव्हते. या प्रवृत्ती अनिष्ट आणि निषेधार्ह मानल्या जात होत्या. आज मात्र राष्ट्रहिताला घातक असलेल्या या आणि अशा प्रवृत्ती सर्वमान्य झाल्या आहेत; होत आहेत. आधुनिकतेच्या नावाखाली त्याला तत्त्वज्ञानात्मक समर्थन मिळू लागले आहे.

भौतिकतेचा समाजजीवनावर जो अतिरिक्त प्रभाव पडला आहे व पडत आहे आणि त्यामुळे जी सांस्कृतिक अनावस्था ओढवत आहे; त्यामुळे पश्चिमी विचारवंत आत्मचिकित्सा करू लागले आहेत. संस्कृती व्यस्ततेची मीमांसा करू लागले आहेत. मानवी जीवनाचा तुकड्या-तुकड्यांतून विचार करण्याऐवजी समग्रतेने विचार केला पाहिजे, याचे भान त्यांच्या चिंतनातून प्रकट होऊ लागले आहे; तसे चिंतन होण्याची गरज आहे. त्यासंबंधी उपाययोजना होण्याची गरज आहे. आपणही त्यासंबंधी चिंतन करण्याची आवश्यकता आहे.

जीवनाचे अंतिम ध्येय काय आहे, याचा विचार करण्याची आवश्यकता आहे. हिंदुस्थानातील समाजाच्या भावविश्वावर जीवनाचे अंतिम लक्ष्य आध्यात्मिक आहे, या मूल्याचा दाट संस्कार आहे. जो आजही प्रत्यक्ष-अप्रत्यक्षपणे जाणवतो. हे लक्षात घेऊन ऐहिक आणि आध्यात्मिक यांतील विवेक जागा करण्याची आवश्यकता आहे. महात्मा गांधी यांची भूमिका हीच होती. डॉ. सर्वपल्ली राधाकृष्णन् यांनीही ऐहिक आणि आध्यात्मिक यांत मेळ असावा, असे विचार मांडले आहेत. या भूमिकेचा अवलंब केल्याने समाज जीवनाला नैतिकतेचे अधिष्ठान प्राप्त होईल. आजच्या नैतिक अध:पतनातून समाजजीवन वर येईल.

१७ नैतिक मूल्यांचे शिक्षण आणि प्रसारमाध्यमे

डॉ. वि. ल. धारूरकर

वर्तमान युगामध्ये भारतीय समाजात शिक्षणापुढे सर्वांत जटिल समस्या कोणती असेल तर ती नैतिक मूल्यांचे रक्षण कसे करावे, ही आहे. नैतिक मूल्ये व आध्यात्मिक मूल्यांचे रक्षण ही भारतीय शिक्षणापुढील समस्यांची समस्या होय. सर्व प्रकारच्या अध:पतनाचे मूळ हे नैतिक मूल्यांच्या अध:पतनामध्ये आहे; त्यामुळे भारतीय समाजामध्ये आमूलाग्र परिवर्तन घडवून आणण्यासाठी व्यापक प्रमाणावर सामाजिक जागृती आणि लोकशिक्षणाची गरज आहे; त्यामुळे सामाजिक प्रबोधनाद्वारे प्रसारमाध्यमांद्वारे सामाजिक संस्कार घडविण्याची गरज आहे. एकविसाव्या शतकामध्ये जागतिकीकरणानंतर एकीकडे 'मागणी तसा पुरवठा' अशी व्यावसायिक मनोवृत्ती वाढत आहे तर दुसरीकडे वाढत्या चंगळवादामुळे उपभोगवाद वाढत आहे. अशा सर्व गुंतागुंतीच्या प्रश्नांवर जर मात करावयाची असेल तर प्रसारमाध्यमांद्वारे नैतिक मूल्य शिक्षणावर भर देण्याची गरज आहे. त्या दृष्टीने हे सखोल चिंतन नवी दिशा देणारे ठरू शकेल.

आचारसंहितेची संकल्पना

वृत्तपत्राच्या नैतिक आचारसंहितेची संकल्पना मांडताना जॉन हार्टिंग यांनी 'प्लेइंग इट्स स्ट्रेट' हा ग्रंथ लिहिला आहे. हा ग्रंथ अमेरिकन संपादक परिषदेने प्रकाशित केला आहे; त्यामध्ये या संघटनेने तयार केलेल्या आचारसंहितेचाही समावेश केला आहे. त्यामध्ये असे म्हटले आहे की, जेव्हा पत्रकारिता सरळपणे केली जाते तेव्हाच आचारसंहितेचे पालन होते. कोणताही वाईट हेतू मनात न ठेवता साध्यासरळ मार्गाने जेव्हा पत्रकारिता केली जाते तेव्हा तिला 'नैतिक पत्रकारिता' असे म्हणतात. बर्नाड रूबीन यांनी 'एडीटर्स ऑन एडीटिंग' हा ग्रंथ लिहिला आहे व या ग्रंथाच्या प्रस्तावनेत असे म्हटले आहे की, आधुनिक काळात प्रत्येक संपादकाला आचारसंहितेचे भान असते व ते या कल्पनांचे काळजीपूर्वक पालन करतात. प्रा. लुईस हॉज यांनी

‘रिस्पॉन्सिबिलीटीज इन जर्नालिझम’ या ग्रंथात वृत्तपत्रातील संपूर्ण जबाबदारीची कल्पना मांडली आहे. वृत्तपत्रात प्रकाशित होणाऱ्या सर्व प्रकारच्या सामुग्रीसाठी संपादक जबाबदार असतात व तेच आचारसंहितेच्या पालनासाठी पोषक वातावरण तयार करतात. प्रा. इंग्लिश व हॅच यांनी लिहिलेल्या ‘स्कोलॅस्टिक जर्नालिझम’ या ग्रंथात नैतिक आचारसंहितेच्या कल्पनेचा गोषवारा दिला आहे. त्यांच्या मते, स्वातंत्र्य व जबाबदारी या तत्त्वांचा तटस्थ व सत्यप्रिय दृष्टीने व सचोटीने विकास केला जातो तेव्हाच ‘नैतिक पत्रकारिता’ विकसित होते. युनेस्कोच्या वतीने प्रकाशित केलेल्या ‘कम्युनिकेशन अॅन्ड सोसायटी’ या ग्रंथामध्ये नैतिक आचारसंहिता या कल्पनेचा जगभर कसा विकास झाला, त्याची नोंद घेतली आहे. काही आचारसंहिता या लादलेल्या असतात तर अन्य काही अंत:करणातून कारंज्याप्रमाणे उसळी घेणाऱ्या असतात. बहुसंख्य लोकशाही राष्ट्रांत संघटनेने तयार केलेल्या आचारसंहितेला महत्त्व असते परंतु हुकूमशाही देशामध्ये मात्र आचारसंहिता लादली जात असते.

प्रसारमाध्यमांचे सामाजीकरण

प्रसारमाध्यमे हे एक सामाजीकरणाचे प्रभावी माध्यम होय. वर्ण, जात, धर्म, पंथ, पक्ष अशा सर्व मतभेदांवर मात करून भारतीय समाजामध्ये ‘त्यागसेवा’ व ‘समर्पण’ ही मूल्ये रुजविणे ही बाब सामाजीकरणाच्या प्रक्रियेत अत्यंत महत्त्वाची असते. प्रा. डेनिस मॅक्विल यांनी म्हटल्याप्रमाणे प्रसारमाध्यमे, हे समाजपरिवर्तनाचे माध्यम होय; पण त्याचा योजकतेने व जाणीवपूर्वक वापर केला पाहिजे. जनसंवादाची माध्यमे ही संस्कृतीचा प्रसार करतात, असे प्रा. विलवर ग्रॅम म्हणतात. नैतिक मूल्ये ही सांस्कृतिक जीवनाचा मूलाधार असतात व ती राष्ट्रजीवनाचे सत्त्व टिकविण्यासाठी साहाय्य करतात हे सूत्र लक्षात घेतले पाहिजे, त्यामुळे नैतिक मूल्ये रक्षणामध्ये प्रसारमाध्यमांच्या मूलभूत कार्यप्रणालीवर प्रकाश टाकणे, हे उचित ठरते.

समाज सतत बदलत असतो पण त्या बदलास गती देण्यासाठी प्रसारमाध्यमांचे ज्ञानजागरण महत्त्वाचे ठरते. प्रसारमाध्यमे सातत्याने ज्ञान-यज्ञ चालवितात. त्यामध्ये माहितीचा साठा व्यापक असतो पण अशा माहितीला जर ज्ञानाची जोड दिली तरच मूल्यसंवर्धन घडू शकते.

प्रसारमाध्यमे ही लोकशाही जीवनामध्ये चतुर्थसत्ता या नात्याने काम करतात व त्यांच्या या कार्याचेस्वरूप हे लोकशाही व्यवस्थेमध्ये जनतेच्या आशा-आकांक्षा प्रकट करण्यात असते. या पार्श्वभूमीवर भारतीय समाजजीवनामधील अज्ञानाचा अंधकार दूर करून, ज्ञानाचा प्रकाश रुजविणे किती महत्त्वाचे आहे, ते लक्षात येते.

प्राधान्यक्रम कोणते?

राजकीय शिक्षण, सामाजिक प्रबोधन, आर्थिक उन्नती, संस्कृती प्रकार तसेच शैक्षणिक प्रबोधन, प्रेरक मनोरंजन तसेच जाहिरातींचे प्रसारण या संदर्भात प्रसारमाध्यमांना महत्त्वाचे प्राधान्यक्रम कोणते आहेत, ते लक्षात आले पाहिजे. भारतीय समाजातील अध:पाताचे कारण म्हणजे पथदर्शक मूल्यांचा अभाव हे होय; त्या अनुषंगाने करावयाच्या प्रमयाचेस्वरूप या लेखांमध्ये सुस्पष्टपणे म्हटले आहे. बर्टान्ड रुसेल यांनी म्हटल्याप्रमाणे, एखादी गोष्ट केल्यानंतर माणसाला जेव्हा बरे वाटते तेव्हा त्यास 'नीती' असे म्हणतात. एखादी गोष्ट केल्यानंतर चुकल्यासारखे असे होते तेव्हा त्यास 'अनीती' म्हणतात. नीती व अनीतीमध्ये एक पुसटशी रेषा असते.

इम्यॅनुअल कान्ट यांनी, त्यास त्यांच्या अंत:करणातील नीतीचा दिवा सदैव नवा प्रकाश देतो, असे म्हटले आहे. प्रसारमाध्यमे खरंच नैतिक मूल्यांचा संदेश किती प्रभावीपणे देतात, हा खरा प्रश्न आहे. रामायण, महाभारत व श्रीकृष्ण या मालिकांद्वारे नैतिक मूल्यांचा सामाजिक संस्कार करण्यामध्ये श्री. रामानंद सागर यांना जे यश आले ते अन्य मालिकांना आले नाही, हे कटू सत्य आहे. एखाद्या प्राचीन कलाकृतीची उंची व तिचे वर्तमान संदर्भात सादरीकरण करताना उच्चतर सांस्कृतिक पातळी गाठणे महत्त्वाचे असते, अशी उंची प्रसारमाध्यमे किती प्रमाणात गाठू शकतात, यावर अशा संस्कारांचे प्रभावसामर्थ्य अवलंबून असते. प्राचीन भारतीय अभिजात ग्रंथांवर आधारित मालिकांची निर्मिती कल्पकतेने कशी करता येईल, हा खरा प्रश्न आहे. भारतीय समाजाची भ्रष्टाचार व अन्य प्रश्नांची गुंतागुंत पाहता या सर्व पार्श्वभूमीवर नैतिक मूल्यांची महत्ता लक्षात येते.

निर्मिती व कलात्मकता

कालिदास, भवभूती यांच्या संस्कृत नाटकांवर आधारित मालिका का निर्माण होत नाहीत, या प्रश्नाचा शोध घेता असे दिसते की, जटिल निर्मिती प्रक्रियेप्रमाणेच कल्पकतेचा अभाव, हीसुद्धा एक जटिल समस्या होय.

'त्रैनीती'शतक लिहिणारा भर्तृहरी राजा होता. 'गाथा सप्तशती' हा प्राकृत ग्रंथ लिहिणारा हल हाही राजा होता. हे पाहता असे दिसते की, राजपदावर पोहोचलेल्या या महान राज्यकर्त्यांना नैतिक मूल्यांचा विसर पडला नाही, त्यांनी राजकारणाला नैतिक मूल्यांची जोड दिली, त्यामुळे हे इतिहासावर ठसा उमटवू शकले. आधुनिक प्रसारमाध्यमांनी 'मागणी तसा पुरवठा' हे तंत्र अनुसरले आहे. बाजारपेठप्रधान माध्यमांना नैतिक मूल्यांचा विसर पडत आहे. अशा वेळी निर्मिती व कलात्मकता यामध्ये समन्वय साधून नैतिक मूल्यांचे जतन व संवर्धन करण्यावर भर दिला पाहिजे.

साम्यवादी राष्ट्रांमध्ये जसा प्रचारक दृष्टिकोन असतो तसा न बाळगता प्रसारमाध्यमांनी मातीशी नाते जोडून कलात्मक दृष्टीने जर सृजनशीलता जोपासली तरच असा बदल शक्य होईल. त्यासाठी प्रसारमाध्यमांनी समाजजीवनावर नैतिक मूल्ये बिंबवण्यासाठी कलात्मक सृजनशीलता विचारपूर्वक जोपासली पाहिजे. वर्तमान काळामध्ये सादरीकरणाच्या आधुनिक तंत्राचा काळजीपूर्वक वापर करून असा संस्कार घडविणे शक्य होणार आहे; त्यासाठी आपला ध्येयवाद आणि अंगीकृत उद्दिष्टे यांकडे पाठ फिरविता कामा नये. 'सत्य शिवं सुंदर' हे दूरदर्शनचे ब्रीदवाक्य आहे तर 'बहुजन हिताय, बहुजन सुखाय' या तत्त्वसूत्राचा आकाशवाणी उद्‌घोष करते. त्याचा विसर पडू न देता नैतिक मूल्ये जोपासण्यासाठी त्याचा उपयोग करावा लागेल.

खरी आव्हाने कोणती?

भारतीय प्रसारमाध्यमांपुढे खरे आव्हान आहे, ते भांडवलशाही व कार्पोरेट नफेखोरीचे. आता प्रसारमाध्यमांनी वर्तमान पाश्चिमात्य राष्ट्रांमधील समस्यांचा गुंता लक्षात घेता प्राधान्याने चारित्र्यनिर्मितीवर भर दिला पाहिजे. राजकीय प्रबोधन व सामाजिक परिवर्तन तसेच आर्थिक विकास, शैक्षणिक प्रबोधन ही कार्ये पार पाडत असताना प्रसारमाध्यमांपुढे सर्वांत मोठे आव्हान कोणते असेल तर नैतिक मूल्य संस्कारांचे आहे. चारित्र्य संवर्धन हे प्रसार माध्यमांपुढे सर्वांत मोठे आव्हान आहे. सामाजिक व सांस्कृतिक जीवनाचा स्तर जर उंचावयाचा असेल तर समाजमनावर नैतिक मूल्ये रुजविली पाहिजेत व त्यासाठी प्रयत्नांची पराकाष्ठा केली पाहिजे.

उपाययोजना

भावी काळात भारतीय प्रसारमाध्यमे ही सशक्त व निरोगी व्हावयाची असतील तर पुढील उपायांची काळजीपूर्वक अंमलबजावणी केली पाहिजे.

- मुद्रित व दृक्-श्राव्य माध्यमांनी आचारसंहितेचे पालन अपरिहार्य करावे.
- जाहिराती आणि प्रायोजित कार्यक्रम यांची विशेष आचारसंहिता तयार करावी.
- कार्पोरेट उद्योगांसाठी सामाजिक जबाबदारी बरोबरच नैतिक मूल्यांचे पालन करावे.
- नैतिक मूल्ये पालनासाठी पोषक सामाजिक वातावरण तयार करावे.
- शालेय, महाविद्यालयीन व विद्यापीठीय शिक्षणाच्या नैतिक मूल्यांचे विशेष प्रशिक्षण द्यावे.
- शिक्षक व अध्यापक यांच्या प्रशिक्षण वर्गामध्ये घेतल्या जाणाऱ्या अभ्यासक्रमात नैतिक मूल्यांचा समावेश करावा.

- सर्व व्यावसायिक अभ्यासक्रमातून 'नैतिक मूल्ये शिक्षण' हा एक स्वतंत्र अभ्यास विषय ठेवावा.

या सर्व चर्चेवरून हे स्पष्ट होते की, प्राचीन काळी समाजाची धारणा करण्याचे काम 'धर्म' करत असे; आज प्रसारमाध्यमांना हे कार्य करावे लागत आहे. स्वातंत्र्य, जबाबदारी, सत्यप्रियता, निर्भयता, पक्षनिरपेक्षता, तटस्थता तसेच सचोटी ही जागतिक प्रसारमाध्यमांची प्रमुख लक्षणे आहेत. त्यांच्या या सर्व वैशिष्ट्यांचे प्रतिबिंब नैतिक आचारसंहितांमध्ये उमटले आहे. भावी कालखंडामध्ये राष्ट्रजीवनाची समर्थपणे जडणघडण करण्यासाठी नैतिक मूल्ये रुजविली पाहिजेत.

भौतिक प्रगतीबरोबरच नैतिक मूल्यांचे पालन केले असता समग्र प्रगतीची नवी क्षितिजे तेजावू शकतील. बर्ट्रांड रुसेल यांनी म्हटल्याप्रमाणे, कोणताही समाज हा कवीकल्पनेवर उभा राहू शकत नाही, त्यासाठी त्या समाजातील प्रत्येक व्यक्तने समाजाच्या उन्नतीसाठी काहीतरी भरीव कार्य केले पाहिजे. विधायक कार्याचा आदर्श नैतिकदृष्टीने निर्माण करावा लागेल.

समाजाचे चित्र बदलण्यासाठी, नैतिक मूल्यांचे बीजारोपण करण्यासाठी प्राधान्यक्रम ठरवून वाटचाल केली पाहिजे. तसे झाले तरच सर्वांगीण विकासाला नैतिक अधिष्ठान प्राप्त होऊ शकेल. आजच्या अंधारलेल्या काळात प्रकाशाचे नवे पर्व उदयास यावयाचे असेल तर 'नैतिक मूल्यांचा संस्कार' अत्यंत महत्त्वाचा ठरतो, तसे झाले तरच कार्पोरेट उद्योगाच्या काळातही केवळ नफेखोरी नव्हे तर समाजसेवा आणि सामाजिक बांधिलक हे तत्त्व कृतीत येऊ शकेल. तरच स्वातंत्र्याची नवी पहाट होऊ शकेल आणि स्वराज्याचे सुराज्यात आणि रामराज्यात रूपांतर होऊन लोकांपर्यंत विकासाची मधुर फळे पोहोचू शकतील.

१८ आधुनिक समाजव्यवस्थेतील नैतिक मूल्यांची घसरण

डॉ. गजानन सुरासे

आधुनिक समाजव्यवस्थेत नैतिक मूल्यांची घसरण होत आहे किंवा नाही, हा विषय समाजशास्त्रीय अभ्यासक, विद्वान संशोधक यांच्या दृष्टीने वादाचा होऊ शकतो. समाज आणि त्यांची व्यवस्था आणि त्या संबंधाने प्रकट झालेली नैतिक मूल्ये हे त्या त्या काळावर, स्थळावर आणि राजकीय, सामाजिक, भौगोलिक परिस्थितीवर अवलंबून असतात. म्हणून समाजव्यवस्था आणि नैतिक मूल्ये ही मुळातच व्यापक आणि कठीण अशी संज्ञा असून, ती सोप्या आणि सुटसुटीत एका अंगाने व्याख्येत बसवता येणार नाही.

समाज आणि आधुनिक समाजव्यवस्था आणि नैतिक मूल्ये ही संकल्पना समजून घ्यायची असेल तर त्यात केंद्रस्थानी असणारा मानव, त्याची उत्क्रांती आणि मानवामध्ये काळानुसार होत गेलेले परिवर्तन याचे आकलन होणे गरजेचे आहे. मानव या संज्ञेभोवतीच समाजव्यवस्था आणि नैतिक मूल्ये चक्रक्रमाने घटिकायंत्राप्रमाणेच फिरत असतात. समाजव्यवस्था कशी आहे? प्रगत आहे की मागास? उत्तम दर्जाची आहे की निकृष्ट? नैतिक मूल्यांची जोपासना होते की नैतिक मूल्यांचे अध:पतन? या सर्व बाबी मनुष्याच्या अंगी असलेल्या गुणलक्षणावरून ओळखता येतात. समाजव्यवस्था, त्यांचे स्वरूप, लक्षण आणि वैशिष्ट्ये अभ्यासण्यासाठी समाजशास्त्राचा एखादा महान लेखकाचा ग्रंथ वाचण्याची गरज नाही. नैतिक मूल्ये तपासण्यासाठी एखाद्या मानसशास्त्रज्ञाच्या प्रयोगशाळेत जाऊन नैतिक मूल्यांच्या मानसशास्त्रीय अथवा आध्यात्मिक शास्त्रीय चाचण्या घेण्याची गरज नाही. माणूस म्हणजे काय? तो कोणत्या प्रकारच्या समाजव्यवस्थेत वावरतो? आणि त्यांच्याकडून नैतिक मूल्यांची जपणूक होते किंवा नाही, याची व्याख्या थोर संत ज्ञानेश्वरमहाराजांनी करण्याचा प्रयत्न केला.

माझ्या मते, ''माणूस म्हणजे काय, त्याचे समाजव्यवस्थेतील स्थान आणि अशा समाजव्यवस्थेला आधुनिक मानायचे की नाही आणि त्यांच्या वर्तनातील मूल्ये कशी ओळखावी? नैतिक मूल्यांची जपणूक होते की अध:पतन, हे ज्ञानेश्वरमहाराजांनी 'ज्ञानेश्वरी'त केलेल्या सोप्या आणि सरळ व्याख्येवरून लक्षात येते.''

''तरी झाड जाणिजे फुले । माणूस जाणिजे बोले ।
भोगे जाणिजे केले। पूर्व जन्मीचे।।''

माणूस आणि समाजव्यवस्था

डार्विनच्या सिद्धान्ताप्रमाणे माणूस हा मुळातच सृष्टीतील प्राण्यांपैकी एक असा, प्राणी आहे की, ज्याच्यामध्ये शरीररचनेच्या आणि बौद्धिक क्षमतेच्या दृष्टीने काळानुरूप बदल होत गेलेले आहेत. मानववंशशास्त्रज्ञ आणि प्राणिशास्त्राचे अभ्यासकही मान्य करतात की, माणूस हा विविध अवस्थांमधून बदलत गेलेला विकसित झालेला प्राणी आहे. प्राण्यामध्ये विकास होऊन वानर झाला आणि वानराचा नर झाला आणि अशा नराचे रूपांतर आजच्या मानवी रूपात विकसित झालेले आहे. हा माणूस समूहाने, कळपाने एकत्रित राहू लागला. आपल्या गरजांची पूर्तता करण्यासाठी एकमेकांना साहाय्यभूत ठरू लागला. गरजांची पूर्तता, वंशवृद्धी, शत्रूपासून संरक्षण आणि बुद्धीचा, ज्ञानाचा विकास हा समाजव्यवस्थेच्या माध्यमातून पूर्ण करण्याचा प्रयत्न करू लागला. गरजांची पूर्तता करण्यासाठी हाती घेतलेली वेगवेगळी कार्ये, शेती आणि कारखानदारी, सेवा उद्योगातून माल-सेवा यांची होणारी निर्मिती, वंशवृद्धीसाठी, प्रजोत्पादनासाठी अवलंबिलेली विवाहपद्धती, विवाह पद्धतीमुळे एकत्रित आणि विभक्त स्वरूपाची अस्तित्वात आलेली कुटुंबपद्धती, व्यक्ती आणि कुटुंबासाठी साधनांची, सुविधांची जमवाजमव, स्वसंरक्षणासाठी, ऊन, वारा, पाऊस यांपासून बचावासाठी गृहनिर्मिती, गाव, शहर आणि नगरांची रचना या सर्व बाबी मनुष्य आणि त्याच्यासाठी अस्तित्वात असलेली व्यवस्थाच होय.

स्वरूप आणि लक्षण

समाजव्यवस्थेचे स्वरूप, लक्षण समजून घेण्यासाठी समाजशास्त्रीय तज्ज्ञांनी केलेली व्याख्या, मांडलेले सिद्धान्त आणि संशोधकांनी वेळोवेळी काढलेले निष्कर्ष अपुरे पडतात. समाजव्यवस्था आधुनिक मानायची की जुनाट अथवा अप्रगत/मागास समजायची, जीवनमूल्ये कशी ठरवावी, नैतिकता-अनैतिकता यांविषयीसुद्धा अभ्यासक्रमामध्ये मतभेद होऊ शकतात. मनुष्य आणि समाजव्यवस्था प्रत्येक क्षणाला प्रगत आणि आधुनिकच होत जाते. काळानुरूप आणि परिस्थितीनुरूप

मनुष्यामध्ये व त्याच्यामध्ये असलेल्या बुद्धिमत्तेमध्ये आणि अशा मनुष्यापासून निर्माण झालेल्या समाजव्यवस्थेमध्ये सतत बदल घडून येत असतो. प्रत्येक काळातील मनुष्य आणि समाज हा त्या त्या काळात आधुनिकच मानावा लागेल; परंतु, त्यामध्ये काळानुरूप होणाऱ्या बदलानुसार कालच्यापेक्षा आजचा माणूस आणि त्याच्याभोवती असलेली चक्ररूप समाजव्यवस्था प्रगतच म्हणावी लागेल. मनुष्यामध्ये प्राण्याच्या मानाने असलेल्या प्रचंड बुद्धिमत्तेच्या, शक्तीच्या जोरावर आणि तिच्यामुळे होणाऱ्या विकासामुळे आजचा मनुष्य प्रगत, आधुनिक आणि पूर्णपणे विकसित झालेला दिसून येतो. प्राणिशास्त्राच्या दृष्टीने विचार केल्यास मनुष्य हा नैसर्गिक प्राणीच आहे आणि आजही इतर प्राण्यांप्रमाणेच अनेक गोष्टींत मनुष्यसदृश प्राणीच आहे. प्राणी आणि मनुष्यामध्ये समान गोष्टी चार आहेत. आहार, निद्रा, भय, मैथुन. या चारही बाबींसाठी मनुष्य आणि प्राणी सारखाच म्हटले तरी मागास; मानले तर आधुनिक. खाणे, पिणे, आहारविहार, निद्रा, भय आणि वंशवृद्धी या बाबतीत कोणतीही आधुनिकता आलेली नाही अथवा पूर्णपणे मागास आहे, हेही मानता येत नाही.

मनुष्याला माणूस म्हटले जाते, ते केवळ त्याच्यामध्ये विचार, कृती आणि निर्मितीवरील असलेली बुद्धी आणि विवेक यांच्यामुळे. बुद्धीच्या आणि विवेकाच्या जोरावर आजचा मनुष्य आणि समाज पृथ्वी सोडून इतर ग्रहांवर स्थलांतर करण्याच्या तयारीत आहे. पाताळ आणि अंतराळात संचार करीत आहे; म्हणजे अलीकडचा मनुष्य आणि समाजव्यवस्था विज्ञान आणि तंत्रज्ञानाच्या शोधामुळे सर्व अर्थाने, दृष्टीने प्रगत झालेला आहे. सर्वशक्तिमान झालेला आहे. सर्व जग आपल्या कक्षेत आणलेले आहे. खालील मुद्द्यांच्या दृष्टीने मनुष्य आणि समाज आधुनिक, प्रगत झालेला आहे, असे मानले तर वावगे ठरणार नाही.

आधुनिक समाज

१. शिक्षणाचा/ज्ञानाचा प्रसार झालेला आहे. शेवटच्या घटकापर्यंत मनुष्य आणि विशेषत: स्त्रियांपर्यंत शिक्षण आणि ज्ञानगंगा पोहोचलेली असून परिणामी शिक्षण आणि ज्ञानाच्या जोरावर आधुनिक साधनांचा वापर करून आधुनिक जीवन जगत आहे.

२. आरोग्याच्या आणि वैद्यकीय साधनांच्या उपलब्धतेमुळे आरोग्य सुधारले. आयुर्मान वाढले आणि सुदृढ आणि सुव्यवस्थित जीवन जगत आहे.

३. शिक्षणाच्या प्रसारामुळे नवनवीन उद्योग आले. शेती तंत्रज्ञानाच्या बदलामुळे शेती उत्पादन वाढले, उत्पन्न वाढले, रोजगाराच्या संधी वाढल्या आणि या

सर्व औद्योगिक आणि हरितक्रांतीमुळेच मनुष्य आणि समाजजीवन पूर्णपणे आधुनिक झालेले दिसून येते.

४. आजच्या काळामध्ये वाहतुकीची आणि दळणवळणाच्या साधनांची उपलब्धता, दूरध्वनी आणि तंत्रज्ञानाच्या सोईमुळे सर्व जग-ब्रह्मांड आपल्या उदरात साठविण्याची क्षमता मनुष्य आणि समाजामध्ये आलेली दिसून येते.

आजच्या प्रगत अशा समाजव्यवस्थेप्रमाणे मनुष्य आणि समाज यामध्ये व्यवस्थेच्या रूपाने प्रकट होणारी मूल्यांची घसरण खालील मुद्द्यांवरून लक्षात येते -

नीतिमूल्यांची घसरण

१. शिक्षणाच्या, ज्ञानाच्या अतिप्रसारामुळे करिअर आणि स्पर्धेच्या युगात आजचा तरुण आणि सर्व समाजच अस्तित्वात असलेल्या व्यवस्थेमुळे कौटुंबिक, सामाजिक, स्नेहाचे, प्रेमाचे जीवन जगण्याऐवजी यंत्रवत, रोबोसारखे जीवन जगत आहे. अतिआत्मकेंद्रित होऊन त्याने कुटुंबव्यवस्था आणि असलेल्या नातेसंबंधांना झुगारून दिलेले आहे. मुलगा, आई, वडील, भाऊ, बहीण, पती, पत्नी ही नाती जवळजवळ संपुष्टात आलेली आहेत.

२. मनुष्य आणि समाजव्यवस्थेच्या विकासाला साहाय्यभूत ठरणाऱ्या शिक्षण संस्था, सामाजिक संस्था आणि त्यामध्ये कार्यरत असणारे घटक, विद्यार्थी, शिक्षक, संस्थाचालक आणि त्यावर नियंत्रण ठेवणारी विद्यापीठे आणि शासकीय व्यवस्थेतील अधिकारी आणि कर्मचारी सर्वच घटक नफेखोरीने, भ्रष्टाचाराने, गैरव्यवहाराने बरबटलेली अनेक उदाहरणे वर्तमानपत्रात रोज दृष्टीस पडत आहेत.

३. मनुष्य आणि समाजव्यवस्था यावर नियंत्रण ठेवणारी राज्यव्यवस्था, राजकीय पक्ष आणि संघटना, सरकारे अलीकडे सत्तास्पर्धेच्या युगात समाजहित, सामान्यांचे कल्याण, दुर्बलांना न्याय, विकासामध्ये सर्वांचा सहभाग याऐवजी व्यक्तिकेंद्रित आणि कुटुंबकेंद्रित सत्ता आणि संपत्ती ही व्यवस्था म्हणजे सामाजिक आणि नैतिक मूल्यांची घसरण होय.

४. सर्वांत शेवटी समाजव्यवस्थेमध्ये आणि आधुनिक समाजव्यवस्थेमध्ये केंद्रस्थानी असलेला मनुष्य आणि त्याच्याभोवती असणारा समाज हिंसक, अतिरेकी, अविवेकी, भ्रष्टाचारी, लोभी, नफेखोर, लाचार, लबाड, ढोंगी, व्यभिचारी इ. अवगुणांनी भरलेला आहे. ही नीतिमूल्यांची पूर्णपणे घसरण झालेल्या समाजाची लक्षणे आहेत. या आधुनिकतेची झळ सर्वांनाच बसत आहे; परंतु, निमूटपणे सहनशीलता वाढवून प्रवाहात सामील होण्याचीच सर्वांची वृत्ती आहे. त्याला

फक्त बदलू शकतात ते संत-महात्मेच; परंतु, आजच्या काळात त्यांची संख्या कमी झालेली आहे. म्हणजेच आजच्या काळात सज्जनांवर दुर्जनांनी पूर्णपणे मात केलेली आहे.

आजच्या आधुनिक समाजाचे वर्णन आणि नीतिमूल्यांची घसरण कोणत्या स्तराला जाणार आहे, हे पाचशे वर्षांपूर्वी आमच्या संतानी, पूर्वजांनी लिहून ठेवलेले आहे. तेव्हा आपणच ठरवा, काय घडत आहे.

१. स्त्रीभ्रूणहत्या वाढलेल्या आहेत.
२. पिता-पुत्र, माता-मुलगी एकमेकांचे वैरी झालेले आहेत.
३. पती-पत्नीने आपली नाती झुगारलेली आहेत. स्वैराचार बोकाळत आहे.
४. एड्ससारख्या रोगाची लागण झपाट्याने वाढत आहे.

संत तुकाराममहाराज वर्णन करतात–

ऐका कलीयुगाची (आधुनिक समाजव्यवस्था)
थोरी। पुत्र होईल पित्याचा वैरी।।
घरोघरी फिरतील नारी भ्रतार सांडोनि ।।
णूप्रते पितयापासी । सेवा घेती सेवकाशी ।।
सूनांचीया दासी । सासा जाहल्या ।।

११ मानवी विकासासाठी मानवी मूल्ये

डॉ. प्रल्हाद जोगदंड

अलीकडे भारतीय समाजात, प्रचंड उलथापालथ सुरू आहे. १९९१ साली नवीन आर्थिक धोरणाची सुरुवात झाली आणि जागतिकीकरणाच्या प्रक्रियेला जोरदार सुरुवात झाली. या धोरणाचे फायदे-तोटे लोकांना समजले आहेत. भारत २०२५ साली महासत्ता होणार, असे तज्ज्ञ मंडळी मोठ्या तावातावाने सांगत आहेत. खरे पाहता, आपला देश महासत्ता बनावा असे सर्व देशवासीयांना वाटते; पण या सर्वंकष विकासात भारत देश विकासाचे प्रारूप बनावे असे त्यांना प्रामाणिकपणे वाटते.

या पार्श्वभूमीवर 'Human Development Index Report' काय दर्शवितो? मानवी विकासाचे 'Index' या अहवालात अधोरेखित केले आहे. भारतीयांच्या मानवी विकासाच्या प्रक्रियेत आपण बऱ्यापैकी मागासलेले आहोत, असेच निदर्शनास येते. मानवाच्या सर्वंकष विकासात अनेक अडसर उभे आहेत. प्रत्येक क्षेत्रात अराजकता वाढत आहे. दहशतवाद का वाढत आहे? जातीचे महत्त्व का वाढत आहे? प्रादेशिकवाद का बोकाळला? खासगी शैक्षणिक क्षेत्राचे पेव का फुटले? दंगली का घडवून आणल्या जातात? भारत देश धर्मनिरपेक्ष देश आहे, हे मूल्य नीट बिंबविले नाही. ६५ ते ७० टक्के जनता निरक्षर आहे. अशा अनेक प्रश्नांची यादी समोर आहे. असे वास्तव असताना देश Super Power कसा होऊ शकतो, हा यक्षप्रश्न खूप सतावतो.

समाजात वावरत असताना माणसे किती अनैतिक व हावरट (Greedy) आहेत, हे निदर्शनास येते. सुशिक्षित व्यक्तीसुद्धा नैतिक मूल्य पाळत नाहीत. मग प्रश्न पडतो कोणी व कोणाचे प्रबोधन करायचे? पुस्तकातून व शिक्षणातून दिले जाणारे नैतिक व मानवी मूल्य व प्रत्यक्ष व्यवहार यात संबंध उरला नाही. आज 'Professional Education' ला खूप महत्त्व प्राप्त झाले आहे. या क्षेत्रातील पदवी मिळणे. म्हणजे पैसे कमावण्याचा 'Passport' अशीच विद्यार्थ्यांची व पालकांची

मानसिकता झाली आहे. विद्यार्थ्यांवर आजपावेतो जे संस्कार झाले, त्याचे काय झाले? म्हणजे पाया मजबूत झाला नाही, असेच समजायचे का? पदवी व पदव्युत्तर विद्यार्थ्यांना काय नैतिक मूल्यांचे धडे देणार?

प्रा. राम ताकवलेंनी एका शोधनिबंधात असे अधोरेखित केले आहे की, 'Education is Equalizer or Divider Quality Education' देणाऱ्या खासगी शाळा म्हणजे बाजार झाला असून, पैसे कमावण्याचा तो मार्ग झाला आहे, असेही ते म्हणतात. अशा कृतीमुळे समाजात चुकीच्या मूल्यांची पेरणी होत असून, भारतीय घटनेच्या मूल्यांच्या Equality and Justice विरोधी जाणारी ही कृती आहे, असे त्यांनी सांगितले आहे. मुलांच्या शिक्षणाबरोबर पालकांचेही शिक्षण होणे/प्रकृती बदलणे अत्यावश्यक आहे. सुशिक्षित मध्यमवर्ग व नवीन श्रीमंतवर्गाचे प्रबोधन करणे अत्यावश्यक आहे. 'To Educate the Educated' मानवी मूल्यांसाठी म्हणूनच योग्य Pedagogyची गरज आहे. Teaching, Training व Researchमधून हे शक्य होऊ शकते. शाळा, महाविद्यालय, विद्यापीठ व व्यावसायिक शिक्षण या पातळ्यांवर मानवी मूल्यांची पेरणी व जोपासना करावी लागेल. त्याचबरोबर लोकांचा सहभाग वाढविणे गरजेचे आहे. Human Rights Literacy वाढविणे अत्यावश्यक आहे. फ्रेंच राज्यक्रांती १७८९ साली झाली; पण लोकांना क्रांतिप्रवण करण्यासाठी त्या वेळेस एक Slogan दिले होते – 'Go to the people'. या Massive Compaignमधून लोकजागृती झाली व क्रांती घडवून आणता आली. आपल्या समाजात असे का घडू नये?

६० वर्षांत भारतीय समाजात विकास होत आहे. Change and Continuity असे चित्र दिसते. म्हणजे काही बाबी बदलत आहेत व काही बाबतीत सातत्य आहे. म्हणजे जुनी मूल्ये व नवी मूल्ये यांत संघर्ष आहे. १००% जुने सोडायचे नाही व १००% नवे स्वीकृत करायचे नाही, अशी आपली अवस्था आहे. काळ झपाट्याने बदलत आहे. त्याबरोबर मूल्येही बदलणे साहजिक आहे.

भारतीय घटनेतील मूल्ये 'समता, स्वातंत्र्य, बंधुभाव व सामाजिक न्याय' यांचे मागच्या ६० वर्षांत काय झाले? आपण किती चाललो, यापेक्षा कोणत्या दिशेला चालत आहोत, हे महत्त्वाचे आहे, असे मला प्रामाणिकपणे वाटते.

एका रात्रीतून मानवी मूल्यांचे संस्कार होणे शक्य नाही. अनेक पातळ्यांवरून अखंड चालणारी ही प्रक्रिया आहे. समाजातील प्रत्येक घटकाने योगदान दिले तरच मानवी मूल्यांची बांधणी होऊ शकते.

२०

सार्वजनिक जीवनातील नैतिक मूल्यांचा ऱ्हास

डॉ. व्ही. एल. एरंडे

'जनतेची सार्वजनिक जीवनातील उदासीनता एखाद्या जुलमी राजेशाहीतील राजाच्या जुलमापेक्षाही घातक असते.' असे विधान १८व्या शतकातील फ्रेंच तत्त्वज्ञ मॉन्टेस्क्यूने केले होते. या विधानातून मॉन्टेस्क्यू यांना हे सूचवायचे होते की, जनतेची सार्वजनिक जीवनातील जागरूकता व सक्रियता ही कोणत्याही राजकीय व्यवस्थेच्या परिपक्वतेसाठी अपरिहार्य अशीच असते. जेव्हा सार्वजनिक जीवनातून नैतिकता व नैतिक मूल्ये हद्दपार होतात व सार्वजनिक क्षेत्र एका नैतिक पेचप्रसंगातून वाटचाल करत असते, तेव्हा जनतेने अत्यंत जागरूकतेने मूल्यांवर आधारित व्यवस्थेचा आग्रह धरावा लागतो व त्यातूनच सार्वजनिक जीवनात एक प्रकारची शुद्धता येत असते.

या पार्श्वभूमीवर आपल्या देशातील राजकारण आणि नैतिक मूल्यांची होत चाललेली घसरण यावर गांभीर्याने विचारमंथन करणे अगदी अपरिहार्य ठरते. मागील चार दशकांची आपल्या सार्वजनिक जीवनाची वाटचाल अधोरेखित केल्यानंतर हे स्पष्ट होते की, आपल्या देशातील राजकारणाला प्रचंड अशा नैतिक पेचप्रसंगाने ग्रासले आहे. सर्वच क्षेत्रात नीतिमत्ता व मूल्यहीन प्रवृत्तीचा एवढा अतिरेक झाला आहे की, संवैधानिक नीतिमत्ता आणि लोकशाही राजकीय संस्कृतीच्या अस्तित्वावरच प्रश्नचिन्ह उभे राहिले आहे. स्वातंत्र्यप्राप्तीनंतर आपल्या देशाच्या सार्वजनिक जीवनात अशा काही व्यक्ती वावरत होत्या की, त्यांच्याकडे त्याग, समर्पण आणि सेवाभाव ही मूल्ये होती. आपण उपभोगत असलेली ही सत्ता जनतेची असून, आपण तिचे फक्त विश्वस्त आहोत, हा विचार होता. सत्ता संपादन करण्यापेक्षा सत्तात्यागातूनदेखील मूल्यांवर आधारित एका व्यवस्थेची उभारणी करता येते, यावर त्यांचा प्रचंड विश्वास होता. विशेष म्हणजे, स्वातंत्र्य आंदोलनात विकसित झालेली काही नैतिक मूल्ये-

हृदयाशी बाळगून ही मंडळी राजकारणाला नैतिक मूल्यांच्या दृष्टीने अधिक संपन्न करत होती. नेहरू, गांधी यांच्या वैचारिक प्रभावातून जडणघडण झालेल्या सार्वजनिक जीवनात एक सुसंस्कृतपणा ओतप्रोत भरलेला होता. मात्र, ही स्थिती अधिक काळ टिकली नाही. स्वातंत्र्य आंदोलनाचे नेतृत्व करून, एक नीतिमान राजकीय संस्कृती निर्माण करणाऱ्या विभूतींनी कालांतराने न लढणाऱ्यांकडे सार्वजनिक जीवनाची सत्तासूत्रे सोपवली व इथूनच या देशात राजकीय संस्कृतीला विकृत वळण लागले आणि राजकारणातून नीतिमत्ता, नैतिक मूल्यांवर आधारित वर्तन या बाबी हद्दपार होण्यास सुरुवात झाली व एका नैतिक पेचप्रसंगातून आपल्या सार्वजनिक जीवनाची वाटचाल सुरू झाली.

राजकीय संस्कृतीला विकृत वळण

या पार्श्वभूमीवर मागील चार दशकांची वाटचाल अधोरेखित करताना हे लक्षात येते की, स्वातंत्र्य आंदोलनात विकसित झालेल्या नैतिक मूल्यांची पिछेहाट होऊन या देशाच्या नीतिसंपन्न मूल्यांवर आधारित राजकीय संस्कृतीला विकृत वळण लागले. हाच धागा पकडून प्रस्तुत लेखात मांडणी करण्यात आली आहे.

मागील चाळीस वर्षांचा राजकीय इतिहास अभ्यासता या निष्कर्षापर्यंत यावे लागते की, मूल्यांवर आधारित राजकारणाचा पराभव झालेला आहे. तेव्हा असे का झाले? यास कोणते घटक व परिस्थिती कारणीभूत ठरली आणि पर्यायी मूल्यांवर आधारित राजकीय संस्कृती कशी निर्माण करता येऊ शकेल, अशा काही घटकांना अनुसरून प्रस्तुत लेखात चर्चा करण्यात आली आहे.

संवैधानिक नीतिमत्तेच्या अभावी आपली संसदीय लोकशाही केवळ वरवरचे सौंदर्य ठरेल, असा गर्भित इशारा डॉ. बाबासाहेब आंबेडकरांनी संविधान सभेत दिला होता. या वक्तव्यामागे बाबासाहेबांची भूमिका अशी होती की, ज्या संवैधानिक संस्था आपण पाश्चात्त्यांकडून अंगीकृत केल्या आहेत त्यांच्या दृढीकरणासाठी सार्वजनिक जीवनात वावरणाऱ्या नेत्या-कार्यकर्त्यांनी काही नैतिक मूल्ये उराशी बाळगून आपली वर्तनशैली निश्चित केली पाहिजे. संविधानाद्वारे देशात कायद्याचे अधिराज्य (Rule of Law) प्रस्थापित होत असताना नीतिसंपन्न राजकारणाचा आपण आग्रह धरला पाहिजे, पर्यायाने केवळ सत्ता संपादन करून जगणे एवढेच लोकतंत्राचे प्रयोजन असू नये. भारतीय संविधानात ज्या नैतिक मूल्यांचा अंतर्भाव आपण केलेला आहे. त्यांच्याशी पूर्णत: सुसंगत असे सार्वजनिक जीवन आपण जगले पाहिजे. पर्यायाने लोकशाही राजकीय संस्कृतीला जो मूल्याधिष्ठितपणा अभिप्रेत असतो त्याचा स्वीकार झाला पाहिजे, अशी बाबासाहेब आंबेडकरांची सार्थ अपेक्षा होती.

या पार्श्वभूमीवर स्वातंत्र्योत्तर कालखंडातील राजकारणाची वाटचाल लक्षात घेता पहिली काही दशके याच वैचारिक वारशाला प्रमाण मानून नेते, कार्यकर्ते वावरत होते. स्वातंत्र्य आंदोलनातून विकसित झालेल्या राजकीय मूल्यांना उराशी बाळगून हा वारसा पहिल्या पिढीतील नेतृत्वाने प्राणपणाने जपला होता. मात्र, ही स्थिती अधिक काळ टिकली नाही. सत्ताकारणात राजकारण शोधणाऱ्या पुढच्या पिढीने या देशाच्या नीतिसंपन्न राजकीय संस्कृतीला विकृत वळण लावले. स्वातंत्र्यानंतर आपल्या राजकीय व्यवस्थेत पूर्णवेळ राजकारण करणाऱ्यांचा एक वर्ग उदयास आला. त्यांनी राजकारणाला एक व्यवसाय व चरितार्थाचे साधन बनविले; त्यातून सत्तेचा प्रचंड हव्यास निर्माण झाला. त्याची परिणिती भ्रष्टाचाराचा जन्म होण्यास कारणीभूत ठरली. निवडणुकांचे कर्मकांड हाच राजकीय व्यवस्थेचा स्थायिभाव झाल्यामुळे सर्वच वैगुण्यांना पुष्टी मिळाली. त्याचा दृश परिणाम असा झाला की, मूल्यांवर आधारित संसदीय राजकारणाचा बोजवारा उडाला. स्वातंत्र्य आंदोलनात प्राणपणाने लढणाऱ्यांनी न लढणाऱ्यांकडे देशाची सत्तासूत्रे सोपविली आणि पारतंत्र्याविरुद्ध प्रखर लढा देणारे देशभक्त स्वतंत्र भारतात विरळ झाले. गांधीवादी मूल्यांवर श्रद्धा असल्याचा आभास निर्माण करणाऱ्यांनी स्वातंत्र्य हे मूल्य जपले नाही; त्यामुळे स्वातंत्र्यानंतर सहा दशकातही लोकसेवा संघटन होऊ शकले नाही व इथेच मूल्यांवर आधारित राजकारणाची संकल्पना मागे पडली. संविधानातील राजकीय मूल्ये आत्मसात करण्याऐवजी त्यांना मोडीत काढण्यातच राज्यकर्त्यावर्गाने धन्यता मानल्यामुळे आपल्या सार्वजनिक जीवनात फार मोठा नैतिक पेचप्रसंग उभा राहिला. लोकशाहीला सुसंस्कृतपणा अभिप्रेत असतो व तसे संस्कार आपल्या कार्यकर्त्यांवर करण्याची प्रधान जबाबदारी त्या त्या राजकीय पक्षातील धुरीणांवर असते, हा विचार मागे पडला. स्वातंत्र्यप्राप्तीनंतरच्या पहिल्या दोन दशकात नेहरू, शास्त्री यांच्या कालखंडात काही राजकीय मूल्ये आदी जाणीवपूर्वक जोपासली जात असत. उदा. 'पर मत सहिष्णुता' हे लोकशाही मूल्य सभागृहात व सभागृहाच्या बाहेर नेहरूंनी प्राणपणाने जपले. सभागृहात प्रचंड बहुमत असूनही त्यांनी विरोधकांना दडपण्याचे धोरण कधीही अवलंबले नाही.

संवैधानिक नीतिमत्तेला बगल दिल्यामुळे निवडणूक राजकारणातील पावित्र्य नष्ट झाले. त्याचा दृश्य परिणाम असा झाला की, येनकेन मार्गांनी सत्ता संपादन करून जगणे, एवढाच निवडणूक राजकारणाचा अर्थ घेण्यास सुरुवात झाली. राजकारणात कुणी कायम मित्र नसतात, कायम शत्रू नसतात. असतात फक्त 'स्वार्थ हितसंबंध आणि सत्तेचे हेवेदावे' या चाणक्य नीतीवर आरूढ होऊन सार्वजनिक जीवन उपभोगणाऱ्या मंडळींनी निवडणूक राजकारणातून नैतिक मूल्येच हद्दपार करून टाकली. सत्तेचे जसे काही लाभ असतात तशीच काही पथ्येदेखील असतात, याचा विसर पडलेल्या

राजकारण्यांनी ‘मूल्याधिष्ठित राजकारण’ हा केवळ एक आदर्शवादी विचार आहे व त्याचा प्रत्यक्ष व्यवहारात काडीमात्रही लाभ नाही अशी स्वत:ची मनोरचना तयार करून घेतली.

वास्तविक पाहता, ज्या नैतिक मूल्यांची चौकट एक आचारसंहिता म्हणून आपल्या संविधानाने व त्याला अनुसरून आपली वर्तनशैली निश्चित करणाऱ्या पहिल्या पिढीतील धुरीणांनी तयार केली होती त्यास बांधील राहून पुढील पिढ्यांनी आपल्या सार्वजनिक जीवनाची वाटचाल करणे अभिप्रेत होते परंतु दुर्दैवाने असे घडले नाही. उलट, त्या नैतिक मूल्यांची प्रचंड उपेक्षाच सुरू झाली. १९व्या शतकात ब्रिटनमध्ये जॉन स्टुअर्ट मील नावाचा एक विचारवंत होऊन गेला; तो काही काळ ब्रिटिश पार्लमेंटचा सदस्य देखील होता. मात्र, एका निवडणुकीत मतदारांनी दारूची मागणी केल्यामुळे, त्याला हे भ्रष्ट वर्तन आवडले नाही व त्याने या मार्गाचा अवलंब करण्यास ‘नकार’ दिला. त्याचे पर्यावसन त्याचा पराभव होण्यात झाले. तात्पर्य, मीलने पराभव स्वीकारला मात्र भ्रष्ट पद्धतीचे समर्थन केले नाही. या पार्श्वभूमीवर आपल्या देशातील निवडणुकांचे राजकारण तपासून पाहिले तर अत्यंत भयावह असे चित्र दिसते. प्रचंड भ्रष्टाचार, गुन्हेगारी प्रवृत्तीचा अतिरेक हा आपल्या निवडणूक राजकारणाचा स्थायिभाव झाला आहे. कोणताही विधी निषेध न बाळगता राजकीय नेत्यांनी भ्रष्ट पद्धतीचा आश्रय घेतला आहे.

मागील दहा लोकसभा तसेच राज्य विधान मंडळाच्या झालेल्या निवडणुकांवर नजर टाकली तर काय चित्र समोर येते. प्रचंड भ्रष्टाचार, गुन्हेगारी, गुंडगिरी प्रवृत्तींचा अतिरेक झाला आहे. निवडणूक राजकारणात उतरणाऱ्यांनी निवडणुकांना भ्रष्टाचाराचे आगार बनविले आहे. कारण, राजकारण हे एक ‘नैतिक कार्यक्षेत्र’ असते, हे आपल्या नेत्यांनी कधीच मान्य केले नाही. राजगोपालचारी यांनी स्वातंत्र्यापूर्वीच आपल्या रोजनिशीत यासंबंधी भविष्यवाणी केली होती, ती स्वातंत्र्योत्तर काळात खरी ठरली. त्यांनी लिहिले होते, स्वातंत्र्यप्राप्तीनंतर आपल्या देशात सार्वत्रिक निवडणुका होतील, त्यातून सत्ता-स्पर्धा निर्माण होईल, पैशांची सत्ता आल्यामुळे जुलूम, अन्याय या प्रवृत्तींना उधाण येईल. निवडणुकांच्या या कर्मकांडातून अनेक वैगुण्यांना पुष्टी मिळेल, पैशांचा अतिरेक वापर होईल व लोकशाहीला विकृत वळण लागेल व एका नैतिक पेचप्रसंगाला आपल्याला सामोरे जावे लागेल. त्यांचे हे विधान किती सार्थ ठरले आहे, हे आपण आज अनुभवत आहोत. AK४७ रायफली हातात घेऊन उमेदवारी अर्ज भरणारे व त्याच पद्धतीने प्रचारात उतरणारे गुंड उमेदवारदेखील या जनतेने बघितले आहेत. पैशांचा व गुंडगिरीचा अतिरेक वापर हे निवडणुकांत हमखास विजयी होण्याचे सूत्र आहे, अशी प्रवृत्ती जोपासणाऱ्या नेत्या-कार्यकर्त्यांकडून

नैतिक मूल्यांची कशी अपेक्षा व्यक्त करणार? हाच खरा प्रश्न आहे.

पर्यायाने सत्य, प्रामाणिकपणा व एकसंघ चारित्र्य या त्रिसूत्रांवर माणसांची आणि माणसाने घडविलेल्या समाजाची, पर्यायाने देशाची उभारणी होऊ शकते. अशा गांधीवादी विचारसरणीचा वारसा असणाऱ्या व्यवस्थेची आज काय अवस्था आहे? 'सर्वांगीण नैतिक अध:पतन' असेच चित्र पहावयास मिळते, ही भयाण वस्तुस्थिती आहे.

स्वातंत्र्यप्राप्तीनंतर आपण कायद्याचे राज्य (Rule of Law) ही संकल्पना अंगीकृत केली. त्याचा दृश परिणाम असा झाला की, नैतिक भ्रष्टाचाराची संकल्पनाच मागे पडली; कारण जे कायद्यानुसार क्षम्य ते नैतिकदृष्टीने योग्य असते असा आपण समज करून घेतला; त्यामुळे सार्वजनिक जीवनात नीतिमत्ता, सममूल्ये, सामाजिक बांधिलकी व सत्तेची पथ्ये याबाबत आदर बाळगणारे नेते-कार्यकर्ते भ्रष्टाचाराचा मार्ग अगदी सोईस्करपणे स्वीकारू लागले आहेत कारण आपल्या समाजात सामाजिक व नैतिक भ्रष्टाचारापेक्षा आर्थिक अपहार याच अंगाने भ्रष्ट वर्तणुकीची अधिक चर्चा होत राहिली. वास्तविक पाहता भ्रष्टाचार म्हणजे एखाद्या समाजव्यवस्थेने वर्तणुकीची जी मूल्ये व संकेत जोपासलेले असतात किंवा निश्चित केलेले असतात त्याच्या विरोधात वर्तन ठेवणे होय. या अर्थाने भ्रष्ट व्यवस्थेची चर्चा करताना समाजाचे मानस लक्षात घ्यावे लागते. सार्वजनिक नीतिमूल्यांच्या दृष्टीने काही बाबी ग्राह्य असतात याबाबत आपण कमालीचे अज्ञानी होतो. मात्र, ही बाब आपल्यावर लादण्यात आली त्यामुळे भ्रष्टआचरणाविरोधी भूमिका घेणे हे आपल्या मानसिकतेचा भाग बनू शकले नाही. पर्यायाने कायद्याने जे क्षम्य असते ते नैतिकदृष्ट्याही क्षम्य असते असाच समज आपण करून घेतला; त्यामुळे भ्रष्टाचार हा सामाजिक अन्यायाचा आविष्कार आहे व लाचखोरी, अर्थिक अपहार ही त्यांची दृश्य रूपे आहेत, हे समजून घेण्याचा प्रयत्न आपल्या समाजाने कधीच केला नाही व हळूहळू भ्रष्ट-आचार ही समाजाची प्रकृतीच बनली.

असे का झाले? याचा शोध घेता असे लक्षात येते की, स्वातंत्र्यानंतर आपल्या सार्वजनिक जीवनात एक आमूलाग्र बदल झाला तो म्हणजे पूर्णवेळ राजकारण करणाऱ्या कार्यकर्त्यांचा एक वर्ग अस्तित्वात आला. त्यांनी राजकारण हे नैतिक कार्यक्षेत्र आहे हे मानण्याऐवजी राजकारणाला एक व्यवसाय बनविले. पर्यायाने राजकारण हे त्यांच्या चरितार्थाचे प्रमुख साधन बनले. सत्ताप्राप्तीच्या अवास्तव हव्यासापोटी सर्वच वैगुण्यांना पुष्टी मिळाली. या सत्तांध नेत्या-कार्यकर्त्यांनी नीतिमूल्यांना सोडचिठ्ठी देऊन 'राजकारण म्हणजे निवडणुका जिंकून जगणे' एवढाच सार्वजनिक जीवनाचा अर्थ घेतला व इथेच नैतिक मूल्यांवर आधारित राजकारणाचा बोजवारा

उडाला. परिणामी राजकारण हा सज्जनांचा प्रांत नाही अशी उदासीनवृत्ती सर्वसामान्य जनतेत व बुद्धिवंतात बळावत गेली, ज्यामुळे नैतिक वैभवावर आरूढ होऊनदेखील सार्वजनिक जीवनात जगता येते हा विचारच अस्तंगत झाला.

सर्वसाधारणपणे १९८० नंतर या देशाच्या सार्वजनिक जीवनात या प्रवृत्तींचा उदय झाला. राजकारण करणे हे चारित्र्यसंपन्न व नीतिमान लोकांचे काम नाही, असे सर्वसामान्यांना वाटू लागल्यामुळे चारित्र्यसंपन्न, नीतीसंपन्न लोक सक्रिय राजकारणापासून अलिप्तच राहिले व काही सन्माननीय अपवाद वगळता सर्वच क्षेत्रात नीतीभ्रष्ट माणसे वावरू लागली आणि त्याग, सेवा ही मूल्ये मागे पडून मूल्याधिष्ठित सार्वजनिक जीवनाला ग्रहण लागले. एकेकाळी नैतिकतेला राजकारणात असलेले अधिष्ठान आज राहिलेले नाही. सत्ता उपभोगत असलेल्या मंडळींचा व नीतीमत्तेचा फारसा संबंध राहिलेला नाही.

राजकारणातील नैतिक मूल्यांना बळकटी देण्यासंदर्भात आणखी एका प्रवृत्तीची चर्चा करावी लागेल, ती म्हणजे 'निवडणुकांतील भ्रष्ट आचरण.' सुरुवातीची तीन दशके वगळता मागील तीन दशकांतील सार्वत्रिक निवडणुकांचे राजकारण लक्षात घेता या निष्कर्षापर्यंत यावे लागते की, निवडणुकांतील भ्रष्ट वर्तणुकीने या देशाच्या राजकीय संस्कृतीला विकृत वळण लावले आहे. सर्वांनाच सत्तेची ओढ लागल्यामुळे निवडणुकांतील पावित्र्य नष्ट झाले. या पार्श्वभूमीवर राजकारणातील नैतिकता व मूल्यव्यवस्था टिकवून ठेवण्यासाठी निर्वाचन पद्धतीतील हा भ्रष्ट-आचार निपटून काढावा लागेल. काही वर्षांपूर्वी निर्वाचन आयुक्त टी. एन. शेषन यांनी चांगली पावले उचलून भ्रष्ट पद्धतींना चांगलाच पायबंद घातला होता. आजदेखील याला शुद्धता येण्याची गरज आहे. निवडून येण्याची क्षमता (अर्थात, कोणत्याही मार्गाचा अवलंब करून) हा तिकीट वाटपाचा एकमेव निकष न ठरवता संबंधित उमेदवाराचे सार्वजनिक जीवनातील चारित्र्य तपासून बघितले पाहिजे. शासकीय सेवेत रुजू करून घेण्यापूर्वी अधिकाऱ्यांचे पोलीस रेकॉर्ड तपासण्याची जी पद्धती आहे ती राजकीय नेत्यांना काटेकोरपणे लागू केली पाहिजे. तरच खून करणारे, कोट्यवधींचा अपहार करणारे, महिलांना जिवंत जाळणारे लोक सार्वजनिक जीवनातून हद्दपार होतील.

'निवडणुका हा सज्जनांचा प्रांत नाही' या मानसिकतेला छेद देण्याची गरज आहे. नीतीसंपन्न सार्वजनिक जीवनाच्या उभारणीसाठी चारित्र्यसंपन्न, उच्चशिक्षित व्यक्तींचा सार्वजनिक जीवनात प्रवेश झाला पाहिजे. त्याचबरोबर भ्रष्ट, गुन्हेगारी, गुंडगिरी प्रवृत्तींच्या लोकांना सार्वजनिक जीवनातून हद्दपार केले पाहिजे. पैसा, सत्ता, गुंडगिरी यांची झालेली अतूट युती मूल्याधिष्ठित व्यवस्थेसाठी अत्यंत घातक आहे. केवळ पैशांच्या व गुंडगिरीच्या जोरावर आपण हमखास निवडून येऊ शकतो,

सर्वोच्च सत्तास्थाने बळकावू शकतो अशी झालेली धारणा राजकीय नीतिमत्तेचा ऱ्हास होण्यास कारणीभूत ठरू शकते. तेव्हा राजकारण हा चारित्र्यसंपन्न, बुद्धिमान व सज्जन लोकांचाच प्रांत आहे, गुंडांचा व भ्रष्ट प्रवृत्तीचा नाही. एवढा विश्वास जनतेमध्ये निर्माण करण्यात आपण यशस्वी झालो तरच मूल्याधिष्ठित व्यवस्थेकडे आपल्याला मार्गक्रमण करता येईल, याबाबत गांभीर्याने विचार करण्याची वेळ आली आहे. आज चारित्र्यसंपन्न लोक सार्वजनिक जीवनात विरळ झाले आहेत, हे चित्र सुदृढ अशा लोकशाही संस्कृतीसाठी निश्चितच उचित नाही. वस्तुत: राजकीय नीतिमत्तेला सत्ताकांक्षी राजकारणात फारसे स्थान नसले तरी राजकीय मूल्यांची सर्वांगीण अनुपस्थिती लोकशाहीत कदापिही समर्थनीय ठरू शकत नाही.

'संवैधानिक नीतिमत्तेचा आग्रह व याचे काटेकोरपणे पालन' ही बाबदेखील सार्वजनिक जीवनातील नैतिक मूल्यांना बळकटी देण्यास साहाय्यभूत ठरू शकते. संविधान सभेत भाषण करताना डॉ. बाबासाहेब आंबेडकरांनी या संवैधानिक नीतिमत्तेचा आवर्जून उल्लेख केला होता. डॉ. बाबासाहेब आंबेडकर म्हणाले होते, "केवळ ब्रिटिश राजकीय संस्थांचा स्वीकार करून आपल्या लोकशाहीच्या भवितव्याचा प्रश्न सुटणारा नाही तर आपल्याला सार्वजनिक जीवनात वावरताना संवैधानिक नीतिमत्तेचा आग्रह धरावा लागेल. संविधानाने राजकीय मूल्यांची जी चौकट निर्माण केली आहे, त्यास राज्यकर्त्यावर्गाने बांधील राहिले पाहिजे. पर्यायाने सार्वजनिक जीवनातील पावित्र्य जपले पाहिजे. परमसहिष्णुता बाळगली पाहिजे. सत्तेच्या विकारापासून दूर राहून सत्तात्यागाची संस्कृती जोपासली पाहिजे तरच आपल्या सार्वजनिक जीवनाला अर्थ राहील, अन्यथा नाही."

डॉ. बाबासाहेबांच्या या वक्तव्याच्या पार्श्वभूमीवर विचार केला तर आजचे चित्र भयंकर विदारक आहे. संवैधानिक नीतिमत्तेला सोडचिठ्ठी देण्यातच राजकीय नेत्या-कार्यकर्त्यांना धन्यता वाटते, त्याचा दृश्य परिणाम असा झाला की, सार्वजनिक जीवनातील पावित्र्यच नष्ट झाले आहे. किमानपक्षी प्रश्नांकित झाले आहे. नेहरू-शास्त्रींच्या कालखंडात संवैधानिक नीतिमत्तेचे पालन केले जात असे. किमानपक्षी तसे मूल्यसंस्कार व्यवस्थेवर जाणीवपूर्वक केले जात असत, याबाबत एक बोलके उदाहरण देता येईल.

गणेश मावळणकर हे पहिल्या लोकसभेचे अध्यक्ष होते. पंडित नेहरूंनी त्यांना 'काही कामानिमित्त घरी या' असा निरोप दिला होता. त्यावर मावळणकरांनी दिलेले उत्तर राजकीय नीतिमत्ता जोपासणारे होते, मावळणकर नेहरूंना म्हणाले की, " मी लोकसभेचा अध्यक्ष आहे व अशा व्यक्तीने पंतप्रधानांच्या घरी जाणे ही बाब संसदीय संकेतात बसणारी नाही." या वक्तव्यावरून हे स्पष्ट होते की, संवैधानिक नीतिमत्ता

व तिचा सार्वजनिक जीवनात आग्रह धरणे, किती महत्त्वाचे ठरते. आजदेखील अशा वर्तनाची अपेक्षा आहे तरच राजकारणातील नैतिक मूल्यांना बळकटी येईल. संवैधानिक तरतुदींशी सुसंगत वर्तन ठेवले तरच सार्वजनिक जीवनातील पावित्र्य टिकून राहू शकेल; म्हणून व्यवस्थेत वावरणाऱ्यांनी संवैधानिक मूल्यव्यवस्थेची पाठराखण केली पाहिजे.

सार्वजनिक जीवनातून नैतिक मूल्यांची भयंकर पिछेहाट का झाली, यास कोणते घटक वा प्रवृत्ती जबाबदार ठरल्या याबाबत सविस्तर चर्चा केल्यानंतर लेखाच्या दुसऱ्या भागाकडे वळणे अगदी क्रमप्राप्त ठरते; कारण नैतिक मूल्यांची घसरण झाली आहे, राजकारणातून नैतिकता हद्दपार झाली आहे, सर्वच सार्वजनिक जीवन भ्रष्ट झाले आहे व आता त्यात सुधारणा होण्याची सुतराम शक्यता नाही असा नकारात्मक व एकांगी विचार मांडून व्यवस्था पूर्वपदावर येणार नाही तर आपल्याला काही पर्यायी राजकीय संस्कृती निर्माण करावी लागेल. जे दोष या व्यवस्थेत निर्माण झाले, त्यांचे निराकरण करून एका नीतिमान व्यवस्थेच्या दृढीकरणासाठी काही पर्याय घ्यावे लागतील केवळ व्यवस्थेवर राग व्यक्त करून या पेचप्रसंगातून आपली सुटका होणार नाही. तेव्हा या पार्श्वभूमीवर काही पर्याय देण्याचा अल्पसा प्रयत्न या दुसऱ्या भागात करण्यात आला आहे, यावरदेखील विचारमंथन होण्याची गरज आहे.

सर्वांत महत्त्वाचा पहिला मुद्दा म्हणजे आपल्याला लोकशाही संस्कृतीचे दृढीकरण करावे लागेल. सहा दशकांपूर्वी आपण ही व्यवस्था स्वीकारली तेव्हा या व्यवस्थेबद्दल आपण कमालीचे अनभिज्ञ होतो. परिणामी आपण 'लोकशाही म्हणजे केवळ निवडणुका जिंकून जगणे' एवढाच अर्थ घेतला, त्याचा दृश्य परिणाम असा झाला की, सत्तेचे जसे काही फायदे असतात तशीच काही पथ्येदेखील असतात, हे सार्वजनिक जीवनात वावरणाऱ्यांनी लक्षातच घेतले नाही, त्यामुळे सर्वच वैगुण्यांना पुष्टी मिळाली. राजकीय नीतिमत्ता आणि राजकीय मूल्ये या बाबींना सोईस्करपणे बगल देण्यात आली. पर्यायाने लोकशाही एक सहजीवन आहे. जीवनमार्ग आहे याचा विसर पडला. तेव्हा या पार्श्वभूमीवर मूल्याधिष्ठित व्यवस्था उभी करावयाची असेल तर सर्वसामान्य जनतेच्या मनात अविचल लोकशाहीनिष्ठा निर्माण कराव्या लागतील. तसेच लोकशाही हा केवळ शासनप्रकार नसून, एक मूल्यव्यवस्था आहे, हा भाव राजकीय नेत्या-कार्यकर्त्यांत निर्माण करावा लागेल. त्यासाठी लोकशाहीतील राजकीय संस्थांचे मूल्याधिष्ठित दृढीकरण करावे लागेल. सर्वसामान्य जनतेचा या शासनपद्धतीवरील उडत चाललेला विश्वास पुन्हा निर्माण करावा लागेल तरच राजकीय नीतिमत्ता, राजकीय मूल्यव्यवस्था या बाबी प्रस्थापित होऊ शकतील.

सुरुवातीला स्पष्ट केल्याप्रमाणे 'जनतेची सार्वजनिक जीवनातील उदासीनता'

ही बाबदेखील राजकीय नीतिमत्ता व राजकीय मूल्यव्यवस्थेच्या दृष्टीने हितावह नसते. आपल्या सार्वजनिक जीवनात 'धनदांडग्यांची सत्ता' असे चित्र तयार झाले आहे. पर्यायाने सर्वसामान्य जनता राजकारणापासून अलिप्त राहण्यातच धन्यता समजू लागली आहे. धनदांडग्यांच्या गदारोळात बुद्धिवंतांची कुजबुज पार विरून गेली आहे. याचा दृश्य परिणाम असा झाला की, जनतेचा सत्ताधीशांवरील अंकुश राहिला नाही. 'आपण जनतेचे सेवक आहोत' याचे भान त्यांना राहिले नाही. उलट, 'आपण मालक आहोत' अशीच त्यांची मनोरचना तयार झाली आहे. मूलत: नैतिकता, मूल्ये या बाबी आंतरिक आहेत; त्यामुळे ओढूनताणून किंवा काही वरवरचे पर्याय सुचवून या नैतिक पेचप्रसंगातून सुटका होणार नाही. सार्वजनिक जीवन जगणाऱ्या व्यक्तींनी स्वत:पासून चांगल्या वर्तनाची सुरुवात केली पाहिजे. व्यवस्थेत प्रस्थापित होणारे राजकारणी वा सत्ताधीश हे काही बाहेरच्या देशातून येत नाहीत तर ते या व्यवस्थेचाच अविभाज्य भाग असतात; त्यामुळे राजकारणात वा सार्वजनिक जीवनात नैतिक मूल्यांचा ऱ्हास झाला आहे, असे जेव्हा आपण म्हणतो तेव्हा समाजातील एक घटक त्यास जबाबदार असतो.

या पार्श्वभूमीवर 'जागरूक लोकमनांचे नियंत्रण' हा चांगला पर्याय ठरू शकतो. अमेरिका, इंग्लंड सारख्या प्रगत राष्ट्रांत राजकारण्यांवर सर्वसामान्य जनतेचे नियंत्रण असल्यामुळे लोकतंत्रातील सुसंस्कृतपणा तिथे शिल्लक आहे. आपल्या देशातही जनतेने गाफील न राहता 'सजग' राहिले पाहिजे. राज्यकर्त्या वर्गाकडून राजकीय नैतिकतेचे उल्लंघन होणार नाही यावर सतत कटाक्ष असला पाहिजे. "स्वराज्याचे सुराज्यात रूपांतर करताना आपले देशी राज्यकर्ते आडवे आले तर मी त्यांच्या विरोधातदेखील सत्याग्रह करेन" असे महात्मा गांधींनी एकदा म्हटले होते. आज नक्कीच ती वेळ आली आहे. तेव्हा राजकीयदृष्ट्या 'दक्ष जनता' हा एक चांगला पर्याय मूल्याधिष्ठित राजकारणाच्या प्रस्थापनेसाठी होऊ शकतो. प्रत्येकाने एक दक्ष नागरिक म्हणून जर सार्वजनिक जीवनात आपली वर्तनशैली निश्चित केली तर या व्यवस्थेत निश्चितपणे एक सुसंस्कृतपणा येऊ शकेल. शासनकर्ते आणि जनता यांच्यात पडलेले हे अंतर दूर झाल्यानंतरच मूल्याधिष्ठित व नैतिकदृष्ट्या संपन्न अशा राजकीय व्यवस्थेची उभारणी होऊ शकेल असा विश्वास वाटतो.

२१ समाज व बदलणारी मूल्यव्यवस्था

डॉ. दिलीप खैरनार

मानवाने निर्माण केलेल्या संस्कृतीमधील मूल्य हा घटक अत्यंत महत्त्वाचा घटक आहे. या घटकाचे जतन व संवर्धन करणे ही त्यामुळेच मानवाची जबाबदारी ठरते. मूल्यांची जपणूक, रुजवणूक व मूल्यसंवर्धन ही प्रक्रिया सातत्यपूर्ण चालू राहिली तरच मानव व मानवी समाज टिकून राहू शकतो. समाजातील प्रचलित मूल्यांनी समाजाचे अंतिम ध्येय सूचित होत असते. समाजाने कोणते उद्दिष्ट साध्य करावे, तसेच समाजव्यवहार कसा चालवावा, हे मूल्यव्यवस्थेकडूनच निर्देशित केले जाते; कारण मूल्ये ही मनात खोलवर रुजलेली व जोपासलेली बाब असून, आचरण हे तिचे बाह्य आवरण आहे. परंतु, परिस्थितीनुरूप आचरणाचे नियम बदलत जातात. बदलणाऱ्या आचरणाने मूल्यव्यवस्थेच्या मर्यादा पार केल्या, तर बऱ्याचदा समस्यांची निर्मिती होऊन या समस्या व्यक्तीला गर्तेत घेऊन जातात. मूल्यांचा संबंध समाजव्यवस्थेच्या प्रत्येक अंगांशी असल्याने मूल्यांची घसरण समाजव्यवस्थेच्या दृष्टीने योग्य बाब समजली जात नाही. परंतु, काही वेळा मूल्येसुद्धा कालबाह्य ठरण्याची शक्यता असते. परिस्थिती पूर्णतः बदलून गेली तर समाजधारणेकरिता जुनी मूल्ये निरुपयोगी ठरतात किंवा सामाजिक स्थिरतेस, सुस्थितीस त्यामुळे अडथळा निर्माण होतो. तेव्हा मूल्ये मुद्दाम होऊन बदलावी लागतात. आधुनिक काळात तर मोठ्या प्रमाणात परिस्थितीमध्ये बदल झाला आहे. पूर्वीची मूल्ये आज कालबाह्य ठरू लागली आहेत. या बदलत्या आधुनिक समाजव्यवस्थेतील मूल्यांचा आढावा येथे घेण्यात आला आहे.

मूल्यसंकल्पना व अभ्यासपद्धती

Values are shared agreements among members of Society as too what is desirable or undesirable in social life. values are generalized standards by which people define what is good or what is bad, beautiful or ugly.

समाजशास्त्रीय विचारपरंपरेतील समाजशास्त्रज्ञ मॅक्स वेबर यांचा पाश्चात्त्य समाजव्यवस्थेतील मानवी क्रियांच्या अभ्यासासाठीचा 'Value Free Approach' दृष्टिकोन महत्त्वपूर्ण ठरतो; कारण 'Values are the matter of faith, not a scientific testimony science cannot validate them, therefore Sociologist must investigate values but cannot provide binding norms.'

पारंपरिक समाजातील मूल्य व आधुनिक समाजात स्वीकृत असलेल्या मूल्यांच्या कल्पना यामध्ये बऱ्याचदा सांस्कृतिक विसंगती दिसून येते. काही वेळा पारंपरिक मूल्ये आधुनिक समाज जोपासताना दिसतो. ही मूल्ये साधारणत: स्थल-कालपरत्वे सार्वत्रिक स्वरूपाची असतात.

भारतीय समाजव्यवस्थेच्या दृष्टीने विचार करता, भारतीय समाजव्यवस्था औद्योगिकीकरण, नागरीकरण, पाश्चिमात्यीकरण, आधुनिकीकरण, जागतिकीकरण, या प्रक्रियेतून वाटचाल करत आहे. या प्रक्रियेमुळे विभिन्न संस्कृतींचा संपर्क घडून, सांस्कृतिक मूल्यांची ओळख होऊन त्याआधारे परिवर्तनाची मिती घडून येते. ज्याअंतर्गत मानवी मूल्ये, कौटुंबिक, वैवाहिक, धार्मिक मूल्ये, आर्थिक मूल्ये, शिक्षणविषयक मूल्ये, युवा पिढीच्या संदर्भातील मूल्ये बदलत जातात.

हेगेल यांच्या मते, सामाजिक परिवर्तन विचारांच्या अभिव्यक्तीचा परिणाम आहे. जेव्हा लोकांनी नवीन तंत्रज्ञानाचा स्वीकार केला, तेव्हा सामाजिक गतिशीलतेस पारंपरिक मूल्ये बाधक आहेत, असे निदर्शनास आले.

स्वजातिवादाच्या (Ethnocentrism) भावनेने दुसऱ्या संस्कृतीच्या नवीन विचारांच्या स्वीकृतीस सुरुवातीस विरोध झाला. परंतु, जेव्हा स्वजातिवादाची भावना वैयक्तिक व सामूहिक हितास पोषक होती, तोपर्यंत तिचे दृढीकरण करण्याचा प्रयत्न केला गेला व स्वजातिवादाची भावना जेव्हा भौतिक प्रगतीच्या व वैयक्तिक विकासाच्या प्रक्रियेत बाधक ठरू लागली, तेव्हा ही भावना जोपासणारी मूल्ये पुढे नाकारली गेली. त्यामुळेच आधुनिक समाजव्यवस्थेतील भौतिक व उपभोक्तावादी संस्कृतीत धार्मिक व पारंपरिक मूल्यांच्या संकल्पना अस्वीकृत केल्याचे दिसून येते. पारंपरिक संकुचित मूल्य बाजूला सारले जाऊ लागले. भारतीय समाजव्यवस्था जगातील विभिन्न समाजव्यवस्थेच्या संपर्कात आल्यामुळे रूढ मूल्यविषयक कल्पना बदलण्यास सुरुवात झाली.

बदलत्या समाजव्यवस्थेचे विवेचन करताना प्रा. रावसाहेब कसबे नमूद करतात की, जागतिक स्तवरावरील आर्थिक, राजकीय परिवर्तने जेव्हा नव्या रूपात मानवी

अस्तित्वाला भिडतात तेव्हा एकीकडून तो परिवर्तनाशी स्वत:ला जुळवून घेण्याचा प्रयत्न करतो, हे समाजाच्या आजवरच्या विकासक्रमावरून स्पष्ट झाले आहे.

आधुनिक समाजव्यवस्थेत सामाजिक स्तरावर विषमतेत वाढ होते. उपभोक्तावाद परमोच्च सीमेला पोहोचतो. भांडवलशाही व्यक्तीला समाजापासून तोडते. व्यक्ती स्वत:पुरताच विचार करू लागते. व्यक्तीला एके काळी असलेले सामाजिक संरक्षण संपुष्टात येते. ही बाब आज प्रकर्षाने जाणवू लागली आहे. भारतीय समाजशास्त्रज्ञ डॉ. एस. सी. दुबे, डॉ. योगेंद्र सिंह यांनी याबाबतचे समाजशास्त्रीय चिंतन केलेले दिसते.

उपरोक्त सर्व बाबींच्याआधारे कालानुरूप आधुनिक कालखंडात बदलत गेलेल्या मूल्यांचे स्वरूप लक्षात घेता येईल.

मानवी मूल्यांचे बदलते स्वरूप

स्वातंत्र्योत्तर कालखंडात प्रत्येक दशकानुरूप सामाजिक परिस्थितीचे स्वरूप विभिन्न असल्याचे दिसते. १९५०च्या दशकात भाषावार प्रांतरचनेचा प्रश्न, १९६० व ७०च्या दशकात मोठ्या स्वरूपात असलेली आर्थिक बंधने, १९८०नंतरच्या दशकांमध्ये जात व धर्म या अनुषंगाने सांप्रदायिकतेमध्ये झालेली वाढ व त्यामुळे जातीय, धार्मिक समुदायामध्ये वाढत गेलेला ताणतणाव या सगळ्या बाबी मूल्यव्यवस्थेच्या बदलाच्या दृष्टीने महत्त्वपूर्ण स्वरूपाच्या आहेत. जागतिकीकरण, उदारीकरणाचा परिणाम म्हणून ग्राम व नगर यांतील अंतर कमी कमी होत गेले. परिणामी, पारंपरिक मूल्य व त्याचा प्रभाव हादेखील हळूहळू कमी कमी होत गेलेला दिसतो. याकडेही दुर्लक्ष करून चालणार नाही.

राजकीय मूल्यांमधील बदल

भारतीय घटनेत नमूद करण्यात आलेली मूलभूत तत्त्वे समाजव्यवस्थेच्या दृष्टीने अंतिम मूल्ये ठरतात. स्वातंत्र्य, समता, बंधुत्व या मूल्यांनुसारच नियम तयार करण्यात आले आहेत. यावरूनच या मूल्यांचे महत्त्व लक्षात येते; परंतु, आज कायदा-सुव्यवस्था यापलीकडे जाऊन कायदा मोडणाऱ्यांची संख्या सामान्यांपेक्षा राजकीय भूमिका वठविणाऱ्यांमध्ये वाढू लागल्यामुळे मूल्यांचा अव्हेर मोठ्या प्रमाणात होऊ लागला आहे. सुरुवातीच्या कालखंडात संसदेमधील चर्चेत सहभागी होऊन देशहितास्तव निर्णय होणे, विरोधी पक्षाकडून सत्ताधारी पक्षाला बऱ्याच प्रसंगी पाठबळ मिळाल्याची उदाहरणे दिसून येतात. आज मात्र संसदेअंतर्गत लोकप्रतिनिधी बहिष्काराचा मार्ग मोठ्या प्रमाणात चोखाळताना दिसतात. वारंवार कामकाजात अडथळा आणण्याचा प्रयत्न केला जातो. हे दृश्य मोठ्या प्रमाणात संसदेमध्ये दिसून येते. या सर्व घटनांचे अवलोकन केले असता, संसदीय लोकशाहीच्या मूल्यातील बदल

लक्षात येतो. आज राष्ट्रीय पक्षांबरोबर राजकारणात प्रादेशिक पक्षांना आलेले महत्त्व, त्यांच्या मदतीने होणारी तडजोड, त्याआधारे सत्तेवर येणारे संयुक्त सरकार, सत्ता टिकून राहावी यासाठी करण्यात येणारा असंसदीय मार्गांचा वापर, मूल्यांशी केली जाणारी तडजोड या सगळ्या बाबींच्याआधारे राजकीय मूल्यांमध्ये होणारा बदल प्रकर्षाने दिसतो. स्थानिक, प्रादेशिक मुद्दे हाती घेऊन जनक्षोभ वाढविण्याचा प्रयत्न काही प्रादेशिक पक्ष करताना दिसतात. लोकशाही मूल्ये अनेक प्रसंगी पायदळी तुडविण्याची भाषा केली जाते. सत्ता टिकविण्यासाठी पैशांचे व्यवहार झाल्याची उदाहरणे भारतीय लोकशाहीवादी देशात दिसून येतात.

कौटुंबिक व वैवाहिक मूल्यांतील बदल कुटुंबांतर्गत असलेल्या कौटुंबिक, सामाजिक स्नेहाचे संबंध हळूहळू अतिआत्मकेंद्रित होत जाऊन कुटुंबव्यवस्था आज नातेसंबंधाला झुगारू लागली आहे. त्यामुळे कौटुंबिक मूल्यांचा ऱ्हास आज होताना दिसत आहे. स्त्रियांचा दर्जा व त्यांचे कौटुंबिक, सामाजिक स्थान त्याबाबतची मूल्ये आज बदलू लागली आहेत. नोकरी, व्यवसायात, सार्वजनिक उद्योगांत तसेच सर्वच क्षेत्रांत स्त्रिया दिसू लागल्या आहेत. हे बदलत्या मूल्यव्यवस्थेचे द्योतक आहे; परंतु, याबरोबरच एक भयावह बाब म्हणजे स्त्रीभ्रूणहत्येचे प्रमाण वाढत चालले आहे. हे २००१च्या जणगणनेवरून स्पष्ट होते. गर्भजलपरीक्षा त्यातून होणारे लिंगनिदान व नंतर होणारी भ्रूणहत्या या बाबी कायदाविषयक मूल्यांची पायमल्ली करणाऱ्या असल्या, तरीही पायमल्ली होताना दिसते. कौटुंबिक मूल्यांमध्ये झालेल्या बदलामुळे नागरी व ग्रामीण महिलांवरील अत्याचारांचे प्रमाण वाढत आहे. विवाहविषयक मूल्यांत बदल होऊ लागल्यामुळे व कायद्यानेही तसा आधार मिळू लागल्यामुळे अनैतिकता व एड्ससारख्या बाबींचे प्रमाण वाढू लागले. घटस्फोटविषयक पारंपरिक दृष्टिकोनात बदल झाल्याने घटस्फोटितांची संख्या वाढू लागली आहे. त्याचबरोबर घटस्फोटित स्त्रियांना आधार देणाऱ्या संयुक्त कुटुंबाची संख्या कमी होऊ लागल्याने या स्त्रियांचा प्रश्नही निर्माण होऊ लागला आहे. कुटुंबातील पाल्यांचा सांभाळ व पालक व पाल्यसहसंबंध या बाबींमध्ये बदल होऊन या बालसंगोपनाची जबाबदारी दुय्यम संस्थांकडे परावर्तित होऊ लागली आहे. वृद्धांचा प्रश्नही यातूनच निर्माण होऊ लागला आहे. हुंडाविषयक मूल्यातही बदल होऊन रोख स्वरूपात वधुमूल्याऐवजी वस्तू व स्थावर मालमत्तेच्या स्वरूपात वधुमूल्य मागितले जाऊ लागले आहे.

शिक्षणविषयक मूल्यांतील बदल

मानवी जीवनाचा मूलभूत आधार शिक्षण हा आहे. हे शिक्षण मूल्याधिष्ठित असावयास हवे. त्यामध्ये समाजाची प्रगती होऊ शकेल; परंतु, आजच्या काळात

शिक्षणाचा प्रसार मोठ्या प्रमाणात झाला असला तरी हे शिक्षण मूल्याभिमुख न राहता व्यवसायाभिमुख मूल्यांवर आधारित असे आहे. जे व्यक्तिमत्त्वविकासास व संस्कारक्षमतेची वृद्धी करण्यास साहाय्यभूत ठरत नाही. शिक्षणासारख्या व्यवस्थेमध्ये आज धर्म, जाती यांसारख्या बाबी डोकावयास लागल्या आहेत. ९०च्या दशकानंतर आरक्षणासारख्या प्रश्नावरून अस्थिरता निर्माण झालेली दिसते. स्वायत्त संस्था आरक्षणाला विरोध करताना दिसतात. या बाबीही शिक्षणाच्या उच्चतम मूल्यांवर आघात करणाऱ्या आहेत. तांत्रिक, व्यावसायिक शिक्षण घेतलेल्या अभ्यासक्रमात मूल्यशिक्षणाचा अभाव असल्याने, असे शिक्षण घेऊन बाहेर पडणाऱ्या व्यक्तींमध्ये सामाजिक बांधिलकी, समाजविषयक जाण, सामाजिक जाणिवा या बाबींचा प्रकर्षाने अभाव दिसतो. शिक्षणविषयक मूल्यांतील हा बदलही दुर्लक्षित करण्यासारखा नाही.

आर्थिक मूल्यांतील बदल

आधुनिक कालखंडातील अर्थव्यवस्थेतील बदलाचा परिणाम म्हणून भारतीय संस्कृतीला नवीन मूल्यांची ओळख होऊ लागली आहे. साधारणत: गॅट करारानंतर जागतिकीकरणाचे वारे वाहू लागले. त्यातूनच आर्थिक स्वरूपाची मूल्ये बदलावयास सुरुवात झाली. समाजाच्या इच्छा व आकांक्षा आर्थिक व्यवस्था ठरवू लागल्या. व्यक्तीच्या मनावर बाजारपेठेचा पगडा इतका बसला की, त्याने कोणती वस्तू खरेदी करावी हे तो न ठरवता बाजारपेठ ठरवू लागली. गेल्या त्रिदशकापूर्वी 'कर्ज घेणे' ही बाब अप्रतिष्ठेचे लक्षण समजले जाई; परंतु, आज जास्तीत जास्त कर्ज हे प्रतिष्ठेचे लक्षण बनू लागले आहे. कर्जासाठी 'बँकेच्या दारी' याऐवजी 'बँका ग्राहकाच्या दारी' असे स्वरूप आज दृष्टीस पडू लागले आहे. एटीएम, क्रेडिट कार्ड याआधारे आर्थिक व्यवहार होऊ लागले आहेत. लहान लहान दुकानांऐवजी शॉपिंग मॉल उभे राहू लागले आहेत. भारतीय बनावटीच्या वस्तूंपेक्षा परकीय बनावटीच्या वस्तूंना अधिक मागणी आहे. या सर्व बाबी आर्थिक मूल्यांवर परिणाम घडवून आर्थिक मूल्यांचे स्वरूप बदलावयास भाग पाडत आहेत.

युवकांमधील मूल्यांतील बदल

युवकांच्या अंगी मूल्यांची घडण घडविणारा पालक व शिक्षक आज पारंपरिक व्यवस्थेतून बाद झाल्याने कोणती मूल्ये आत्मसात करावी, याबाबतचे आत्मभान युवकांना नाही. स्वयंप्रेरणेने काही बाबी स्वीकारताना युवक दिसतो; परंतु, त्या बाबी घातक आहेत किंवा विघातक आहेत, याची कल्पना त्यांना नसल्याने त्यांचे संपूर्ण आयुष्यच गर्तेत लोटले जाण्याची शक्यता वाढते व दुष्ट शक्तीच्या चक्रात जर तो अडकला तर संपूर्ण जीवनच नैराश्यवादी बनते. आजच्या युवा पिढीमध्ये संगीत,

नृत्य, क्रीडा इ. संदर्भातील मूल्यांमध्येही बदल झालेला दिसतो. रेव्ह पार्टीसारख्या पार्ट्यांचे आयोजन करून त्यामध्ये सहभागी होणाऱ्या धनाढ्य युवावर्गाचे प्रमाण आज मोठे दिसते. यांसारख्या पार्ट्यांमधूनच अमली पदार्थांचे व्यसन, वेश्यावृत्ती व त्याचबरोबर गुन्हेगारी यांसारख्या बाबींच्या अधीन हा युवक जाताना दिसतो. दहशतवादी कृत्यांमध्ये मोठ्या प्रमाणात युवावर्ग सहभागी होताना दिसतो. या सर्वांचे मूळ कारण म्हणजे आजची बदलत जाणारी मूल्यव्यवस्था होय किंवा त्याकडे होणारे दुर्लक्ष होय.

परिवर्तन हा निसर्ग व समाजाचा नियम असून, कालानुरूप समाजव्यवस्थेत बदल होणे अपेक्षित आहे. परिवर्तनातून बदलत गेलेल्या मूल्यांचा परिणाम म्हणून अपेक्षित असणारे व्यक्तिवर्तन हा एक सापेक्ष विचारसरणीचाच एक भाग असतो. सर्वत्र अनैतिकता, भ्रष्टाचार दिसू लागला आहे. अनैतिक समाजात नैतिक माणूस असूच शकत नाही, यासारखी विधाने नैराश्यवादाची आहेत. समाजातील सामाजिक मूल्यांचा प्रभाव टिकवून ठेवणारी कुटुंब, जात, धर्म, शिक्षण यांसारखी माध्यमे आजही प्रभावीपणे काम करू शकतात. त्यासाठी केवळ पारंपरिकता टिकवून ठेवणे एवढाच उद्देश समोर न ठेवता, पारंपरिक समाजातील आदर्श मूल्यांना आधुनिकतेची जोड देऊन नवमूल्यांची जोपासना करण्याची शक्ती यांसारख्या माध्यमांद्वारे व्यक्तींना प्राप्त करून देणे आवश्यक आहे. मानवी जीवनामध्ये प्रज्ञा, शील, करुणा, राष्ट्रप्रेम, बुद्धिप्रामाण्यवाद, विज्ञाननिष्ठा, स्वाभिमान, प्रामाणिकपणा, संयम, प्रेम यांसारख्या बाबींचा मानवाच्या क्रियाकलापात समावेश करणे गरजेचे आहे. मूल्यांचा समाजाला विसर पडत असला तरी सुखकारक समाजजीवनासाठी ही बाब घातक ठरणारी आहे; म्हणून नैतिक मूल्यांची समाजाला पुन: पुन्हा जाणीव करून देऊन ही मूल्ये समाजमनात खोलवर रुजविणे आवश्यक आहे. स्वातंत्र्य, समता, बंधुता ही प्रजासत्ताक भारताची मूल्ये ही या देशातील जनमानसात खोलवर रुजविली तर देशातील समग्र दोष नाहीसे होऊ शकतील, असे वाटते. त्यासाठी गरज आहे दृढ विश्वासाची व दृढ निश्चयाची.

२२ मूल्यांची सापेक्षता विचारात घेणे महत्त्वाचे

डॉ. विजय मारुलकर

सामाजिक जीवनात व्यक्तिवर्तन, व्यवहार, जीवन कसे असावे, याचे आदर्शीकरण 'मूल्य' या संज्ञेत अपेक्षित असते. मूल्य ही संज्ञा तशी व्यापक आहे. व्यक्तीमध्ये प्रतिबिंबित झालेली मूल्ये ही समाजामध्ये परीक्षिली, निरीक्षिली जात असतात. 'आत्मसंयम' हे मूल्य व्यक्तिगत मूल्य असले, तरी या मूल्याची श्रेष्ठता ही त्या मूल्याचे समाजाला होणाऱ्या दर्शनाने अधिक ठरत असते. समाजाला हे दर्शन एखाद्या व्यक्तिमत्त्वामध्ये घडत असते. म्हणजेच मूल्याचा विचार करताना समाजाचा विचार करावा लागतो. या सर्व गोष्टींचा विचार करून मूल्याची व्याख्या पुढीलप्रमाणे करता येईल - ''मनुष्याच्या व्यक्तिमत्त्वातील ज्या ज्या गोष्टींना समाजामध्ये मूल्य असते ती गोष्ट म्हणजे 'मूल्य' होय.''

कोणती मूल्ये आपण आचरणात आणावयाची, धारण करावयाची व जीवन संपन्न करावयाचे याचे व्यक्तीला स्वातंत्र्य असले तरी समाज संस्कृतीच्या निरीक्षणातून आणि परिशीलनातून मूल्यांची निर्मिती झालेली असते. मूल्यांचे आचरण करताना व्यक्ती प्रत्यक्ष व अप्रत्यक्षरीत्या समाजहिताला सामोरी जात असते. तसेच मानवी संस्कृतीने मानवाला बहाल केलेल्या 'सद्गुणांचे' संवर्धन आणि संक्रमण करीत राहणे म्हणजेच मूल्यांचे जतन करीत राहणे होय.

काळानुरूप मूल्ये बदलली जात असली तरी काळाच्या ओघात विशिष्ट मूल्यांची गरज त्या त्या समाजाला कमी-अधिक प्रमाणात भासत असते, हेही खरे. उदा. 'भक्ती' हे मूल्य काल होते, आज आहे आणि उद्याही राहणार आहे. फरक इतकाच की, त्याचे स्वरूप बदलले; पण मानवी समाजातून ते नाहीसे झाले नाही. तेव्हा मूल्ये ही वाढतच असतात आणि ती मानवी प्रगतीला पोषक असतात. 'मूल्य' ही संकल्पना मानवी जीवनप्रवाहातील आवश्यक गरज आहे. काही मूल्ये बदलत

असली तरी काही चिरंतनही असतात. उदा. सत्यं, शिवं, सुंदरम् ही चिरंतन अशी मानवी - सामाजिक मूल्ये आहेत. बंधुभाव, भूतदया यांचे स्वरूपही असेच आहे. तसेच प्रेम, सहानुभूती, बंधुता यांसारखी मूल्ये सामाजिक स्वास्थ्यासाठी आवश्यक असतात. 'माणुसकी' हे असेच मूल्य आहे की जे मानवी अंतर्मनात जागवावेच लागते. अन्यथा, मानवी व सामाजिक विध्वंस टाळता येणार नाही. मूल्ये ही मानवी जीवनाचा श्वास आहेत, हे म्हणणे लोकांना पटवून दिले पाहिजे. तरच समाजातील असंस्कृतपणा दूर होऊ शकेल. 'अहिंसा' हे मूल्य आहे पण त्यासाठी हिंसकपणा सोडून देणे महत्त्वाचे आहे. 'श्रद्धा' हेपण एक मूल्य आहे; पण त्यासाठी श्रद्धा जागवावी लागते.

'मूल्य' ही संकल्पना अमूर्त आहे. सामाजिकदृष्ट्या मूल्यांना असणारे महत्त्व स्पष्ट करावयाचे झाल्यास असे म्हणता येईल की, मानवसमाजात व्यक्तींच्या वर्तनाचे निर्धारण वर्तनाच्या योग्यायोग्यतेसंबंधीच्या सामाजिक कल्पनांशी निर्धारित होत असल्यामुळे मानवाच्या सामाजिक वर्तनाचे अध्ययन व विश्लेषण मूल्यांचा विचार केल्याखेरीज होऊच शकत नाही. मानवी जीवनात मूल्यांना असणारे महत्त्व लक्षात घेऊनच पार्सन्स या अमेरिकन समाजशास्त्रज्ञाने मानवी वर्तनाबाबत सिद्धान्त मांडला आहे. कोणत्याही स्थितीत मानवप्राण्याचे वर्तन निर्धारित करण्यात मूल्ये व नियमने यांना महत्त्व असते. समाजशास्त्रांचा मूल्यांकडे पाहण्याचा दृष्टिकोन हा सापेक्षतावादी (Relative) असतो. कारण निरनिराळ्या मानवसमाजातून मूल्ये व नियमने यामध्ये आपल्याला विविधता आढळते. थोडक्यात, मूल्यांच्या समाजातील अस्तित्वाचा प्रत्यय आपल्याला प्रचलित असलेल्या प्रमाणकांद्वारेच येतो.

स्वातंत्र्य, समता, बंधुता, लोकशाही, सत्य, अहिंसा अशा अनेक गोष्टी मूल्ये म्हणून ओळखली जातात. प्रत्येक समाजाची अशी काही मूल्ये असतात. व्यक्तीचे वर्तन योग्य की अयोग्य, हे ठरविण्याचे ते एक मानक (Standard) असते. त्या दृष्टीने मूल्यांचा विचार करता येतो. एक वेळ संस्था बदलता येतात, उद्ध्वस्त करता येतात; पण मूल्यव्यवस्था विस्कळीत होऊन चालणार नाही. मानवजातीच्या मानसिक व वर्तनविषयक निकोपपणाची हमी केवळ तिलाच देता येणे शक्य आहे.

२३ सामाजिक मूल्ये आणि आजचा बालक

प्रा. लीला शिंदे

जागतिकीकरणाच्या प्रक्रियेने जगातल्या समग्र समाजव्यवस्थेला हादरवून टाकले आहे. हा सामाजिक बदल अटळ आणि अपरिहार्य स्वरूपाचा आहे. केवळ समाजव्यवस्थाच नव्हे, तर विज्ञान, तंत्रज्ञान, कला, सामाजिक शास्त्रे आणि ज्ञानाच्या अभ्यासपद्धतीसमोर नवनवीन आव्हाने उभी ठाकली आहेत. कोणत्याही शास्त्रातील संकल्पना, सिद्धान्त आणि वैचारिक भूमिकांद्वारे समाजरचनेत घडून येणाऱ्या सामाजिक बदलाचे स्वरूप स्पष्ट होत असते; परंतु, जागतिकीकरणामुळे अत्यंत वेगाने बदलणाऱ्या समाजसंरचनेचा वेध घेणे कठीण होत चालले आहे. ज्ञान आणि विज्ञान, तसेच सामाजिक शास्त्रातील कोणतीही संकल्पना तिचे वास्तव स्वरूप जाणून घेणे हे त्या शास्त्राच्या अभ्यासाचे उद्दिष्ट असते. या संकल्पनेचे वस्तुनिष्ठ आकलन होणे अत्यंत गरजेचे असते.

आधुनिक भारतात अलीकडे राजकीय पक्ष, शासनव्यवस्था, तज्ज्ञ मंडळी, शास्त्रज्ञ अगदी संशोधकही सामाजिक संकल्पनांचे उदात्तीकरण करताना दिसतात. प्रत्यक्ष समाजात मात्र त्या संकल्पनेचे स्वरूप अत्यंत भीषण स्वरूपाचे असते. उदाहरणासाठी बालकुपोषणाचा शासकीय अहवाल आणि डॉ. अभय बंग यांचा अहवाल यात जमीन-अस्मानाचा फरक जाणवला. सामाजिक, सांस्कृतिक मूल्यांविषयी विषयाचं गांभीर्य बघता तो केवळ वैचारिक चर्चेचा विषय नसून, वास्तवात आचरणाची, आत्मसातकरणाची बाब आहे हे आपल्याला मान्य करावे लागेल.

सामाजिक मूल्ये ही समाजरचनेचे मूलभूत घटक आहेत. सामाजिक, सांस्कृतिक मूल्ये ही व्यक्तीच्या व्यक्तिमत्त्वाचे अविभाज्य घटक असतात. प्रत्येक व्यक्ती या सामाजिक आणि सांस्कृतिक मूल्यांशी भावनात्मकरीत्या जोडल्या गेलेल्या असतात. सामाजिक आणि सांस्कृतिक मूल्ये ही समाजव्यवस्थेचे प्रतिबिंब असतात. या सामाजिक,

सांस्कृतिक मूल्यांनुसारच समाजाचे सातत्य आणि एकीकरण घडून येत असते. या सामाजिक मूल्यांना धक्का पोहोचला तर व्यक्ती या अस्वस्थ होतात; व्यक्ती आणि समाजव्यवस्थेवर विघातक परिणाम घडून येतात.

हॅरी जॉन्सन या समाजशास्त्रज्ञाच्या मते, 'मूल्य म्हणजे एक असे सांस्कृतिक आणि व्यक्तिगत मापदंड की, ज्याआधारे आपण वेगवेगळ्या वस्तूंमध्ये तुलना करतो, काही मान्य तर इतर अमान्य करतो, काही चांगल्या किंवा उचित समजतो, तर काही वाईट अनुचित, काही बरोबर, तर काही चूक समजतो.'

या व्याख्येनुसार सामाजिक मूल्यांचा अर्थ असा की, सामाजिक वर्तनाचे सामाजिक मूल्यांद्वारे मूल्यमापन केले जाते. समाजात मूल्य ही आदर्शरूप असतात. ती प्रत्येक व्यक्तीद्वारे आत्मसात केली जातात, अशी समाजाची अपेक्षा असते. सामाजिक मूल्यांनुसार वर्तन अपेक्षित असते. मूल्यांनुसार केलेले वर्तन हे उचित वर्तन मानले जाते. त्यामुळे समाजव्यवस्थेत सुसंवाद आणि एकात्मता प्रस्थापित होते. अनुचित वर्तनाने समाजव्यवस्थेत विसंवाद घडून येतो. मानवी आणि सामाजिक जीवनात सामाजिक मूल्यांच्या ऱ्हासाने समाजात विघातक वृत्ती निर्माण होतात. उदाहरण द्यायचे झाल्यास समाजात कुटुंब, शिक्षण, धर्म, राज्य, अर्थक्षेत्रात उजळमाथ्याने होत असलेला भ्रष्टाचार, सामाजिक अन्याय, अत्याचार, लिंगभेद, चंगळवाद इत्यादींमुळे सामाजिक विषमता दिवसेंदिवस वाढत चालली आहे.

सामाजिक मूल्ये ही समाजशास्त्रीय उपयोजित संकल्पना म्हणून विचार केल्यास, संकल्पना आणि प्रत्यक्ष वास्तव स्वरूपात दोन टोकांचे अंतर दिसते. शिक्षकाने निरपेक्ष आणि प्रामाणिकपणे ज्ञानदान करावे, राजकीय नेत्याच्या नेतृत्वप्रक्रियेचा केंद्रबिंदू हा सामान्य माणूस असावा पर्यावरणाचे जतन, विज्ञाननिष्ठा, श्रमप्रतिष्ठा, प्रत्यक्ष जगण्यातून यावी. ही आहेत काही आदर्श सामाजिक मूल्ये. प्रत्यक्ष वास्तवात ही मूल्ये अर्थहीन ठरली आहेत; कारण त्या मूल्यांनुसार आचरण संवेदनशून्य, स्वार्थी, दांभिक, भरकटलेल्या समाजाला शक्य होत नाही.

असे का घडते? याचा शोध घेतला तर असे आढळून येते की, सामाजिक मूल्यांची संस्कारजननी म्हणजे कुटुंबसंस्था, विवाहसंस्था हीच मुळात ढासळत चालली आहे. चार्ल्स कुले या समाजशास्त्रज्ञाच्या मते, कुटुंब, शेजार, मित्रमंडळ, खेडं ही प्राथमिक संबंध आणि गटाची आदर्श उदाहरणे होत. उत्स्फूर्त प्रेम, जिव्हाळा, सहानुभूती, आपुलकी, नि:स्वार्थ त्याग या सर्व भावना प्राथमिक गटांचा मूलभूत आधार आहे. आज शेजार, खेडे, मित्रमंडळ हे प्राथमिक गटाच्या संकल्पनेची उदाहरणे म्हणून केव्हाच बाद झाली आहेत आणि आता कुटुंबसंस्था हीदेखील बाद होण्याच्या मार्गावर आहे, हे भीषण वास्तव आहे, हे मान्य करायला हवे. याचा

खोलवर विघातक परिणाम हा बालक या कुटुंबसंस्थेतील मूळ घटकांवर अक्षम्य असा होत आहे.

आपण 'बालक' हा राष्ट्राचा पाया म्हणतो. जन्मत: अपरिपक्व, अविकसित बालकाच्या व्यक्तित्वाला योग्य आकार देण्याचे कार्य उत्स्फूर्तपणे कुटुंबाद्वारे घडत असते. बालकांच्या निसर्गदत्त सुप्त गुणांचा विकास, सामाजिक जीवन जगण्यासाठीची पूर्वतयारी ही कुटुंबाद्वारे होत असते. आज मात्र बालकांचे बाल्य खुरटत चालले आहे. जो तो इतरांकडे अंगुलीनिर्देष करतो – कुटुंब, शाळा, समाज, शिक्षक, शासन, धर्म इत्यादी. आणि भरडत चालला आहे तो राष्ट्राचा पाया असलेला 'बालक'. बालकांचे असंख्य प्रश्न आज भेडसावत आहेत. बालकामगार, बाललैंगिक शोषण, बालकुपोषण, बालविवाह, बालशिक्षण, बालगुन्हेगारी स्त्रीबालहत्या, स्त्रीभ्रूणहत्या या सर्व बालसमस्यांचा गांभीर्याने विचार केला तर या सर्व प्रश्नांच्या मुळाशी कारण आहे, सामाजिक मूल्यांचा होणारा ऱ्हास.

सामाजिक, सांस्कृतिक मूल्यांचा ऱ्हास का होतो? समाजात तर ती आदर्शरूप असतात. मानवी कल्याण आणि समाजाच्या हितासाठी सामाजिक मूल्यांचे आत्मसातीकरण करणे हे अत्यंत गरजेचे असते. तरीही आज अतिवेगाने होणारे नागरीकरण, पाश्चिमात्यांचे अंधानुकरण, जागतिकीकरणामुळे माणूस समूहात असून एकटा–एकाकी होत चालला आहे. त्याला आपले नातेवाईक नव्हे, तर स्वत:कडेदेखील माणूस म्हणून बघायला, माणूसपण जोपासायला वेळ नाही. समाजाच्या सर्व क्षेत्रांत माणसामाणसांत विषमतेची प्रचंड दरी वाढत चालली आहे; कारण विवाह आणि कुटुंबसंस्था या दोन्ही प्राथमिक आणि मूलभूत संस्था ज्या भावनात्मकतेवर आधारलेल्या आहेत, त्या संस्थांना तडे जात आहेत. एकाकीपणा, व्यक्तिकेंद्री वृत्ती, चंगळवाद, अतिव्यावसायिकता, स्वार्थी वृत्ती वाढत चालली आहे. सर्वस्वाच्या त्यागातून घट्ट विणलेली नाजूक, भावनात्मक नाती ही दुभंगत चालली आहेत. अशा विपर्यस्त परिस्थितीत अगदी जागतिक पातळीवर पुन्हा कौटुंबिक नात्याचे महत्त्व, त्याची जोपासना ही अत्यंत जाणीवपूर्वक करावी लागणार आहे.

कुटुंबसंस्था ही बालकाच्या व्यक्तित्वाच्या जडणघडणीत मोलाची भूमिका पार पाडते. कुटुंब ही बालकाची पहिली पाठशाळा आहे. ज्या शाळेतून व्यापक सामाजिक जीवनाचे प्राथमिक शिक्षण दिले जाते. संस्कृती, सामाजिक मूल्यांचे शिक्षण, संवर्धन आणि जपणूक ही अगदी सहजरीत्या होत असते. हे कार्य 'आई' या घटकाद्वारे संवेदनशीलतेने होते. बालकाची आवड, त्याचा कल, स्वभाव, इतर निसर्गदत्त सुप्त गुणांसंबंधीचा सहजविचार मानसिक, भावनिक पातळीवरून आई करीत असते. बालके ही अत्यंत संवेदनशील तसेच अनुकरणीय असतात. नावीन्याची त्यांना सतत

ओढ असते. शिकण्याची प्रचंड शक्ती असते. तसेच बालकांमध्ये बौद्धिक, भावनिक, मानसिक, शारीरिक ऊर्जा प्रचंड असते. त्याला योग्य वळण लावणे, योग्य मार्गदर्शनाचे कार्य केवळ कुटुंबाद्वारे घडू शकते. कुटुंबाद्वारे संस्कृती, सामाजिक मूल्यांचे शिक्षण, हस्तांतरण, सातत्य, तसेच नवनिर्मितीचे विधायक कार्य घडत असते. बालक, कुटुंब, समाज आणि शिक्षण हे घटक परस्परपूरक आणि प्रेरक असायला हवेत. प्रेम, जिव्हाळा, सहजीवन, सहानुभूती, सहनशीलता, सहकार्याची भावना, सहिष्णुता, त्याग अशा सामाजिक मूल्यांचे सहज संस्कार कुटुंबाद्वारेच घडत असतात. सद्‌गुणांची जोपासना, जपणूक ही बालवयात कुटुंबातूनच होत असते; परंतु, या मूल्यांनुसार प्रत्यक्ष आचरण बालकांना घरात झालेले दिसले पाहिजे. तेव्हाच बालकांना आपणही असे वागावे, ही प्रेरणा मिळू शकते. आपल्या घरात बालकाला आपल्या व्यक्तित्वाच्या विकासाला पूर्ण वाव मिळायला हवा. त्यासाठी त्याला मोकळे व पोषक वातावरण मिळायला हवे. बालक हा जरी मोठ्यासारखा जबाबदारी पेलण्यास असमर्थ असला तरी तोही कुटुंबाचा सन्माननीय सदस्य आहे, ही जाणीव मोठ्यांनी ठेवायला हवी. बालकाच्या 'स्व'चा सन्मान ठेवावा; त्याच्यावर विश्वास ठेवावा; त्याला प्रेम द्यावे. विश्वासाच्या भावनेतून बालकाच्या मनात प्रेम, बंधुभावना, जिव्हाळा, आत्मविश्वास, सुरक्षिततेची भावना निर्माण होते. द्वेष, मत्सर, भीती नाहीशी होते. जर का या विघातक भावना बालमनात रुजल्या तर त्याची प्राथमिक संबंधाची जपणूक ही आजच्या समाजात, कुटुंबात घडत नसल्याने बालकांच्या व्यक्तित्वात त्याचे अंकुर कसे फुटतील? आज प्रेमभावना आडातच नाही तर पोहोऱ्यात कोठून येईल? राष्ट्रप्रेमाची, संस्काराची जननी ही कुटुंबसंस्था आहे. व्यक्ती आणि समाज, समाज आणि राष्ट्र अशा रीतीने सामाजिक मूल्यांची जोपासना व्हायला हवी; नाही तर समाजाची दिशाहीन भरकट होऊन सामाजिक अराजक निर्माण होऊ शकते.

आज अशीच अराजकाची परिस्थिती निर्माण झालेली आहे. याचे उदाहरण म्हणजे आज पर्यावरणाचा प्रश्न हा जागतिक अरिष्ट होऊ बसला आहे. पर्यावरणासंबंधी जाणीव-जागरूकतेसाठी पर्यावरण जागरूकतेचे धडे आपण प्राथमिक शिक्षणापासून देऊ लागलो आहोत. त्याचा शालेय अभ्यासक्रमात अभ्यास केल्यास मुलांना भरपूर गुण मिळतीलही; परंतु, ही पर्यावरण जागरूकता कागदोपत्री न राहता मनामध्ये रुजणे गरजेचे आहे. हे शिक्षण बालकांना कुटुंबसंस्थेतून जाणीवपूर्वक करावे लागेल; जे पूर्वी कौटुंबिक, धार्मिक सणांच्या माध्यमातून होत होते. आज जाणीवपूर्वक पाण्याची बचत, पक्ष्यांसाठी पिण्याच्या पाण्याची सोय, पक्षी-प्राण्यांसाठी अभयारण्याचे जतन, वृक्षारोपण, संवर्धन, सृष्टीचे दातृत्व, निसर्ग, माणूस, प्राणी, पक्षी, कीटक, किडे ही कशी जीवनसाखळी आहे, ती आपण कशी जपायला हवी, हे बालकांना

शिकवताना मोठ्यांनी त्यानुसार वर्तन करणे गरजेचे आहे आणि तेच नेमके घडत नाही आणि त्यामुळे बालकांच्या मनावर पर्यावरणसंवर्धनासंबंधीचा विचार बिंबवण्याचा आटापिटा करावा लागतो आहे. शिवाय या समस्येचे दूरगामी परिणाम पर्यावरण बिघडणाऱ्या मोठ्यांवर न होता छोट्यांना भोगावा लागणार आहे. त्यांना या संकटापासून वाचवायचे असेल तर बालकावर प्रेम करायला शिकावे लागेल. खरे तर मूल्यानुसार वर्तन करायचे धाडस करावे लागणार आहे. 'आधी केले, मग सांगितले' तरच ते शक्य होणार आहे.

बालकाला आपल्या सभोवतालच्या घडणाऱ्या घटनांचे बुद्धीच्या साहाय्याने आकलन कसे करावे, हे शिकवायला हवे. घरात आपण मुलांना जेवताना सांगतो, 'अन्न हे पूर्णब्रह्म'. या श्लोकाचा केवळ धार्मिक कर्मकांडापुरता अर्थ सांगून चालणार नाही, तर काबाडकष्ट करणाऱ्या शेतकऱ्याचे अपार कष्ट, निसर्गाची दातृत्वभावना, बाजारपेठेची क्लिष्ट व्यवस्था, आईने जीव ओतून केलेला सकस स्वयंपाक या सर्व कृतीमुळे आपल्याला हे अन्न मिळाले. न मिळणाऱ्यांना मिळावे म्हणून ताटात उष्टे टाकू नये किंवा ताटात पाहिजे तेवढे घेणे, आहे ते आवडीने खाणे, असे कितीतरी चांगल्या विचारांचे संस्कार कुटुंबातून घडू शकतात. पण आजचे अन्न मॉल, हॉटेल्स, बहुराष्ट्रीय कंपन्या देतात; तेव्हा 'अन्न हे पूर्णब्रह्म' हे मूल्य आपण कसे रुजवणार? श्लोकाचा यथार्थ वस्तुनिष्ठ अर्थ बालकाला समजावून सांगण्यासाठी कुटुंबाची भूमिका अत्यंत महत्त्वाची ठरते.

जगाला श्रमसंस्काराचे महत्त्व सांगणाऱ्या महात्मा गांधींच्या देशात आज शारीरिक श्रमाची आपल्याला लाज वाटू लागली आहे. गरीब-श्रीमंत, स्त्री-पुरुष, चांगलं-अस्वच्छ घाण काम अशा प्रकारे श्रमाचा भेदभाव बालकांच्या मनात श्रमासंबंधी मानसिक द्वंद्व निर्माण करतो. या श्रममूल्यांचा संस्कार घरातून सहज घडू शकतो. घरात सर्व जण मिळून सगळी कामे करीत असतील, तर बालकांच्या मनावर श्रमसंस्कार सहजरीत्या होतील. श्रमसंस्कार शिबिरातून श्रममूल्यांचे संस्कार होऊ शकत नाहीत. कुटुंबातून हे संस्कार मानसिक प्रेरणेतून सहज सवयींचा भाग बनू शकतात; परंतु, त्यासाठी निष्ठा आणि सच्चेपणा मोठ्यांच्या विचारात आणि वागण्यात दिसायला हवा.

आज राष्ट्रीय शैक्षणिक धोरणात मूल्यशिक्षणास विशेष महत्त्व प्राप्त झाले आहे. अगदी प्राथमिक शिक्षणापासूनच सामाजिक मूल्यांचे संस्कार व्हावेत असे राज्यकर्ते, पालक, शिक्षक, तज्ज्ञांना वाटत आहे. या उपक्रमासाठी अफाट पैसाही खर्च केला जात आहे. सामाजिक मूल्यांची गंभीरपणे चर्चा होऊ लागली आहे. सामजिक मूल्यांचा ऱ्हास म्हणजे मानवाचा ऱ्हास असे चित्र प्रत्यक्ष दिसत आहे.

सामाजिक मूल्यांचा केवळ विचार करून चालणार नाही. सामाजिक मूल्ये ही आपल्या आचरणाचा, जगण्याचा, मानसिकतेचा अविभाज्य भाग बनायला हवीत.

समाजात परिस्थिती मात्र विपर्यस्त आहे. मला स्वातंत्र्य हवं; पण मी इतरांना स्वातंत्र्य उपभोगायला देणार नाही. मी स्वच्छतेबद्दल बोलतो, परिसर स्वच्छता हवी आहे; पण मी स्वत: माझे घर, परिसर जबाबदारीच्या जाणिवेतून स्वच्छ ठेवत नाही. तो दुसऱ्याने ठेवावा, ही अपेक्षा मात्र ठेवतो. मी समतेच्या गप्पा मारतो. कुटुंबात, समाजात मात्र विषमतेने वागतो. खोटे बोलू नये, हे सामाजिक मूल्य आपण पाळायला हवे; पण मी मात्र भ्रष्टाचार करतो. पर्यावरणाच्या रक्षणासंबंधी बोलतो; परंतु, पर्यावरणाचे भक्षणही मीच करतो. असा हा बौद्धिक, भावनिक, मानसिक दुभंगलेपणा हा आजच्या समाजाचे वैशिष्ट्य बनत चालला आहे. मूल्यशिक्षण हा केवळ चर्चेचा विषय नसून, तो प्रत्यक्ष आचरण, आत्मसातीकरणाचा व्हायला हवा. म. गांधींच्या सत्याच्या प्रयोगाची थोरवी गाणारे आपण त्या सत्याच्या प्रयोगासाठी प्रामाणिकपणा, निष्ठा, प्रेम, निर्भयता, सच्चेपणा, आत्मविश्वास, त्याग आणि आत्मपरीक्षण करणे आवश्यक आहे, हे निर्विवाद सत्य आहे. आजच्या आधुनिक गुणांचे आपण पाईक, तरुण भारताचे आपण जबाबदार नागरिक म्हणून मानवता व लोकशाही मूल्यांनुसार राष्ट्र अबाधित ठेवायचे असेल तर राष्ट्राचा पाया असलेल्या बालकांद्वारे सामाजिक मूल्यांचे संस्कार, जतन, संवर्धन आणि नवनिर्मिती होऊन राष्ट्र सर्वार्थाने समृद्ध बनू शकेल.

२४ बदलत्या सामाजिक व्यवस्थेतील नैतिक मूल्यांची घसरण

प्राचार्या सविता शेटे

कोणत्याही समाजाचा विकास हा अनेक घटकांवर अवलंबून असतो. त्या समाजाची आर्थिक, सांस्कृतिक, सामाजिक, शैक्षणिक उन्नती होणे आवश्यक असते. मात्र, या संपूर्ण उन्नतीसाठी समाजाला नैतिक अधिष्ठान असणे अत्यंत गरजेचे असते. अन्यथा, समाज दुबळा होईल.

आज २१व्या शतकात जग खूप बदलले आहे आणि अजूनही हे बदल होत राहतील. त्यामुळे समाजाच्या रचनेत, व्यवस्थेत अनेक बदल झाले आहेत. जीवनाशी निगडित सर्व क्षेत्रांमध्ये असे बदल होत आहेत. अत्यंत झपाट्याने हे बदल होत आहेत. जसजशी भौतिक प्रगती होऊ लागली, तसतसा सांस्कृतिक, नैतिक मूल्यांचा मानवी समाजावरील पगडा हळूहळू कमी होत आहे. कोणत्याही मार्गाने अर्थार्जन करून भौतिक सुखे प्राप्त करून घेणे यामागे सर्वसामान्य माणूस लागला आहे. माहिती व तंत्रज्ञानामुळे जग खूप जवळ आले आहे. जगाच्या कानाकोपऱ्यात घडणाऱ्या घटनांचे पडसाद लगेच सर्वत्र उमटताना दिसतात.

आज आपल्याकडेही समाजाची जडणघडण बदलते आहे. त्यानुसार नैतिक मूल्येही बदलत आहेत. बालमनावर संस्कार करणाऱ्या कुटुंबसंस्थेचे स्वरूप झपाट्याने बदलत आहे. अर्पाटमेंट पद्धतीमुळे माणूस माणसांपासून 'अपार्ट' होऊ लागला आहे. फ्लॅट पद्धतीने माणुसकी 'फ्लॅट' होऊ लागली आहे. माणूस आत्मकेंद्री आणि स्वार्थी बनला आहे.

आजची पिढी भौतिकतेच्या खोल गर्तेत कोसळत असताना नैतिक मूल्यांची घसरणही त्याच गतीने होत आहे आणि ही घसरण समाजासाठी अत्यंत घातक आहे. याला वेळीच आवर घालणे गरजेचे आहे आणि हे कार्य प्रत्येकाचे आहे. कुटुंब, पालक, शाळा, महाविद्यालये, शिक्षक, सर्व सामाजिक संस्था, शासकीय, निमशासकीय

संस्था इ. सर्वच पातळ्यांवर जाणीवपूर्वक नैतिक मूल्यांची रुजवण करण्याचा प्रयत्न होणे गरजेचे आहे. आज शाळांमधून मूल्यशिक्षणाचा अभ्यासक्रम सुरू करण्यात आला आहे. त्यासाठी वेळ देण्यात आला आहे. त्याची अंमलबजावणी काय आणि कशी होत आहे, हे पाहणे महत्त्वाचे आहे.

नैतिक शिक्षण ज्या तत्त्वावर आधारित आहे, त्यांना 'नैतिक मूल्ये' म्हणतात. मूल्य म्हणजे काय? ''समाजामध्ये नागरिक म्हणून वावरताना माणसामाणसांमध्ये सुसंबंध राहण्यासाठी व सामाजिक संस्थांना पायाभूत ठरणारी जी तत्त्वे असतात, त्यांना नीतिमूल्ये म्हणतात; आणि ही नीतिमूल्ये आपण आचरणात आणणे आवश्यक आहे. नीतिमूल्ये नुसते माहीत असणे किंवा शिकविणे याला अर्थ नाही, तर ती रुजविणे याला महत्त्व आहे. कारण मूल्ये ही देता येत नाहीत; ती घ्यावी लागतात. विश्वविख्यात तत्त्वज्ञ सॉक्रेटिसने म्हटले आहे की, "Virtues can't be taught but caught."

स्वच्छता, राष्ट्रप्रेम, कर्तव्यदक्षता, श्रमनिष्ठा, निर्भयता, खिलाडूवृत्ती, नियमितपणा, वक्तशीरपणा, नीटनेटकेपणा ही व्यक्तिगत मूल्ये आहेत. सहकार्य, बंधुता, क्षमता, आदरभाव, राष्ट्रीय आत्मीयता या सामाजिक मूल्यांबरोबरच स्वाधीनता, कर्तव्यदक्षता, शुचिता, समता, बंधुता, सर्व धर्मांबद्दल आदरभाव, आई-वडिलांबद्दल आदर, निसर्गप्रेम, निर्भयता इ. मूल्येही महत्त्वाची आहेत.

आज दिवसाढवळ्या बँकेवर दरोडे पडतात. चोरी, लबाडी, भ्रष्टाचार ही नित्याची बाब झाली. स्त्रियांवरील अत्याचार, व्यभिचार, छळवणूक, हत्या यांनी वर्तमानपत्राचे बहुतांश भाग भरलेले असतात. सार्वजनिक क्षेत्रातील भ्रष्टाचार पाहिल्यावर नीतिमत्तेचा गंध कोठेही पाहायला मिळत नाही. आज अनेक मोठी माणसे जी वेगवेगळ्या क्षेत्रांत अग्रेसर आहेत, बोलतात खूप आदर्शाच्या संकल्पना; पण कृती मात्र एकदम वेगळी. प्रत्येक व्यक्तीमधील नैतिक मूल्ये अबाधित राहण्यासाठी संत तुकडोजीमहाराज म्हणतात त्याप्रमाणे वागणे आवश्यक आहे. 'लोकांशी जे जे शिकवावे, आधी ते ते आपणची आचरावे', म्हणूनच संत तुकाराममहाराज म्हणतात, ''बोले तैसा चाले, त्याची वंदावी पावले.''

शिक्षणक्षेत्रात नैतिक मूल्ये कोणत्या स्तरावर आहेत? कॉपी हा प्रकार गैर आहे, असे म्हणणाऱ्यांची आणि त्यानुसार कृती करणाऱ्यांची संख्या वरचेवर कमी होत आहे. हे कृत्य बेकायदेशीर आहे, असे बहुतांश जणांना वाटतच नाही. कॉपीला विरोध करणारा मात्र बाहेर फेकला जातो. तरुण पिढीमध्ये व्यसनांचे प्रमाण वाढत आहे. ते व्यसन नसून, प्रतिष्ठेचे लक्षण समजले जाते. मोठी माणसे जेव्हा अशी कृती करतात, तेव्हा सामान्यजनांना ते योग्यच वाटते. समाज बदलला आहे, या नावाखाली

प्रखर चंगळवाद चालू आहे. नीतिमूल्यांना थारा नाही. अशा परिस्थितीत जाणीवपूर्वक नीतिमूल्यांची रुजवण करणे गरजेचे आहे. इतरांचे विचार न पटल्यास तिथे ते तसे स्वीकार न करता हिंसक पद्धतीने विरोध करणे हे सर्रास सुरू झाले आहे. समाधान, सहकार्य, क्षमाशीलता, साधेपणा, सहनशीलता, पारदर्शीपणा, दातृत्व इ. मूल्ये माणसाच्या व्यक्तिगत विकासाला अत्यंत महत्त्वाची आहेत. चंगळवाद, सुखे लाटण्याच्या विविध पद्धती या अत्यंत गतीने वाढत आहेत. शेवटी ही समाजव्यवस्था निर्माण करणारे कोण आहेत? आपणच. मग अत्यंत सारासार पद्धतीने विवेकाच्या पातळीवर विचार करून प्रत्येकाने कृतिशील होणे गरजेचे आहे. या समाजव्यवस्थेत होणारी ही नैतिक मूल्यांची घसरण थांबविणे कठीण असले तरी अनिवार्य आहे. अन्यथा आपण खूप वेगळ्या आणि धोकादायक गर्तेत फेकले जाऊ.

२५ मानवी मूल्ये व मानवी हक्क : व्यक्ती आणि समाजविकासासाठी अत्यावश्यक

डॉ. अशोक नाईकवाडे

भावी पिढीमध्ये मानवी मूल्य रुजवण्यासाठी 'मानवी हक्क'

आजच्या आधुनिक २१व्या शतकाच्या दुसऱ्या दशकात आपण मानवी मूल्ये व अधिकारासंबंधी अतिशय गांभीर्याने विचारविनिमय करण्याची गरज आहे. "Human Rights to inculcate human values among future generation" अर्थात, 'भावी' पिढीमध्ये मानवी मूल्य रुजवण्यासाठी 'मानवी हक्क' हा विषय आजच्या वर्तमान कालखंडात एक अतिशय महत्त्वाचा विषय आहे. व्यवसायाभिमुख आणि व्यक्तिगत करिअरकडेच अधिक लक्ष देणारे, भौतिकतावादाकडे झुकलेले असे आजचे सर्वसाधारण धोरण आहे; त्यामुळे आणि त्यातही १९९०-९१पासून आपल्या देशानेही जे खाऊजा (खासगीकरण, उदारीकरण, जागतिकीकरण) अर्थात LPG जे धोरण स्वीकारल्याने जीवनातले आदर्शवादी विचार आणि मानवी जीवनाकडे पाहण्याचा एक भावनात्मक, मानवतावादी दृष्टिकोन आणि व्यवहाराला उतरती कळा लागलेली आहे. आत्यंतिक व्यवहारवादी, मानवतावादी मूल्यविरोधी असे हे धोरण दिसून येत आहे.

या विषयाची तीन भागात विभागणी करता येईल : १) मानवी मूल्ये २) मानवी हक्क आणि ३) भावी पिढीसाठी मानवी हक्क (भारताचे योगदान)

१) मानवी मूल्ये

मानवी मूल्ये अर्थात मानवाने आपल्या प्रदीर्घ अशा हजारो वर्षांच्या जीवनाच्या वाटचालीत अनुभवाच्या आधारे समाजाच्या स्थैर्यासाठी, प्रगतीसाठी तयार केलेली मूल्ये म्हणजे आदर्श संकल्पना, तत्त्वे, मानवी जीवनाच्या दृष्टीने योग्य अशी ध्येये, नैतिक विचारप्रणाली, ज्यांच्या आचरणामुळे मानवी जीवन, व्यक्तीचे जीवन आदर्श बनते, अशा तत्त्वांना 'मूल्ये' म्हणतात. काही मूल्ये चिरंतन असतात. जसे सत्य,

अहिंसा, परस्पर सहकार्य करणे, बंधुभाव, स्वातंत्र्य, समता, न्याय अशा मूल्यांच्या प्रस्थापनेसाठी या मानवी जीवनात हजारो, शेकडो वर्षांपासून सतत संघर्ष होत राहिलेला आहे. अशा मूल्यांप्रमाणेच काही मूल्ये ही मानवी जीवनाच्या प्रगतीसोबत, प्रवाहासोबत बदलत जातात. मानवी संस्कृतीच्या विकासाबरोबर निर्माण होतात. जसे रूढी, परंपरा, प्रथा, चालीरिती आदींमधूनही काही मूल्ये निर्माण होतात. काळाच्या प्रवाहात यातील काही मूल्यांत परिवर्तन करण्याची आवश्यकता वाटते आणि ती वेळोवेळी केली जाते. त्यासाठी त्या त्या काळात समाजसुधारकांना कालबाह्य, तथाकथित मूल्यांच्या, चालीरितींच्या विरोधात संघर्षही करावा लागतो, करावा लागलेला आहे. जसे महात्मा जोतिबा फुले, राजर्षी शाहू, डॉ. बाबासाहेब आंबेडकर आदी महामानवांनी समाजाच्या सर्वांगीण विकासासाठी समता आणि न्यायासाठी प्रस्थापित जुन्या रूढी आणि परंपरा यांच्या विरोधात कार्य केले, संघर्ष केला.

या विविध प्रकारच्या मूल्यांना मानवी जीवनात अनन्यसाधारण महत्त्व असते; कारण सामाजिक संस्थांना जसे कुटुंबसंस्था, धर्मसंस्था, राज्यसंस्था, शिक्षणसंस्था आदी सामाजिक, राजकीय, सांस्कृतिक संस्थांना दृढता, स्थैर्य आणण्याचे कार्य मूल्ये करीत असतात आणि मूल्यांच्या पालवीमुळेच संस्थांना बळकटी प्राप्त होते. सामाजिक मूल्यांना कायदेशीर स्वरूप प्राप्त करून देण्याचे काम विधिमंडळे करतात. सामाजिक जीवनाचे मूलाधार व ध्येय निश्चित करणे हे मूल्यांचे कार्य असते आणि ही सातत्याने चालणारी प्रक्रिया असते.

सामाजिक मूल्ये आणि श्रद्धा भिन्न असतात. कारण बऱ्याचवेळा श्रद्धांचा संबंध पवित्र अथवा धार्मिक अशा वस्तूंशी, भावनांशी येतो. श्रद्धा कधी-कधी अंधश्रद्धांमध्ये रूपांतरित होतात. हे होऊ नये म्हणून समाज सुधारकांना कार्य करावे लागते. त्यासाठी कायदेमंडळाकडून कायदे करावे लागतात तर सामाजिक मूल्यांचे स्वरूप मार्गदर्शक तत्त्वांप्रमाणे असते. मानवी मनात नेहमीच मूल्यांविषयी एक प्रकारची आपुलकी असते. ममत्व आढळते कारण मूल्यांचा वापर भावना, कल्पना, कृती, गुण, वस्तू, समवयस्क गट, सामाजिक समूह आणि ध्येय यांची परस्पर तुलना करण्यासाठी अथवा मान्यता द्यायची की नाही, यासाठी केला जातो.

टॉलकॉट पार्सन या विचारवंताच्या मते, मूल्य चौकटीमुळे सामाजिक वर्तन आणि कृतीसाठी नियमने उपलब्ध होतात. मूल्यांचे पालन करण्यासाठी समाजाकडून प्रेरणा, उत्तेजन आणि मार्गदर्शन केले जाते. सामाजिक मूल्ये कालांतराने मानदंडही होऊ शकतात. आधुनिक काळात राजकीय मूल्यांना विशेष महत्त्व प्राप्त झालेले आहे. स्वातंत्र्य, न्याय, समता, बंधुभाव, राष्ट्रवाद, राष्ट्रनिष्ठा, समान संधी, सर्वधर्म समभाव किंवा धर्मनिरपेक्षता आदी मूल्यांना प्राधान्य दिले आहे. आधुनिक विज्ञाननिष्ठा,

पुरोगामी विचारसरणींमुळे ही मूल्ये पालन केली जातात.

मूल्यविहित समाजामध्ये हिंसा, असुरक्षितता, गुन्हेगारी, अनैतिकता, भ्रष्टाचार, भोगवादी वृत्तीचा, आत्यंतिक स्वार्थाचा प्रादुर्भाव निर्माण होतो; यामुळे समाजात राजकीय व्यवस्थेत अस्थिरता, दहशतवाद, द्वेषाचे आणि आत्यंतिक स्वार्थाचे वातावरण निर्माण होते म्हणून मानवी मूल्यांची, सामाजिक मूल्यांची सातत्यपूर्ण व निष्ठापूर्वक अंमलबजावणी करण्याची गरज असते कारण मूल्यांच्या चौकटीतच मानवाची सुरक्षितता, स्थैर्य आणि प्रगती असते. इतके असाधारण स्थान मूल्य संकल्पनेचे आहे, म्हणूनच मूल्यांची जपवणूक केली पाहिजे.

मूल्यांची निर्मिती

मूल्यांची निर्मिती ही कल्पना (Idea), संकल्पना (Concept), विचार (Thought), आणि सिद्धान्त (Theory) याद्वारे होत असते. मानवी मूल्यांची निर्मिती आणि त्याचा विकास यासाठी आपल्या पूर्वजांना फार मोठा संघर्ष करावा लागला आहे. जगाचा प्राचीन विचारांचा इतिहास आणि प्राचीन भारतीय विचारांचा इतिहास यांचा आपण आढावा घेतला तर आपणास आजच्या या अत्याधुनिक काळातील मानवी मूल्यांची फार मोठी यादी पहावयास मिळते, पण यातील एकेका मूल्यांसाठी संघर्ष करावा लागलेला आहे. आपण केवळ आधुनिक काळाचा जरी विचार केला तर लोकशाहीचा प्रारंभ बिंदू इ.स. १२१५ची 'मॅग्नाकार्टा' ही मानवी हक्कांची - अधिकारांची पहिली सनद म्हणून नोंदविली गेलेली आहे आणि मग तेथून लोकशाहीचा टप्प्याटप्प्याने विकास होत गेला; कारण लोकशाही राजकीय व्यवस्थेमुळेच मानवी हक्क उपभोगता येत आहेत. उत्क्रांतिवादाच्या पद्धतीने लोकशाही संस्थांचा विकास झाला. ज्यामध्ये १६८८ची इंग्लंडमधील रक्तविहीन राज्यक्रांती, अमेरिकेतील १७७६ची राज्यक्रांती, फ्रान्समधील १७८९ची राज्यक्रांती, रशियातील १९१७ची साम्यवादी राज्यक्रांती यातून राजकीय सिद्धान्ताचा, राजकीय पद्धतींचा विकास या कालखंडात झाला. आधुनिक राजकीय विचार याच कालखंडात जगभर प्रसारित झाले. बेंथम, जे.एस.मील, जॉन ऑस्टीन, कान्ट, हेगेल, थॉमस ग्रीन, स्पेन्सर, रॉबर्ट ओवेन, थॉमस मूर, कार्लमार्क्स, लेनिन, मॉर्गेन्थ, स्टॅलिन, माओ, गांधी, लास्क, आंबेडकर, लॉश्वेल अशी कितीतरी नावे सांगता येतील. त्या पूर्वीच्याही काळात म्हणजे प्लेटो, ॲरिस्टॉटलपासून आर्य चाणक्यांपर्यंत, येशुख्रिस्त, महंमद पैगंबर, वर्धमान महावीर ते गौतम बुद्ध अशा थोर धर्म संस्थापक-समाजसुधारकांनी आपल्या या समाजाला घडविले आहे. मानवी मूल्ये प्रदान केलेली आहेत. रानटी अवस्थेतील माणसाला आजच्या विज्ञान युगातील अत्याधुनिक आणि सुसंस्कृत

माणूस निर्मितीपर्यंतचा इ.स.पूर्व कालखंडापासूनचा मानवी प्रगतीचा, स्थित्यंतराचा आणि प्रगतीचा आढावा घेतला तर मानवी मूल्ये रुजवून समाजाचा विकास करण्याचे कार्य जगाच्या सर्वच भागातील मानव समूहाने केलेले आहे. ही सर्व प्रगती थक्क करणारी आहे.

निसर्गनियमाप्रमाणे होणारा विकास आणि मानवाने मानव समूहाच्या प्रगतीसाठी आपल्या बुद्धिमत्तेच्या, अनुभवाच्या, अभ्यासाच्या, संशोधनाच्याआधारे सर्वांच्या सामूहिक प्रयत्नातून झालेला विकास यातून आपणास आजची भौतिक-अभौतिक क्षेत्रांत मानवाने केलेली प्रचंड प्रगती आपल्या सर्वांसमोर आहे; म्हणजेच, मंगळ ग्रहावर जाऊन तिथे कार्ये करण्याची आपली तयारी आहे. या सर्व प्रगतीने आपण आज उच्चांक गाठलेला आहे. आपले मानवी जीवन भौतिकदृष्ट्या सुखी आणि संपन्न करण्यात यश मिळवलेले आहे. आपले मानवी श्रम, त्रास कमी करून आपले आयुर्मान वाढविण्यातही आपण यशस्वी झालेलो आहोत. मानवी गरजांच्या पूर्ततेसाठी गुणात्मक आणि संख्यात्मकही विकास केला. ही सर्व उत्तुंग प्रगती एका बाजूला आपल्या वैज्ञानिक प्रगतीची साक्ष आहे, पण त्याचवेळी व्यक्ती-व्यक्तीतील संबंध हे माणुसकीचे, मानवतावादाचे स्वेच्छेने समर्थन करणारे आहेत काय? की माणसा-माणसांमध्ये आपण आपल्या वैयक्तिक, कौटुंबिक, सामाजिक, राष्ट्रीय आणि आंतरराष्ट्रीय पातळीवरील संबंधात कोणकोणते तणाव आणि भिंती निर्माण केलेल्या आहेत आणि त्यामुळे मग मानवी मूल्यांचा कसा ऱ्हास होत आहे अथवा मानवी मूल्ये पदोपदी कसे पायमल्ली तुडवले जात आहेत, हे सर्व जगात घडत आहे, केवळ भारतात अथवा आपल्या राज्यात अथवा आपल्या जिल्ह्यातच घडत आहे असे नव्हे तर वैयक्तिक आत्यंतिक स्वार्थापासून त्याची सुरुवात होते आणि मग कुटुंब, जात, वंश, धर्म, राज्य, राष्ट्र, वर्ण, लिंग, भाषा, प्रदेश असे अनेक विषमतेचे, द्वेषाचे कंगोरे निर्माण होतात आणि मग त्यातून व्यापक अशी गानवी मूल्ये संकटात सापडतात. मानवाचे जे मूलभूत अधिकार आहे, जे लोकशाही देशांच्या लिखित राज्यघटनांनी कायदेशीररीत्या मान्य केलेले आहेत आणि एक प्रकारे जगाची संसद असणाऱ्या संयुक्त राष्ट्रसंघानेही या सर्व मानवी मूल्यांना मान्यता दिलेली आहे पण मानवी मूल्यांवर सतत आघात होताना आणि त्यामुळे सामान्यमाणूस त्याचा बळी जाताना आपण पाहतो. जगातील प्रत्येक व्यक्तीला जिवंत राहण्याचा, चांगले जीवन जगण्याचा, आपले आवडीचे कार्य करण्याचा, शरीरधर्माच्या सर्व नैसर्गिक गरजा पूर्ण करण्याचा नैसर्गिक हक्क आहे, पण हा हक्कच काही व्यक्ती आणि संस्था नाकारतात आणि त्यातून हा मानवी हक्कांसाठीचा, हक्कांच्या संरक्षणासाठीचा लढा सुरू झाला.

२) मानवी हक्क

मानवी अधिकारांची संकल्पना 'नैसर्गिक न्याय' या संकल्पनेचे अपत्य आहे. मनुष्य हा जन्मत: काही अधिकार घेऊन येतो. या गृहीत कृत्यावर मानवी अधिकारांची मांडणी करण्यात येते व समर्थन केले जाते. मानवी अधिकार या संकल्पनेच्या उदयाचा फार जुना इतिहास आहे. प्राचीन ग्रीक तसेच रोमन विचारवंतांच्या लिखाणातून ती व्यक्त झालेली दिसून येते. पुढे सतराव्या शतकात आंतरराष्ट्रीय कायद्याचा जनक म्हणून ओळखला जाणाऱ्या ह्युगो ग्रोशिएस व जॉन लॉक या ब्रिटिश कायदेपंडितांच्या लिखाणात या संकल्पनेचा उल्लेख आढळतो. तत्पूर्वी इंग्लंडमध्ये १२१५मध्ये मॅग्नाचार्टा नावाचा कायदा संमत झाला होता व त्यातून राज्यसत्तेच्या अमर्याद अधिकारांवर बंधने असावीत ही कल्पना प्रस्तुत झाली. १६२८मध्ये पिटिशन ऑफ राईट्स, बिल ऑफ राईट्स (१६८९) इत्यादी कायद्यांच्या माध्यमातून मानवी अधिकार या संकल्पनेला कायद्याचे स्वरूप प्राप्त झाले. पुढे १८व्या शतकात अमेरिकन स्वातंत्र्य युद्धात मानवी स्वातंत्र्याचा जाहीरनामा प्रसिद्ध झाला. याच काळात फ्रेंच राज्यक्रांती झाली. तिथेही नागरिकांच्या अधिकारांचा जाहीरनामा प्रसिद्ध करण्यात आला व मानवी अधिकारांना जागतिक पातळीवर मान्यता प्राप्त झाली.

मानवी हक्कांच्या संदर्भात विचार करतेवेळी एक गोष्ट स्पष्ट आहे आणि ती म्हणजे मानवाच्या जडणघडणीत ज्या तीन संस्था महत्त्वाचा कार्यभाग पार पाडतात. त्या तीन संस्था म्हणजे - समाज, धर्म आणि राज्य. तसे पाहिले तर मानवी हक्क म्हणजे दुसरे-तिसरे काही नसून, व्यक्ती व या तीन संस्था यांच्यातील संबंध योग्य प्रकारे हाताळण्याचा भाग आहे, प्रकार आहे. हे संबंध असे असले पाहिजे की, त्यामुळे व्यक्तीला आपल्या नैसर्गिक गुणवत्तेचा विकास करता येईल. स्वत:च्या व्यक्तिमत्त्वाचा विकास करता येईल; पण मानवी संरक्षण, विकास व सुख यासाठी निर्माण केल्या गेलेल्या या संस्था अनेक वेळा मानवी विकासाला पोषक न बनता शोषक व भक्षक बनतात. खरे तर राज्यशास्त्राचे जनक ॲरिस्टॉटल म्हणालेच आहेत की, "चांगल्या जीवनासाठी राज्य अस्तित्वात आले आहे आणि अधिक चांगल्या जीवनासाठी ते अस्तित्वात राहणार आहे व राहिले पाहिजे." ऐतिहासिक दृष्टिकोनातून विचार करता ही एक गोष्ट स्पष्ट आहे ती म्हणजे राज्यशास्त्र व कायदा यांनी अगदी सुरुवातीपासून व्यक्तीच्या हक्काचा विचार केलेला आहे.

व्यक्तीच्या नैसर्गिक हक्काच्या या संकल्पनेची मध्ययुगामध्ये पिछेहाट झाली आणि त्याचे मुख्य कारण म्हणजे मधल्या काळात उदयास आलेले आणि आत्ता स्थिरावलेली व मजबूत झालेली ख्रिश्चानिटी/चर्च आणि भारतातील धर्म व जातीसंस्था. हक्क आणि कायदा याकडे आता ईश्वराची वा पर्यायाने चर्चची देणगी म्हणून ते

पुरस्कार करू लागले आणि यातूनच पुढे 'राज्य विरुद्ध चर्च' व 'राज विरुद्ध पोप' असा संघर्ष सुरू झाला. जो राजा स्वत:ला पृथ्वीतलावरील ईश्वराचा प्रतिनिधी मानत होता व आपले दायित्व केवळ ईश्वराशीच आहे व त्यालाच आपण जबाबदार आहोत, या विचाराला वा अभिनिवेशाला पोपच्यारूपाने एक जबरदस्त स्पर्धक उभा ठाकला. ज्या चर्चने ख्रिश्चन धर्माचा प्रसार करण्यासाठी राजसत्तेचा पुरेपूर वापर केला ते चर्च आता राजालाच आव्हान देऊ लागले.

शेवटी पोप हाच पृथ्वीतलावरील ईश्वराचा प्रतिनिधी आहे, हा विचार प्रभावी ठरला. पण मग राजाचे काय? अनुमान स्पष्ट आहे. राज्य आणि राजा ही माणसाने निर्माण केलेली संस्था व स्थान आहेत आणि म्हणून तो ईश्वराला नाही तर प्रजेला जबाबदार आहे. राजाचे कार्यक्षेत्र ऐहिक व पोपचे कार्यक्षेत्र पारमार्थिक हे स्पष्ट झाले. येथे धर्म आणि राज्य यांची खऱ्या अर्थाने फारकत झाली व त्यातून निधर्मीवादाचा जन्म झाला.

सामाजिक करार सिद्धान्त

हॉब्स, लॉक, रूसो यांच्या सामाजिक कराराच्या तत्त्वज्ञानाचा मार्ग आता मोकळा झाला. माणसाच्या/व्यक्तीच्या हक्काच्या मागणीची सुरुवात झाली. हॉब्सने राजाकडे फक्त जीविताचा हक्क मागितला. लॉकने एक पाऊल पुढे टाकत जीवन, संपत्ती व स्वातंत्र्य एवढे व्यक्तीला त्याच्या विकासासाठी आवश्यक असल्याचे स्पष्ट केले आणि रूसोने तर जनरल बिलाचीच मागणी केली. सामाजिक कराराचे विचारवंत हे आजच्या मानवी हक्काच्या सनदेचे प्रेषितच होते. या तत्त्ववेत्त्यांनी, त्यातल्या त्यात जॉन लॉकने नैसर्गिक अधिकारांच्या तत्त्वज्ञानाची व्यवस्थित मांडणी केली.

या सर्वांमुळे एक गोष्ट अगदी स्पष्ट झाली आणि ती म्हणजे समाजाने, धर्माने वा राज्याने मालकी हक्क सांगावा अशी माणूस वा व्यक्ती म्हणजे वस्तू नाही. त्याला काही नैसर्गिक जन्मजात अधिकार आहेत आणि ते त्याला मिळालेच पाहिजेत.

समाज, धर्म व राज्य यांपैकी कोणीही व्यक्तीच्या हक्कांची निर्मिती करीत नाही. हे हक्क त्याला जन्मजात, नैसर्गिकरीत्या प्राप्त होतात आणि त्याशिवाय तो आपला विकास करू शकणार नाही. खऱ्या अर्थाने जगू शकणार नाही म्हणून ते त्याचे जन्मसिद्ध हक्क आहेत.

ब्रिटिश, अमेरिकन व फ्रेंच क्रांत्यानंतर अनेक राष्ट्रांनी आपापल्या राज्यघटनांत व्यक्तीच्या हक्कांची तरतूद केली, पण राष्ट्र-राज्य संकल्पना हीच आंतरराष्ट्रीय राजकारणाची मुख्य चौकट असल्यामुळे नैसर्गिक अधिकारांची ही संकल्पना त्या त्या राज्यांच्या सीमांपुरतीच मर्यादित राहिली.

युनोची ३० कलमांना मान्यता

पुढे पहिल्या जागतिक महायुद्धानंतर राष्ट्रसंघ आणि दुसऱ्या जागतिक महायुद्धानंतर २४ ऑक्टोबर १९४५ संयुक्त राष्ट्रसंघ ही जागतिक संघटना निर्माण झाली. मानवी हक्कांचा व्यापक स्वरूपात समावेश करण्यासाठी सनफ्रान्सेस परिषदेमध्ये प्रयत्न झाले. सामाजिक व आर्थिक परिषदेच्या प्रमुख श्रीमती एलिनार यांच्या अध्यक्षतेखाली मानवी हक्कांची सनद निर्माण करण्यासाठी एक समिती स्थापन झाली. या समितीने अतिशय परिश्रमपूर्वक काम करून मानवी हक्कांची सनद तयार केली; ज्यामुळे १० डिसेंबर १९४८ रोजी युनोच्या व्यासपीठावर युनोच्या हक्कांचा ३० कलमी जाहीरनामा मंजूर झाला आणि मग संपूर्ण जगाला आवाहन करण्यात आले की, 'मानवी हक्कांची ही सनद - हे घोषणापत्र' सर्वांनी प्रमाण मानून या भव्य उद्देशासाठी सहकार्य करावे आणि त्यानुसार आज जगातील बहुतांश राष्ट्रे आपापल्या देशात मानवी हक्कांच्या संरक्षणासाठी आणि विकासासाठी कार्य करीत आहेत. आपला देश हा युनोचा संस्थापक सदस्य असल्याने आणि आपली राज्यघटना याच मूल्यांवर उभी असल्याने भारत सरकारच्या वतीने आणि जनतेच्याही वतीने मानवी हक्काबद्दल आत्मीयता आहे आणि त्या दृष्टीने सकारात्मक कार्ये होताना दिसून येते.

जगातील सर्व मानवांनी आणि त्यांच्या राज्यसंस्थांनी गत हजारो वर्षांच्या वारशाच्या आधारे दुसऱ्या जागतिक महायुद्धानंतर १९४५मध्ये संयुक्त राष्ट्रसंघाची स्थापना केली आणि त्याद्वारे संपूर्ण जगात संपूर्ण मानवासाठीच नव्हे तर सर्व सृष्टीसाठी तिचे संरक्षण आणि संवर्धन यासाठी शास्त्रीय पद्धतीने जगातील सर्वांच्या सहकार्याने 'विश्व एक कुटुंब आहे' असे समजून कार्य करण्यास सुरुवात झाली. संयुक्त राष्ट्रसंघाने अर्थात युनोने मानवी हक्कांच्या संदर्भात अतिशय चांगले कार्य केलेले आहे; कारण पहिल्या आणि दुसऱ्या जागतिक महायुद्धात आणि त्या पूर्वीच्या साम्राज्यवादी, वसाहतवादी आणि हुकूमशाहीवादी राजवटींनी, शासकांनी तसेच भांडवलशाही व्यवस्था व धार्मिक आणि इतर विषमतावादी विचारांमुळे जगातील विविध भागात मानवी हक्कांची प्रचंड पायमल्ली होत होती आणि आज मानवी हक्क जगाने मान्य करूनही, मानवी हक्कांवर सातत्याने हल्ले होताना दिसून येतात. प्रामुख्याने स्त्रिया, मुले, मागास जाती-जमातींमधील नागरिक, अपंग आणि वयोवृद्ध नागरिक तसेच अनेक देशांच्या कारागृहातील परकीय नागरिक यांचा छळ आणि त्रास होत असल्याच्या बातम्या दररोज घडताना दिसून येतात. ही अतिशय गंभीर आणि चिंतनीय बाब आहे.

मानवाधिकाराविषयीचा आंतरराष्ट्रीय अथवा जागतिक जाहीरनामा १९४८

'मानवाधिकाराविषयीचा आंतरराष्ट्रीय अथवा जागतिक जाहीरनामा १९४८' यात एकूण तीस कलमे आहेत. त्यात नमूद केलेले मानवाधिकार व स्वातंत्र्य प्रत्येक माणसाला तो केवळ 'माणूस आहे' म्हणून प्रत्येक राज्याने व समाजाने द्यावेत; मग त्या माणसाचा धर्म, वंश, भाषा, लिंग, राष्ट्रीयत्व कोणतेही असो. या तीस कलमांपैकी पहिली तीन कलमे म्हणजे सर्व मानवाधिकाराच्या मुळाशी असलेली मूलभूत तत्त्वे आहेत. कलम तीन ते कलम एकवीस यात सामाजिक व राजकीय अधिकार नमूद आहेत. कलम २२ ते कलम २७ यात आर्थिक, सामाजिक व सांस्कृतिक अधिकार सामावलेले आहेत. शेवटच्या तीन कलमांत म्हणजे कलम २८, २९, ३० यात या मानवाधिकाराचा उपभोग प्रत्येक माणसाला घेता यावा म्हणून राज्य व समाज या दोघांवरही जबाबदारी टाकण्यात आली आहे.

३) भारताचे योगदान (भावी पिढीसाठी मानवी हक्क)

आपला भारत देश जगातील सर्वांत मोठे लोकशाही राष्ट्र म्हणून सर्वपरिचित आहे आणि आपल्या देशाची लोकशाही विकासाची कामगिरी आणि आपली राज्यघटना जगातील सर्वोत्कृष्ट राज्यघटनांपैकी एक आहे, म्हणूनच भारत सरकारने मानवी हक्कांच्या संदर्भात अतिशय चांगले कार्य केलेले आहे आणि करीत आहे. १९९३मध्ये मानवी हक्क संरक्षण अधिनियम तयार करण्यात आला; त्यानुसार 'राष्ट्रीय मानवी हक्क आयोग' निर्माण करण्यात आला. त्याच धर्तीवर राज्यपातळीवर 'राज्य मानवी हक्क आयोग' निर्माण करण्यात आला आणि त्याला साहाय्यभूत अशी प्रशासकीय यंत्रणा निर्माण करण्यात आली. त्यानुसार मानवी हक्क न्यायालये, महिला आणि बालके आणि अल्पसंख्याक समाज यासाठीचे स्वतंत्र आयोग निर्माण करण्यात आले; तसेच माहितीचा अधिकार हा अत्यंत महत्त्वाचा कायदा आपल्या देशाने केला. महाराष्ट्र हे तर थोर समाजसुधारकांची, महापुरुषांची परंपरा असलेले राज्य असल्याने, महाराष्ट्रात मानवी हक्कांच्या संदर्भात इतर राज्यांच्या तुलनेत चांगले कार्य होताना दिसून येते. नवे-नवे कायदे या संदर्भात केले जात आहेत. जसे जादूटोणा आणि अंधश्रद्धा विरोधी कायदा आणि अन्य या संदर्भात अनेक कायदे सांगता येतील. तरीही या क्षेत्रात सातत्याने सकारात्मक कार्य करीत राहिले पाहिजे.

मानवी मूल्य आणि मानवी हक्क हे शेवटी कोणासाठी आहेत? कशासाठी आहेत? याचा आपण गांभीर्याने विचार केला पाहिजे. भूतकाळात मानवी हक्कांचे उल्लंघन झाले, पण वर्तमानात ते होऊ नये आणि उज्ज्वल भविष्यासाठी अर्थात भावी पिढीसाठी तिच्या स्थैर्य आणि प्रगतीसाठी सुखी आणि संपन्न जीवनासाठी मानवी

हक्कांची काटेकोरपणे अंमलबजावणी होणे, ही अत्यंत महत्त्वाची आणि अत्यावश्यक अशी बाब आहे; कारण शेवटी वर्तमानसोबत भावी पिढी ही अधिक महत्त्वाची असते. विचार, तत्त्व, सिद्धान्त हे तर असतातच पण त्याला कृतीची जोड देणे हे सर्वाधिक महत्त्वाचे असते, म्हणून प्रत्येकाने आपापल्या पातळीवर आपल्याकडून कोणत्याही कारणास्तव मानवी हक्कांचे उल्लंघन होणार नाही, हे पाहिले पाहिजे.

प्रशासन व्यवस्थेतील अधिकारी, कर्मचारी, पोलीस प्रशासनातील कर्मचारी तसेच खासगी व्यवस्थापने इत्यादी लोकांचा जिथे जिथे सर्वसामान्य जनतेशी दैनंदिन संबंध येत असतो, तेव्हा अशा क्षेत्रातील अधिकाऱ्यांचे, कर्मचाऱ्यांचे मानवी अधिकारांविषयी प्रबोधन केले पाहिजे. मूलत: मानवी अधिकारांच्या संरक्षणाचा प्रश्न केवळ कायद्याचा नसून समाजघटकांच्या मानसिक परिवर्तनाचा आहे. तसेच प्रशासकीय पातळीवर अंमलबजावणी होण्याशी आहे, हे लक्षात घेऊन वाटचाल झाली तर मानवी अधिकारांची जपवणूक होईल. तेव्हा विचार आणि कृती या हातात हात घालून रेल्वेच्या रुळाप्रमाणे समान गेले पाहिजे. आजच्या या आधुनिक जगात ज्ञान आणि माहिती यांची कमतरता नाही. कमतरता आहे ती प्रामाणिकपणे व्यापक समाजहित समोर ठेवून प्रत्यक्ष कार्य करण्याची. त्यासाठीची प्रेरणा मिळावी; यातूनच आपणास प्रगतीचे व समाधानाचे प्रेरक स्फुल्लिंग मिळतील म्हणून मानवी मूल्यातूनच मानवी हक्क प्राप्त होतात आणि याद्वारेच मानवाचे आणि मानव समाजाचे हित आणि विकास होतो.

संदर्भ

१) आधुनिक राजनीतिक चिंतन का इतिहास - डॉ. बी. एल. फडिया
२) भारतीय राजकीय विचारवंत- प्रा.बी.वाय.कुलकर्णी, प्रा.अशोक नाईकवाडे
३) समकालीन राज्यशास्त्र - डॉ. प्रकाश पवार
४) संयुक्त राष्ट्रसंघ एवं अन्य प्रमुख आंतरराष्ट्रीय संगठन - डॉ. कुलदीप फडिया
५) मानव विकासासाठी नैतिक मूल्यांची गरज- डॉ.दिलीप खैरनार
६) मानवाधिकार : अर्थ व व्याप्ती - डॉ.व्ही.एम.पेशवे, प्रा.सौ.मंदाकिनी पेशवे
७) मानवाधिकार- डॉ.व्ही.एल.एरंडे
८) विचारशलाका - उदारमतवाद विशेषांक - संपादक - प्रा. नागोराव कुंभार
9) Constitutional Law of India - Basu Durgadas
10) Implementation of Human Rights Covenants - Agrawal H.O.
11) The Indian Constitution : Cornerstone of a Nation - Austin Granville
12) The United Nations and Human Rights - Austin Phillips

२६ युवकांमध्ये नैतिक मूल्यांची जाणीव

डॉ. भा. कि. खडसे

समाज आणि सामाजिक मूल्यांमध्ये अविभाज्य संबंध असतो. सामाजिक मूल्ये समाजोद्भवित असतात. त्यांचे जतन, विकसन आणि संक्रमण समाजाच्या परिघात संपन्न होते. समाजपरत्वे त्यांचे स्वरूप वेगवेगळे असू शकते. घनदाट अरण्यात निवास करणाऱ्या वन्यजातींची मूल्ये आणि प्रगत समाजातील मूल्यांमध्ये बरेच अंतर आढळते; परंतु, संस्कृतीच्या कोणत्याही पातळीवरच्या समाजात मूल्यव्यवस्था असतेच. ही मूल्ये अलिखित, तसेच लिखित असतात. सामाजिक मूल्यांना एक प्रदीर्घ इतिहास असतो. त्या समाजातील विचारवंतांनी त्यांची यथाक्रम मांडणी केलेली असते. इतकेच नाही, तर विभिन्न पद्धतीने ती मूल्ये रुजविण्याचा डोळसपणे प्रयत्न केलेला असतो. सामाजिक मूल्ये असे विश्वास असतात की, जे चांगले व वांछनीय असतात. त्यांच्याआधारे सदस्यांच्या वर्तनाचे मूल्यमापन केले जाते. समाजाला विवक्षित दिशा देण्याचे कार्य मूल्यांच्या आधारे संपन्न होते. मूल्ये समाजाची जीवनपद्धती ठरवितात आणि जीवनविषयक दृष्टिकोनाचे निर्धारण करतात.

हॅरी जॉन्सन यांनी समाजसंरचनेतील आधारभूत घटक म्हणून सामाजिक मूल्यांना अधोरेखित केले आहे. संस्कृतीतील घटकतत्त्व म्हणूनसुद्धा मूल्यांचा निर्देश करण्यात येतो. सामाजिक मूल्यांच्या मुशीमध्ये समाजाच्या जडणघडणीचे प्रयत्न सातत्याने चाललेले असतात.

काही सामाजिक मूल्ये चिरंतन असतात; परंतु, समाज आणि कालपरत्वे त्यात भिन्नता असू शकते. तसे पाहिले तर सामाजिक मूल्ये परिवर्तनक्षम असतात. सांस्कृतिक देवाणघेवाणीतून मूल्यांमध्ये परिवर्तन झाल्याचे लक्षात येते.

एका पिढीने मान्य केलेली मूल्ये पुढच्या पिढीने स्वीकारावी यासाठी समाजीकरण

आणि सामाजिक नियंत्रणप्रक्रियेतून प्रयत्न केले जातात. कुटुंब आणि तत्सम संस्था यात मोलाची भूमिका वठवितात. सजातीय आणि बंदिस्त समाजात या प्रक्रियेला अपेक्षित यश प्राप्त होते; परंतु, परिवर्तनाची गती जास्त असलेल्या आणि विशेषतः विजातीय समाजात सर्व परंपरागत मूल्यांना त्याच प्रमाणात स्वीकारले जात नाही. बदलत्या काळाशी सुसंगत नवमूल्यांना अंतरीकृत करण्याचा कल सार्वत्रिक दिसतो. ही प्रक्रिया परिवर्तनाला जवळची असते. त्यातून मूल्यांतील अंतर आणि मूल्यसंघर्ष प्रत्ययास येतो. अशा मूल्यसंघर्षाचे स्वरूप सौम्य, तर काही वेळा तीव्र असते. उदा. दोन पिढ्यांतील संघर्ष.

भारतीय समाजातील मूल्यव्यवस्थेला पाच हजार वर्षांचा प्रदीर्घ इतिहास आहे. त्याचे प्रत्यंतर वेद, उपनिषदे, पुराणे व महाकाव्यातून मिळते.

मध्ययुगातील संतवाङ्मयात 'बुडती हे जन न देखवे डोळा' म्हणून कळवळा व्यक्त केला आहे. आचारधर्माचे इतके सहज-सोपे विवेचन आणि मंडन इतरत्र आढळत नाही. आधुनिक काळातील संत, समाजसुधारकांनी काळाची पावले ओळखून सामाजिक मूल्यांतील बदलांचा पाठपुरावा केला आहे. लोककथा, लोकगीते, म्हणी, वाक्प्रचार अर्थघन असून, त्यांच्या माध्यमातून सामाजिक मूल्यांचे संक्रमण व पुरस्कार करण्यात आला आहे. समाजधारणेसाठी त्यांची सहज-सोप्या व अनौपचारिक पद्धतीने मांडणी केली आहे.

धर्म आणि सामाजिक मूल्ये युगानुयुगाचे सहप्रवासी आहेत. धर्मातून समाजात नैतिक सत्ता प्रस्थापित करण्याचे प्रयत्न केले जातात. समाजात धर्मातून 'नैतिक घनत्व' वाढविण्याचे प्रयास करण्यात येतात. समाजसंघटनेसाठी आणि विचलित वर्तनाची म्हणजेच सामाजिक समस्यांची मात्रा कमी करण्यासाठी धर्मानुगामी वर्तनाची निरंतर भलावण केली जाते.

भारतासारख्या बहुधर्मीय समाजात आपापल्या धार्मिक परिघात धर्मग्रंथातून प्रतिपादन केलेल्या वर्तनाचे सामान्यजनांनी अंतरीकरण केले पाहिजे, यासाठी वेगवेगळ्या क्रियाकलापांचे आयोजन केले जाते. व्यासांनी म्हटल्याप्रमाणे, समाजाची धारणा करणे हे धर्माचे उद्दिष्ट असते. वेगवेगळ्या नद्या समुद्राला मिळतात, त्याप्रमाणे विभिन्न धर्म मानवजातीच्या कल्याणाशी बांधिलकी मानतात. परंतु, अज्ञानी, स्वार्थी संकुचित प्रवृत्तीधारक लोकसमूह उदात्त आणि व्यापक नैतिक मूल्यांचा मूळ हेतू न जाणता परस्परांशी हेवेदावे करतात. त्याची परिणती काही वेळा संघर्षात होते. असा संघर्ष मूलतः मूल्यसंघर्ष असतो, तर लोकसमूहाच्या आकलनातील आणि त्यांनी जोपासलेल्या पूर्वग्रहाचे ते प्रकटीकरण असते.

आज आपण धर्मनिरपेक्षतेचे मूल्य स्वीकारले आहे. आम्हाला व्यक्तिगत

पातळीवर धार्मिकता आचरण्याची मुभा आहे. तो आमचा हक्क आहे. समाजाला बांधण्यासाठी त्याची गरज आहे. परंतु, इतरांच्या धार्मिक क्रियाकलापात हस्तक्षेप करण्याचा आम्हाला कोणताही अधिकार नाही. उलट, सर्वधर्मसमभावानुसार वर्तन करण्याची आवश्यकता आहे.

यासाठी भारतीय घटनेने स्वीकृत केलेली मूल्ये प्रभावी होणे आणि त्या मूल्यांचे संस्थीकरण करणे महत्त्वाचे आहे; कारण आज धर्मापेक्षा भारतीय घटना व्यापक असून, समाजोपरी आहे. या बहुधर्मीय समाजात घटनेने मान्य केलेल्या सामाजिक मूल्ये व प्रमाणकानुसार जीवनाला घडविण्याशिवाय दुसरा कोणताही पर्याय नाही.

भारतीय लोकसंख्येतील आयुसंरचना पाहिली असता, भारत हा युवकांचा देश असल्याचे सहज लक्षात येते. युवकांना इहवादी, विज्ञाननिष्ठ विचारसरणीबरोबर स्वातंत्र्य, समता, बंधुता, समान न्याय, धर्मनिरपेक्षता यांसारखी मूल्ये शिकविणे महत्त्वाचे आहे.

उपनिषदांमध्ये युवकांना आशावादी, बलिष्ठ, दृढनिश्चयी म्हटले आहे. युवक गतिमान विचारांचे वाहक असतात. परंपरागत मूल्यांपेक्षा नवीन मूल्ये स्वीकारण्याकडे त्यांची धारणा असते. अशा युवकांच्या संदर्भात दोन-तीन अवांछनीय घटना घडल्या असता, त्यांचे सामान्यीकरण करून त्यांच्यातील नैतिक मूल्यांचा ऱ्हास होत आहे, असे म्हणता येणार नाही. राष्ट्रीय सेवा योजना, एन.सी.सी., युवक क्रांती दल, युवक बिरादरी, गिर्यारोहण करणारी पथके, सह्याद्रीच्या दऱ्याखोऱ्यातील किल्ले सर करणारे युवक, विधायक कार्यात अग्रभागी असलेले युवक पाहिले म्हणजे 'नैतिक मूल्यांचा ऱ्हास होत आहे' या विधानास छेद जातो.

१९९०नंतर आरंभ झालेल्या जागतिकीकरण, खासगीकरण आणि उदारीकरण प्रक्रियेतून युवकांपुढील साध्य आणि साधनात लक्षणीय बदल होत आहे. वाढती स्पर्धा, पैशाला प्राप्त झालेले महत्त्व आणि सत्ता, संपत्ती व प्रतिष्ठा संप्राप्त करण्यासाठी चाललेली घोडदौड युवकांच्या मनात दोलायमानता निर्माण करीत आहे. एक प्रकारच्या मूल्यसंघर्षाला त्यांना सामोरे जावे लागत असून, कशाची निवड करावी? हा प्रश्न उद्भवलेला आहे. समाजातील वाढत्या चंगळवादासाठी भ्रष्टाचाराचा जवळचा मार्ग अनुसरावा काय? सुख म्हणजे काय? ते सहज प्राप्त कसे करता येईल? यांसारख्या प्रश्नांची समाजसंमत उत्तरे जाणून घेतली नाही म्हणजे मनोवांछित मिळविण्यासाठी अनैतिक मार्गाचा अवलंब करण्यात येतो.

यासाठी युवकांमध्ये नैतिक मूल्यांची जाणीव वाढविणे ही पूर्वअट ठरते. कुटुंब, शिक्षण, शासन आणि स्वयंसेवी संस्था यांत महत्त्वाची भूमिका वठवू शकतात.

या संस्थांमधून युवकांना साध्य-साधन, विवेकाची जाणीव करून दिली पाहिजे. साध्य आणि साधने ही नैतिक मूल्यांप्रमाणे असावी. त्यामुळे बलात्कार, मादक द्रव्यसेवन, भ्रष्टाचार, एड्सचा प्रादुर्भाव, हुंडाबळी, गुन्हेगारी यांसारखे प्रश्न निकालात निघतील. युवकांच्या व्यक्तिमत्त्वाची योग्य प्रकारे घडण होईल. समाजविकासासाठी ते यथोचित योगदान देऊ शकतील.

२७ मूल्यशिक्षण आणि शिक्षणव्यवस्था

प्रा. बसवराज कोरे

'शिक्षण' ही न संपणारी प्रक्रिया आहे. शिक्षणाने माणूस सुसंस्कारित बनला पाहिजे, अशी लोकधारणा आहे. 'शिक्षण' या संकल्पनेत विधायक आणि विघातक असे दोन प्रवाह समाविष्ट आहेत. मानवी हिताला बाधक ठरेल अशा तत्त्वांचा कोणी मुद्दाम होऊन प्रसार व प्रचार करीत नाही. सुसंस्कृत माणूस घडविणारी परिपूर्ण प्रक्रिया म्हणजे शिक्षण होय. माणसातला 'माणूस' शोधून त्याला स्वत्वाची जाणीव निर्माण करून देण्याचे कार्य उत्तम शिक्षणातून होते. असे परिपूर्ण शिक्षण 'विधायक' या प्रवाहातून अपेक्षित आहे; परंतु, असे घडताना दिसत नाही. विघातक प्रवाहाचे प्रतिबिंब समाजात नेहमी पाहायला मिळते, म्हणून आपणास मूल्यशिक्षणाची गरज भासायला लागते. आज आपल्या समाजात भ्रष्टाचार, अत्याचार, व्यभिचार, हिंसाचार, द्वेष, स्वार्थ, मत्सर, अज्ञान, बेकारी, व्यसनाधीनता, क्रूरता मोठ्या प्रमाणात फैलावलेली आहे. शिक्षणातील घातक प्रवृत्तीला कोण जबाबदार आहे, याचा शोध घ्यावा लागेल. या घातक प्रवृत्तीला बाजूला सारून त्यांच्यावर 'विधायक संस्कार' करण्याची आवश्यकता आहे. अशी सुसंस्कारक्षम, सक्षम शिक्षणपद्धती अमलात आणावी लागेल. समाजाला नैतिक मूल्यांची जाणीव करून द्यावी लागेल. नैतिक आणि अनैतिकतेतील फरक सांगावा लागेल. मानवी हिताला हानिकारक ठरतील अशा प्रवृत्तीला टाकून नव्या संस्कारक्षम मूल्यांचा स्वीकार करावा लागेल. गरजेवर आधारित जीवनशिक्षणाचा आग्रह धरावा लागणार आहे.

विज्ञान आणि तंत्रज्ञानाने केलेल्या भौतिक प्रगतीमुळे मनुष्य भावनाशून्य यंत्र बनत चालला आहे. शारीरिक, मानसिक, बौद्धिक आणि सामाजिक संतुलन राखण्यासाठी व्यक्तीला ज्ञान, विज्ञान आणि तंत्रज्ञान याबरोबरच नैतिक मूल्यांचेही शिक्षण देण्याची

गरज आहे. असे घडले नाही तर एक ‘विकृत समाजव्यवस्था’ जन्माला येईल. ज्ञान, विज्ञान आणि तंत्रज्ञानाने निर्माण केलेली प्रगती शून्यवत ठरेल; म्हणून मूल्यशिक्षणाचा समावेश सध्याच्या शिक्षणव्यवस्थेत करण्याची नितांत जरुरी आहे.

मूल्यशिक्षणाची व्याप्ती आणि स्वरूप

मूल्यशिक्षण हा अध्ययन अगर अध्यापनाचा विषय होऊ शकत नाही, तर मनुष्याने तो आत्मसात करण्याचा भाग आहे, असे काहींना वाटते. तो एक ‘संस्कार’ आहे, असे म्हणता येईल. ‘संस्कार’ हा शब्द माणसांच्या सद्‌गुणांचे विकसन आणि संवर्धन या प्रक्रियेशी निगडित आहे. मूल्यशिक्षणातून सत्प्रवृत्ती आणि सत्‌भावनांचा परिपोष होतो. तसेच वर्तन आणि क्षमता यांचा समतोल साधला जातो. याचा अर्थ असा की, मूल्यशिक्षणात आध्यात्मिक आणि नैतिक संस्कारांची अपेक्षा आहे.

अशा मूल्यशिक्षणाची सुरुवात महाराष्ट्र शासनाने शालेय स्तरावर जून १९९७पासून केली आहे. त्यासाठी स्वतंत्र अभ्यासक्रम आणि तासिकानिहाय वेळापत्रकही तयार केले. परंतु, हा प्रयोग सन २००५ सालापासून बदलण्यात आला. विषयाची मर्यादा व व्याप्ती लक्षात घेऊन तो आज नव्या स्वरूपात उत्तम संस्कार करण्याच्या हेतूने संपूर्ण अभ्यासक्रमात विषय व प्रसंगानुसार समाविष्ट करण्यात आला आहे.

मूल्यसंकल्पना

‘मूल्ये’ या शब्दातून ‘तत्त्व’ हा अर्थबोध होतो. तत्त्वापासून या शब्दाची निर्मिती होते. इंग्रजीत त्याचा फिलॉसॉफी असा अर्थ होतो. ‘तत्त्व’ ही कल्पना अध्यात्म आणि दर्शनशास्त्रात महत्त्वाची मानली जाते. विशिष्ट जीवनप्रणालीशी निगडित हा शब्द वापरला जातो. पारंपरिक धर्मसंस्थेने जगण्याची जीवनमूल्ये सांगताना चार पुरुषार्थ सांगितले आहेत. ते म्हणजे धर्म, अर्थ, काम आणि मोक्ष. धर्म या व्यवस्थेत नीती, नियम, कायदा, न्याय यात विशिष्ट संस्काराचा समावेश होतो. माणसाच्या जीवनाचे अंतिम उद्दिष्ट ‘मोक्ष’ आहे. याची सुरुवात धर्माने होते. धर्माने वागण्यात जगण्याची रीती, पद्धती अपेक्षित आहे.

‘अर्थ’ ही व्यवस्था जीवनात खूप महत्त्वाची मानली जाते. सनदशीर मार्गाने अर्थप्राप्ती, विनियोगाचे पद्धतशीर नियोजन आणि शेवटी वितरण-विसर्जन यात सुखी जीवनाचा राजसंमत मार्ग सांगितला आहे. ‘जगा आणि जगू द्या’ हा न्याय या व्यवस्थेत आहे. प्रत्येकाच्या अर्थार्जनात सर्वांचा सहभाग आहे; वाटा आहे. म्हणून सहजीवनाचा मोह झाल्याशिवाय राहत नाही.

‘काम’ या पुरुषार्थात नूतननव्या सृजनाची कल्पना आहे. नीतिनियमाने सर्वांना न्याय मिळावा. ‘काम’ या तत्त्वापासून कोणीही वंचित राहणार नाही. सुखाने सर्वांना

सहभागी होता येईल अशी व्यवस्था आहे. तरी संयमित जीवनाचा संदेश आमच्या अध्यात्माने आणि धर्माने दिला आहे. मनुष्यापासून ते सृष्टीतील सर्व पशू, पक्षी, प्राणी या जीवांना 'काम' प्रवृत्तीचे ज्ञान नैसर्गीकरीत्या प्राप्त झाले आहे. या सृजनाची क्षणात विकृती होऊ नये, 'बळी तो कान पिळी' या न्यायाने कोणी मातब्बर होऊ नये, याची संपूर्ण व्यवस्था सांगितली आहे. वर नमूद केल्यानुसार जीवनाची सार्थकता 'मोक्ष' या विचारात आहे.

'मोक्ष' म्हणजे सुटका. ही सुखाची सुटका सर्वांना प्राप्त व्हावी, जीवनाचा अंतिम प्रवास आनंदाचा व्हावा यासाठीच सर्वांची धडपड असते. झाडाची पाने, फुले, फळे बहरून येतात; आनंद देतात आणि कार्यकारणभाव संपताच आनंदाने देठापासून स्वत:ची सुटका करून घेतात. हा निरामय जगण्याचा संदेश सर्वच धर्मांनी जवळपास सारखाच दिला आहे. ही संपूर्ण व्यवस्था पूर्वीच्या नीतिमूल्ये या संकल्पनेत होती.

भारताच्या मध्ययुगीन इतिहासात १२व्या शतकाच्या आसपास जैन, बौद्ध, नाथ विचारांतून, भक्तीच्या माध्यमातून उदयाला आलेल्या लिंगायत, महानुभाव, वारकरी संतांच्या वाङ्मयातूनसुद्धा काही 'तत्त्वे' सांगितली आहेत. त्यालाच संप्रदायाचे तत्त्वज्ञान (फिलॉसॉफी) म्हटले जाते. या आचारतत्त्वांतून सुखाने जगण्यासाठी एक मूल्यव्यवस्था सांगितली आहे. सारांशरूपाने काही नियमांचा, आचारधर्माचा उल्लेख करू या. म्हणजे महाराष्ट्र सरकारने अलीकडे स्वीकारलेले मूल्यशिक्षण कोणत्या तत्त्वावर आधारित आहे, ते स्पष्ट होईल.

संतवाणीतील तत्त्वज्ञान

१) जळी, स्थळी, काष्ठी, पाषाणी 'ईश्वर' भरून उरलेला आहे; परंतु, भाव पाहिजे. दगडा-धोंड्यात किंवा मठा-मंदिरात त्याचे वसतिस्थान नसून, तो माणसांच्या सद्गुणांत आहे.

२) परस्त्री मातेसमान माना. एकपत्नीत्वाचा आदर्श ठेवा. व्यभिचारी जीवनाला दूर ठेवा. शीलवान, चारित्र्यसंपन्न व्हा.

३) मद्यपान, सुरापान करू नका. भुर्का, भांग, चिरूट, गांजा, अफू यांसारख्या अमली पदार्थांचे सेवन करू नका. व्यसनापासून दूर राहून सदा सत्संगती धरा.

४) परमेश्वराला प्रसन्न करण्यासाठी बकरे, कोंबडे मारू नका. अहिंसावादी जीवन जगा. मांस भक्षण करू नका.

५) चोरी, शिंदळकी करू नका. खोटे बोलू नका. सत्याने आणि धर्माने वागा. लहान-मोठा, स्पृश्य-अस्पृश्य, स्त्री-पुरुष असा भेद करू नका.

६) 'श्रमदेवता' हीच खरी मूर्तिमंत देवता आहे. म्हणूनच 'श्रम' हाच परमेश्वर

माना. त्यातूनच सन्मानाने जगण्याचा मार्ग सापडेल. आपले परिश्रम, सत्कार्य हाच परमेश्वर आहे.

७) भुकेल्याला अन्नदान करा. अंध, अपंग, गरीब, निराधार यांना मदत करा. वृद्ध माता-पित्यांनाच परमेश्वर मानून त्यांची सेवा करा. सेवाधर्म हाच सर्वश्रेष्ठ धर्म आहे.

८) सुखाने जगा आणि जगू द्या. कोणावर अन्याय, अत्याचार करू नका.

९) दया, करुणा, प्रीती, सदाचार आणि प्रेमाने वागा.

अशा प्रकारची तात्त्विक मूल्ये संतवाणीतून सांगितली आहेत. याच आधारावर आजच्या शिक्षणपद्धतीत मूल्यशिक्षणाची संकल्पना मांडली असल्याचे आपल्या लक्षात येते. स्थल-कालपरत्वे मूल्ये बदलतात. त्यानुसार थोडाफार बदल झाल्याचे दिसून येईल.

महाराष्ट्र राज्याच्या प्राथमिक, माध्यमिक व उच्च माध्यमिक शिक्षणातील अभ्यासक्रमात एकूण दहा मूल्यांचा समावेश करण्यात आला आहे. परिस्थितीनुसार या दहा मूल्यांचे वर्गीकरण त्रिस्तरीय स्वरूपात केले आहे. अ) व्यक्तिगत मूल्ये ब) सामाजिक मूल्ये क) राष्ट्रीय मूल्ये.

व्यक्तिगत मूल्यांमध्ये :	१) वक्तशीरपणा	२) नीटनेटकेपणा
	३) श्रमप्रतिष्ठा	४) वैज्ञानिक दृष्टिकोन
सामाजिक मूल्यांमध्ये :	१) सर्वधर्मसहिष्णुता	२) सौजन्यशीलता
	३) स्त्री-पुरुष समानता	४) संवेदनशीलता
राष्ट्रीय मूल्यांमध्ये :	१) राष्ट्रभक्ती	२) राष्ट्रीय एकात्मकता

उपरोक्त मूल्यशिक्षणातून काय अपेक्षा आहे?

१) समाजातील किशोरवयीन आणि युवकांना सुसंस्कारित करणे.

२) निरोगी आणि निरामय जगण्यासाठी तरुण पिढीला सक्षम बनविणे.

३) समाजात पसरलेला धर्मद्वेष, जातीयवाद, भाषा व प्रांतवाद, स्त्री-पुरुष भेद यांमागील संकुचित दृष्टिकोन नष्ट करून धर्मसहिष्णुता, सर्वसमभावना वाढीस लागण्यासाठी संस्कार करणे.

४) तरुणांत आत्मविश्वासाची आणि आत्मसन्मानाची भावना निर्माण करून त्यांना आत्मोद्धारासाठी सक्षम बनविणे.

५) स्वत:चे कुटुंब व समाज याविषयी विशाल दृष्टिकोन निर्माण करणे.

६) नव्या जागतिकीकरणाच्या युगात राष्ट्रभक्ती, राष्ट्रीय भावना, एकोपा निर्माण करण्याचा प्रयत्न करणे, देशद्रोह आणि हिंसाचार रोखणे इ.

७) भावी तरुण पिढीत परस्परांबद्दल प्रेम, भूतदया, बंधुता, अहिंसा, समता,

कर्तव्यतत्परता, सेवाभाव, न्यायप्रियता, विज्ञाननिष्ठा, साहसी वृत्ती इ. गुण निर्माण करणे.

८) व्यक्तिगत आणि सामाजिक जीवनाची जबाबदारी पेलू पाहणारे, पेलू शकणारे उत्तम नागरिक निर्माण करणे.

९) देशाचा आणि आपला सर्वांगीण विकास घडवून आणण्याची जिद्द आणि दृष्टिकोन निर्माण करणे.

१०) राष्ट्रीय संपत्तीचे जतन आणि संवर्धन करणे व त्याबद्दल आपुलकी निर्माण करणे.

मूल्यशिक्षणातील या उद्दिष्टांचा जर संक्षेपाने विचार केला तर केवळ एकच सांगता येईल की, चांगला संस्कारक्षम माणूस निर्माण झाला पाहिजे, यासाठीच मूल्यशिक्षणाची गरज आहे. 'जगा आणि जगू द्या' हे अंतिम जरी साध्य झाले तरी मूल्यशिक्षणाची सफलता परिपूर्ण झाली असे म्हणता येईल.

शिक्षणव्यवस्था

मूल्यशिक्षणातून अपेक्षित असलेली शिक्षणव्यवस्था आज वास्तवात पाहायला मिळते काय? तसे दिसत नाही. म्हणूनच या विषयावर अनेक वेळा चर्चा करण्याची गरज आहे. मूल्यहीन समाजव्यवस्था आणि दिशाहीन व्यवस्था काय साध्य करणार आहे? शिक्षण कोणासाठी? का? आणि कशासाठी? याची नीट उत्तरे सापडत नाहीत. ज्या मूल्यांसाठी शिकायचे तेच नेमके साध्य होत नाही. असे का होत आहे? मेकॉलेसाहेबांच्या पासून ते कोठारी आयोगापर्यंत आणि आजपर्यंत शिक्षणावर अनेक प्रयोग केले तरी तो चिंतेचाच विषय का? डॉक्टरच्या प्रयोगामुळे रुग्णच बरबाद होतो आहे; पण इलाज होत नाही. यावर विचार करण्यासाठी शिक्षणक्षेत्रातील विचारवंतांच्या अशा कार्यशाळा घेण्याची गरज आहे.

जागतिकीकरण, उदारीकरण, त्यातून खासगीकरण आणि खासगीकरणातून शिक्षणाचे व्यापारीकरण हा भांडवलदारी सिद्धान्त आम्ही स्वीकारला आहे. या जाचक शृंखलांत बंदिस्त झालेली आजची शिक्षणव्यवस्था आहे. म्हणून यापुढे शिक्षणाचे सार्वत्रिकीकरण अशक्य आहे. हा विषय आता मूठभर लोकांपुरता मर्यादित झाला आहे. जिज्ञासू विद्यार्थी आणि चांगला शिक्षक या व्यवस्थेपासून दूर आहे. गल्ला भरून संस्थानिक आणि त्यांच्या इशाऱ्यावर चालणारे यंत्रवत कामगार यांच्या नियोजनातून शिक्षणसंस्था आज शोषणाचे माध्यम बनल्या आहेत. आजची शिक्षणव्यवस्था समाजातल्या दुर्बल घटकांची राहिली नाही. शिक्षणाचा संबंध अर्थव्यवस्थेशी जोडला जात आहे. व्यक्तीच्या सामाजिक जाणिवांची, मनाची, वर्तनाची, नीतिमत्तेची प्रगती घडवून

आणण्यासाठी त्याला कला, क्रीडा, संस्कृती आणि सामाजिक शाखांच्या शिक्षणाची जरुरी असते. आजच्या तत्त्वहीन शिक्षणव्यवस्थेत उच्च नैतिक मूल्यांची कास धरून नैतिक आचरण करणारा, मानवी सुख-दु:खांचा विचार करणारा सामाजिक भान असणारा विद्यार्थी आणि शिक्षक या नव्या शिक्षणव्यवस्थेला नकोसा आहे. म्हणून मूल्यशिक्षण आणि ही शिक्षणव्यवस्था यांच्यात सांगड बसेल अशी सध्या तरी परिस्थिती नाही.

शासनाची भूमिका काय?

शिक्षणाच्या क्षेत्रात काही महत्त्वाच्या गोष्टी आहेत की, ज्या शासनानेच केल्या पाहिजेत. आज शासन माघार घेत आहे. आपल्या जबाबदारीतून मुक्त होऊ पाहत आहे. आज आपण जागतिकीकरण, उदारीकरणाच्या भ्रामक समजुतीचे कौतुक करायला लागलो आहोत. भारतीय राज्यघटनेच्या मुख्य आशयाशी हे विसंगत आहे. शासनाने कितीही जबाबदारी झटकली तरी शेवटी हे शासनालाच करावे लागणार आहे. कारण शासनाच्या मुळात नागरी समाजाची फार मोठी चळवळ सामावली आहे. शासनाला १४ वर्षांखालील मुला-मुलींना मोफत आणि सक्तीचे शिक्षण दिले पाहिजे, असे म्हटले आहे. समाजात परिवर्तन घडवून आणायचे असेल तर शिक्षण खालच्या स्तरापर्यंत पोहोचले पाहिजे, अशी घटनाकारांची अपेक्षा असावी. 'क्षमता' आणि 'समता' निर्माण करण्यासाठी शिक्षण सर्वांसाठी असले पाहिजे.

प्रायोगिक तत्त्वावर प्राथमिक आणि माध्यमिक शिक्षण शासन नगर परिषदा, महापालिका आणि जिल्हा परिषदांच्या माध्यमातून चालवण्याचा प्रयत्न करीत आहे. त्यात बऱ्याच विसंगती आहेत. या क्षेत्रातील शिक्षणव्यवस्था स्वायत्त नाही. अशैक्षणिक उपक्रमात ही यंत्रणा राबवली जात आहे. यात अधिकारी, पदाधिकाऱ्यांचा वाढता हस्तक्षेप, शिक्षणाची आवड नसणारा व मूल्यशिक्षणाशी संबंध नसलेला कर्मचारीवर्ग ही यंत्रणा कुचकामी ठरत आहे. लोकप्रतिनिधींच्या शासनदरबारी लोकप्रिय खर्चीक योजना, उदा. सकस आहार, खिचडी, दुपारचे भोजन, मोफत पुस्तकांचे वाटप, हगणदारीमुक्त गाव, ग्रामस्वच्छता अभियान, सार्वत्रिक निवडणुका, सर्व प्रकारचे प्रशिक्षण, सर्वेक्षण, शाळांचे बांधकाम या योजनांतला भ्रष्टाचार, राजकीय पक्षाच्या कर्मचारी संघटना, त्यांची अधिवेशने यामुळे प्रत्यक्षात अध्ययन व अध्यापन किती प्रमाणात होत असावे, हा स्वतंत्र संशोधनाचा भाग आहे.

शासनाने विनाअनुदान धोरण स्वीकारले. शिक्षक वेतनात मर्यादा घातल्या. 'शिक्षणसेवक' हा गोड शब्द या व्यवस्थेचा गळा घोटत आहे. आधी सांगितलेल्या

खर्चीक लोकप्रिय योजना राबविण्यासाठी शासनाकडे प्रचंड पैसा आहे आणि शिक्षणातला आत्मा असणारा शिक्षकच त्यापासून वंचित आहे. म्हणून ही आत्म्याशिवाय शरीर असणारी निर्जीव शिक्षणव्यवस्था काय परिवर्तन घडवून आणू शकते? थोडक्यात सांगायचे झाल्यास गरीब आणि सामान्य कुटुंबातील मुलांनी शिक्षणच घेऊ नये. ते शिकले तर 'क्रांतीची भाषा' बोलू लागतील. म्हणून काम चालू आहे; पण रस्ता बंद आहे. जगातल्या बड्या लोकशाही देशांत भारताची गणना केली जाते. त्या देशाचा शिक्षणावरील खर्च किती असावा, हे वास्तव फार भयाण आहे.

प्रा. एन. डी. पाटील यांनी दिलेली आकडेवारी आपल्या नजरेखालून घातल्यास थोडीफार कल्पना येईल. कोठारी कमिशनने १९६६ साली सांगितले की, या देशामध्ये ६% रक्कम शिक्षणासाठी खर्च करावी. ती तरतूद आजपर्यंत झालेली नाही. १९६६ सालची शिफारस थोड्या प्रमाणात १९६८ साली भारत सरकारने ४% तरतूद राष्ट्रीय शैक्षणिक धोरणाच्या नावाखातर केली. अजूनही हे प्रमाण ३.५% ते ४%च्या वर गेले नाही. परिणामी उच्च शिक्षणात आपण खूप मागे आहोत. जगातील प्रगत राष्ट्रांचे सरासरी प्रमाण ५०% ते ६०%च्या जवळपास आहे. स्वीडन ५०%, ऑस्ट्रेलिया ८०%, नेदरलॅण्ड ४७%, यूके ५२%, नॉर्वे ६२%, अमेरिका ८१%, फ्रान्स ५१%, जर्मनी ४७%, कोरिया ६८%, जपान ४३%, थायलंड २१%, मलेशिया ११%, नांबिया ९%, झिम्बाब्वे ७%, याचबरोबर भारताचा नंबर लागतो ७% इतके. तरी आम्ही २०२० साली जगातली महासत्ता बनण्याचे स्वप्न रंगवीत आहोत. हे शक्य होणार आहे काय?

मागे उल्लेख केल्यानुसार खासगीकरणाला या क्षेत्रात वाव मिळाल्याने अभियांत्रिकी, वैद्यकीय, औषधशास्त्र, माहिती-तंत्रज्ञान, जैवतंत्रज्ञान, संगणक शिक्षण यासाठी गरिबांना कायम दरवाजे बंद झाले आहेत. बोटावर मोजता येतील एवढी सरकारी क्षेत्रात शिक्षणाची सोय आहे. बाकी गुणवत्ताधारकांनासुद्धा फी परवडत नाही. अनेक प्रकारचे राखीव धोरण चालू आहे. आत्तापर्यंत मागासवर्गीयांचे आरक्षण माहीत होते. जे जातीवर आधारित आहे; परंतु, नवीन संस्था कोट्यातून अमाप डोनेशनवर बोली लावून श्रीमंतांसाठी नवे आरक्षण सरकारच्या आशीर्वादाने चालू आहे. गुणवत्ता नसली तरी ५०%च्या वर जागा डोनेशन कोट्यातून बिगर गुणवत्ताधारकांच्या भरल्या जात आहेत. जे श्रीमंत नाहीत आणि मागास जातीतील आरक्षणातही नाहीत अशा गरीब गुणवत्ताधारकांचे काय? असे अनेक जीवघेणे प्रश्न आजच्या शिक्षणव्यवस्थेने निर्माण केले आहेत. अजून खूप सांगण्यासारखे आहे. पण कुठेतरी शब्दमर्यादा असणे गरजेचे आहे. म्हणून इथेच पूर्णविराम.

संदर्भ

१) प्राथमिक शिक्षण अभ्यासक्रम २००४ (म. रा. शै. सं. व प्रशिक्षण परिषद, पुणे - ३०)
२) शिक्षण - संपादक प्रा. विलास रणसुभे (प्रस्तावना)
३) शिक्षण आणि ढासळती मूल्यव्यवस्था - प्रा. अरविंद रेडकर
४) शिक्षणव्यवस्थेची सद्य:स्थिती - प्रा. एन. डी. पाटील
५) शिक्षण आणि समाजपरिवर्तन - डॉ. जनार्दन वाघमारे
६) संतवाङ्मयाची सामाजिक फलश्रुती - गं. बा. सरदार
७) वीरशैव मराठी साहित्य - र. बा. मंचरकर
८) प्राचीन मराठी वाङ्मयाचा इतिहास - अ. ना. देशपांडे
९) शिक्षणाचे बाजारीकरण व जागतिकीकरण - प्रा. पानसे
१०) शिक्षण संक्रमण (म. रा. शै. सं. परिषद, पुणे - ३०)

२८ युवक आणि मूल्यव्यवस्था

डॉ. देवकर्ण मदन

मूल्यव्यवस्थेला जीवनात अनन्यसाधारण महत्त्व आहे. किंबहुना, मूल्यव्यवस्थेशिवाय मानवाचे जगणे अर्थशून्य आहे, असे म्हणावे लागते. मूल्यव्यवस्था स्थितिशील असते की गतिशील असते, असा एक प्रश्न आहे. मुळातच मूल्य म्हणजे काय, ते समजून घेणेही तितकेच महत्त्वाचे आहे. प्रथमतः 'मूल्य' शब्द अर्थशास्त्राशीच निगडित होता. म्हणजेच तो 'आर्थिक मूल्य' या अर्थानेच वापरात होता. कालांतराने काही जर्मन शास्त्रज्ञांनी त्याला व्यापक अर्थ दिला. ''मूल्य शब्दाने नेमके काय निर्दिष्ट होते? मूल्य हा काही वस्तुगत धर्म आहे की मनुष्यकृत आरोपण आहे? मूल्यांची प्रतवारी लावून किंवा अन्य रीतीने त्याची वर्गीकरणात व्यवस्था लावता येईल काय? इ. प्रश्नांची चर्चा ज्यात होते, त्यास मूल्यशास्त्र अथवा मूल्यमीमांसा (थिअरी ऑफ व्हॅल्यू) म्हणतात.''[१]

जगाच्या इतिहासातील प्रत्येक कालखंडातील समग्र मानवी जीवनाची सर्वांगीण चिकित्सा करण्यासाठी मूल्यमीमांसा उपयुक्त ठरत असते. त्याशिवाय जीवनाचा आणि जगण्याचा अन्वयार्थ कसा लावणार? ''आयुष्यात एकसारखी आपण निवड करीत असतो. बरे ते घेतो आणि वाईट ते सोडून देतो. उदासीनपणे केवळ साक्षीरूपाने राहणे हे मानवी जगण्याचे स्वरूप नव्हे. आयुष्य वासनेने व्याप्त असते. त्यामुळे अनुभवविषय केवळ 'अस्तित्वात असतात' असे नाही, तर ते प्रिय अथवा अप्रिय, चांगले अथवा वाईट असतात. पदार्थाचा हा चांगले-वाईटपणा म्हणजे त्यांचे मूल्य होय. मूल्य हे प्राप्तव्य असते, साध्य असते, प्रस्थापित करावयाचे असते. मूल्य पुरुषार्थ आहे; वस्त्वर्थ नव्हे. वस्तुस्थिती अशी आहे आणि तशी नाही, हा जसा अनुभवाचा एक अंश आहे, तशीच ती अशी असावी आणि तशी नसावी, हा दुसरा एक अंश आहे. 'आहे' आणि 'असावयास

हवे' यांतील हा फरक म्हणजे तथ्य (फॅक्ट) व मूल्य यांतील फरक होय. या अर्थाशी संबद्ध असा मूल्य याचा आणखीही एक अर्थ होतो. मूल्य म्हणजे पदार्थाची आस्वाद्यमानता, रसवत्ता अथवा रमणीयता...''[२]

मूल्यव्यवस्थेचा सखोल, विस्तृत आणि व्यापक अभ्यास जीवनाला अर्थपूर्ण बनविण्यासाठी अत्यंत उपयुक्त ठरणारा आहे. मुळात 'आर्थिक मूल्य' या अर्थाने मूल्य शब्द अस्तित्वात असला तरी आज तो मानव्यविद्या, सामाजिक शास्त्रे आणि भौतिकशास्त्रे या विद्याशाखांमधून संदर्भानुसार, प्रतिष्ठापूर्वक वावरतो आहे. लोकशाही मूल्ये, सामाजिक मूल्ये, वैज्ञानिक मूल्ये, नैतिक मूल्ये, शैक्षणिक मूल्ये, सौंदर्यमूल्ये, जीवनमूल्ये, वाङ्‌मयीन मूल्ये, कलामूल्ये, संशोधनमूल्ये अशा प्रकारचे मूल्यगर्भ शब्दप्रयोग आपण सातत्याने करू लागलेलो आहोत. नैतिक, भौतिक आणि आध्यात्मिक मूल्ये मानवी जीवनाला आणि जगण्याला अनन्यसाधारणत्व प्राप्त करून देत असताना दिसतात. उपरिनिर्दिष्ट मूल्यांपैकी बहुतांशी मूल्ये ही मानवतावादी मूल्यांच्या महासागराला जाऊन मिळताना दिसतात.

मात्र, असे असले तरी एकूण मूल्यव्यवस्था ही चिरंतन अथवा शाश्वत आहे की, स्थल-काल-परिस्थितीसापेक्ष आहे, असा प्रश्न उपस्थित होतो. प्रत्येक कालखंडातील मानवाचे सर्वोच्च चांगुलपण हे चिरंतन मूल्यव्यवस्थेचे प्रतीक मानता येईल, तर स्थल-काल-परिस्थितीनुरूप जीवनात विधायक आणि इष्ट स्वरूपाच्या परिवर्तनाचे स्वागत करीत राहणे हे सापेक्ष मूल्यव्यवस्थेचे लक्षण म्हणता येईल.

युवकवर्गाने मूल्यव्यवस्थेचे डोळस भान ठेवणे अत्यंत गरजेचे असते. अन्यथा, दोरी तुटलेल्या पतंगासारखी अवस्था निर्माण होण्याची शक्यता असते. जीवनात नैतिक मूल्यांना महत्त्वाचे स्थान असते, हे युवकांनी कधीही विसरता कामा नये. मात्र, नीती म्हणजे काय हे आम्हास कळत असले तरी ते पुरेसे स्पष्ट करता येत नाही. ''नीती ही मूलतः सामाजिक घटना आहे. समाजाच्या सुव्यवस्थित धारणेसाठी विधिनिषेधात्मक जे नियम अगर बंधने समाजाकडून निर्माण केली जातात, त्यांना सामान्यपणे 'नीतिमूल्ये' असे म्हणावयास हरकत नाही. अर्थात, नीतीचा केवळ सामाजिक जीवनाशी संबंध नसून, नीती हा विश्वाच्या मुळाशी असलेल्या चैतन्यशक्तीचा आविष्कार आहे, असेही आग्रहाने प्रतिपादन करणारे आत्मवादी विचारवंत आहेत. धर्मजीवनाशिवाय नीती जिवंत राहूच शकत नाही, असे त्यांचे निश्चित मत आहे.''[३]

'सत्यं शिवं सुंदरम्' या मूल्यत्रयाला भारतीय संस्कृतीत अनन्यसाधारण महत्त्व आहे. महात्मा गांधींचा समग्र जीवनप्रवास या मूल्यत्रयीच्या दिशेने झालेला आहे.

'All true art is thus the expression of soul' ही त्यांची कलेची व्याख्या त्या दृष्टीने महत्त्वपूर्ण वाटते. साहित्यातील नैतिक मूल्यांची प्रतिष्ठा डी. एच. लॉरेन्ससारखा लेखकही स्पष्ट करतो - "The essential function of art is moral. Not aesthetic, not decorative, not pastime and recreation, but moral." [४]

तेजस्वी चांगुलपणा हे युवकांच्या दृष्टीने महत्त्वाचे मूल्य आहे. उपद्रवमूल्यांपासून दूर राहणे हे युवकांनी लक्षात घेतले पाहिजे. आदरणीय बाबा आमटे यांनी युवकांची व्याख्या केलेली आहे. 'Youth is he, who carries young head on young shoulders' म्हणजे, 'युवा तो असतो जो तरुणाई खांद्यावर घेऊन मिरवतो.' 'उज्ज्वल उद्यासाठी' हा बाबांचा ग्रंथ युवकांनी वाचायलाच हवा. विस्तारभयास्तव येथे जास्त लिहिणे शक्य नाही; परंतु, युवकांनी आणि युवतींनी मूल्यव्यवस्थेच्या संवर्धनासाठी पुढील बाबींवर लक्ष केंद्रित करावे, असे सुचवावेसे वाटते.

१) अभ्यास कमी-अधिक प्रमाणात सर्वच युवक करतात; परंतु, अत्यंत डोळसपणे भारतीय संविधानाचा अभ्यास करावयास हवा.
२) जगाच्या इतिहासातील महापुरुषांचे जीवनादर्श समजून घेण्यासाठी त्यांची चरित्रे वाचणे.
३) लोकशाही, समाजसत्ता आणि जाती-धर्मनिरपेक्ष मूल्यव्यवस्थेची डोळस जाणीव ठेवणे. त्यासाठी जातीय-वर्णीय-वर्गीय चौकटी ओलांडून जाणे.
४) स्वातंत्र्य, समता, बंधुभाव, सामाजिक न्याय आणि माणुसकी या मूल्यांवर श्रद्धा ठेवणे.
५) विवेकनिष्ठा, विज्ञाननिष्ठा, बुद्धिप्रामाण्यवाद, आत्मौपम्यबुद्धी आणि सहृदयता या मूल्यांचे जतन करणे.
६) सॉक्रेटिस, प्लेटो, ॲरिस्टॉटल आणि बुद्ध, येशू, गांधींपासून तर म. फुले, शाहू-आंबेडकर आणि डॉ. आ. ह. साळुंखे यांच्यापर्यंत सर्वांना समजून घेण्याचा प्रयत्न करणे. मानवकल्याणात म्हणजे 'ह्युमन वेल्फेअर' हेच त्यांचे उद्दिष्ट.
७) कोणत्याही परिस्थितीत 'वाचनसंस्कृती'चे आजीव सभासद म्हणजे कृतिशील राहणे.
८) कमालीचा व्यक्तिवादी दृष्टिकोन, सत्तेचे केंद्रीकरण, सत्ता, संपत्ती आणि प्रतिष्ठा यांची अभिवृद्धी, अशा प्रकारची व्यवस्था गतिमान होऊ पाहत आहे. त्यावर नियंत्रण ठेवण्याच्या दृष्टीने जागरूक राहणे.
९) आपले व्यक्तिमत्त्व आणि प्रसारमाध्यमांचे अस्तित्व यात एक विलक्षण नाते निर्माण होत आहे. प्रसारमाध्यमांद्वारा जे रंजन, उद्‌बोधन आणि उन्नयन होत

असेल त्याचा स्वीकार जरूर करावा. मात्र, त्यापासून अतिरिक्त सुखवाद, चंगळवाद आणि विकारनिर्मिती व उपद्रवमूल्ये यांचा प्रत्यय येत असेल तर सावध असणे आवश्यक आहे.

१०) सकारात्मक विचार तसेच प्रसन्न जीवनप्रकार ही उज्ज्वल जीवनमूल्ये होत; तर नकारात्मक दृष्टिकोन आणि अप्रसन्न जीवनप्रकार ही जीवनाला मागे खेचणारी मूल्ये आहेत. आपण उज्ज्वल तेच स्वीकारावे.

संदर्भ

१) मराठी विश्वकोश : खंड १३ : मूल्यशास्त्र : पृ ८८९

२) कित्ता : पृ. ८९०

३) स. रा. गाडगीळ : काव्यशास्त्रप्रदीप : परिमल प्रिंटर्स, औरंगाबाद, सुधारित मुद्रण पृ. ३५

४) कित्ता : पृ. ३५

२१ युवकांमध्ये नैतिक मूल्यांची जाणीव

प्रा. युसूफ बेन्नूर

सद्य:स्थितीत भारतासह जगभरातील सर्वच युवावर्गाला दहशतवाद, हिंसा, विविध सामाजिक समस्या, एकमेकांवर असणाऱ्या आदरांचा अभाव इ.नी विळखा घातलेला दिसतो. यासंबंधी पालकवर्ग, शिक्षणतज्ज्ञ आणि युवावर्ग, संबंधित सुजाण नागरिक कमालीचे अस्वस्थ झालेले आहेत. त्यांपैकी बरेच जण यावर उपाय म्हणून शैक्षणिक मूल्यांकडे पुनश्च वळण्याचा आग्रह धरताना दिसतात.

२१ व्या शतकात ज्या जगामध्ये युवकांसमोर नकारात्मक रोल मॉडेल्स, हिंसेचे उदात्तीकरण आणि चंगळवादी संस्कृतीचा प्रखर झगमगाट, असे चित्र असताना आजचा युवा सामाजिक कौशल्य किंवा मूल्य क्वचितच ग्रहण करताना दिसतात. त्यांच्यापैकी काही चांगले युवा विद्यार्थी मूल्यांवर आधारित वर्तनाचा स्वीकार, जाणीवांच्या पातळीवर स्वीकारताना दिसतात.

भारतीय युवकांमधील नैतिक मूल्यांचा, जाणिवांचा मागोवा घेताना एक गोष्ट प्रकर्षाने जाणवते. ती म्हणजे एक तर आपल्या देशातील लोकसंख्येच्या प्रचंड विस्फोटामुळे आपले संपूर्ण जीवनमान मग ते सामाजिक, कौटुंबिक व राजकीय असो, पार ढवळून निघाले आहे. सर्वसामान्य भारतीयांच्या जीवनमानाचा दर्जाही त्यामुळे घसरला आहे व ती घसरण सतत गेल्या २-३ दशकांपासून सातत्याने सुरूच आहे. २१व्या शतकाच्या उंबरठ्यावर स्पर्धेच्या युगामध्ये एकीकडे भोगवादी मनोवृत्ती प्रिंट व इलेक्ट्रॉनिक माध्यमांच्या साहाय्याने पाशवी मुखवटा घेऊन आपले ओंगळवाणे दर्शन घडविते आहे. दुसरीकडे भारतीय तरुणांपुढे बेकारी, पर्यावरण असंतुलन, जमातवाद, दहशतवाद, प्रदूषण, नैसर्गिक प्रकोप, वाढती लोकसंख्या यांसारखे प्रश्न आव्हान म्हणून उभे आहेत. अशा परिस्थितीमध्ये जीवनमूल्यांकडे दुर्लक्ष करून चालणार नाही. पुनश्च मूल्यशिक्षणाकडे सर्वांचे लक्ष वळवावे लागेल. केवळ मूल्ये

तुडवली जात आहेत. त्यांच्या घसरणीला अमुक वर्ग जबाबदार इत्यादी विधाने करण्यापेक्षा जीवनमूल्ये रुजविण्यात आपले सध्याचे शिक्षण का यशस्वी झाले नाही? सध्याची शिक्षणपद्धती जीवननिष्ठा देण्यास असमर्थ का ठरत आहे? याचे आत्मपरीक्षण सर्वांनीच करायला हवे. केवळ या एका वर्गावर (शिक्षकवर्गावर) यासंबंधी संपूर्ण जबाबदारी टाकून जमणार नाही.

युवकांसमोरील समस्या

२१व्या शतकात भारताच्या संदर्भात युवकांसमोरील समस्यारूपी आव्हानांचा आढावा घ्यावयाचा झाल्यास आपल्या देशात स्वातंत्र्यानंतर खऱ्या अर्थाने दिशादिग्दर्शन करणारे 'युवा नेतृत्व' उभे राहिले नाही किंवा जाणूनबुजून तसे नेतृत्व उभे राहू दिले गेले नाही. त्यामुळे आजही माझ्या अध्यापनातील जमेस असलेल्या गेल्या दोन दशकांचा अध्यापनअनुभव व क्षेत्रकार्य पर्यवेक्षणाच्या माध्यमाद्वारे विद्यार्थी वर्गाशी असलेल्या संवादावरून काही गोष्टी जाणवतात. त्या म्हणजे, सध्याच्या युवावर्गाला योग्य मार्गदर्शन हवे. बेकारी, जीवघेण्या स्पर्धेमुळे भविष्याविषयाची अनिश्चितता, स्वत:विषयीचा न्यूनगंड, पालकांची त्यांच्याप्रती उदासीनता, स्वत:च्या क्षमताबांधणीकडे दुर्लक्ष इत्यादी बाबींमुळे हा युवावर्ग जास्तच गोंधळलेला दिसतो. कोणत्याही राष्ट्राचा विकास त्या राष्ट्राच्या युवकांच्या विकासासंबंधी दृष्टिकोनावरच अवलंबून असतो. युवावर्गासंबंधी विवेकानंदजींनीसुद्धा "मला वज्रनिर्धाराचे १०० तरुण द्या. मी या देशाचे चित्र पालटून दाखवितो" असे म्हटले होते. आजच्या परिस्थितीत इ.स. २००१च्या जनगणनेनुसार १३ ते ३५ वयोगटातील ३८ कोटी लोकसंख्या म्हणजेच इतकी युवाशक्ती आपल्याकडे आहे. त्यांचा आपण मानवी संसाधन म्हणून देशासाठी कशा प्रकारे उपयोग करून घेणार आहोत? त्यांच्याकडे खऱ्या अर्थाने गांभीर्याने लक्ष द्यायला धोरण ठरविणाऱ्या नियोजनकर्त्यांकडे, शासन चालविणाऱ्या राज्यकर्त्यांकडे, प्रशासन चालविणाऱ्या अधिकाऱ्यांकडे वेळ आहे का, याचे उत्तर 'नाही' हेच आहे.

मूल्यशिक्षण कोणाची जबाबदारी?

मूल्यशिक्षण म्हणजे काय? संस्कार म्हटले की, बहुधा त्यातून धार्मिक अर्थ संप्रेषित होतो; म्हणून आपण 'असोसिएशन फॉर लिव्हिंग व्हॅल्यू एज्युकेशन इंटरनॅशनल (ALIVE Ineternational)' ज्याला युनेस्कोचे सहकार्य आहे. त्या संस्थेच्या मते मूल्ये व उद्देश काय, ते पाहू. ही संस्था जगातील ८५ देशांमध्ये ८०००पेक्षा जास्त संकेतस्थळांवर मूल्यशिक्षणासंबंधी जाणीव-जागृतीचे काम करीत आहे. LVE (Living Value Education) चा मूळ उद्देश हा एखाद्या व्यक्तीच्या सर्वांगीण विकासासाठी मार्गदर्शक तत्त्वे व साधने पुरविणे हा आहे. त्याचबरोबर व्यक्तीला शारीरिक,

बौद्धिक, भावनिक आणि आत्मिक बाजू असतात. इ. बाबी गृहीत धरलेल्या आहेत. जीवन जगण्यासाठी मूल्यशिक्षण कार्यक्रम हा न्यूयॉर्कमधील युनिसेफने आणि ब्रह्माकुमारीने शिक्षणतज्ज्ञांच्या वतीने शिक्षणतज्ज्ञांकरिता विविध शैक्षणिक घटकांशी चर्चा करून ऑगस्ट १९९६मध्ये तयार केला गेला. जगातील विकसित व विकसनशील देशांतील शिक्षणतज्ज्ञांनी मूल्यांवर आधारित शिक्षणाचा प्रचार व प्रसार करण्यासंबंधी सहमती दर्शविली आहे.

भारताच्या संदर्भात विचार करावयाचा झाल्यास परंपरेला धरून एखाद्या शारीरिक आणि मानसिक स्वास्थ्याला, तसेच समाजहिताला आणि समाजयोजनेला उपयुक्त ठरणारी मार्गदर्शक जीवनसत्त्वे म्हणजे मूल्य होय. (संदर्भ : युवकांशी हितगुज – प्रा. देवानंद शिंदे) एन.सी.ई.आर.टी.ने प्रसिद्ध केलेल्या 'व्हॅल्यूज अॅण्ड स्कूल' या पुस्तिकेत मूल्य म्हणजे ज्यांची आकांक्षा धरावी वा पाठपुरावा करावा अशी गोष्ट होय. एखाद्या व्यक्तीच्या दैनंदिन वर्तनावरून, आचरणावरून त्या व्यक्तीने कोणती मूल्ये स्वीकारलेली आहेत याचा अंदाज येतो. मूल्यांचे संवर्धन व मूल्यांची जोपासना ही सर्वांची जबाबदारी आहे. मूल्यांचे विविध प्रकार संभवतात. ज्यामध्ये स्वावलंबन, स्वच्छता, श्रम, प्रतिष्ठा, निर्भयता, खिलाडू वृत्ती, नियमितपणा इत्यादी मूल्य व्यक्तिगत मूल्ये प्रकारात सांगता येईल. तसेच सामाजिक मूल्ये म्हणजे सहकार्य, भूतदया, सर्वधर्मसमभाव, राष्ट्रीय एकात्मता, बंधुत्व व समता होय. आता नैतिक मूल्यांसंबंधी विश्लेषण करावयाचे झाल्यास आचारविषयक व वागण्याविषयी नियमांचे पालन करून त्याचप्रमाणे वागणे किंवा वर्तन करणे, नीतीने वागणे त्यालाच आपण बहुधा नीतिमूल्ये म्हणून संबोधतो. लॅटिन भाषेतील Morus या शब्दावरून Morality हा शब्द आला. सामाजिक रीतिरिवाज किंवा समूहाचे सिद्धान्त असा Moralityचा शब्दकोशात अर्थ दिला आहे. व्यक्तीच्या नीतिपूर्ण वर्तनात व्यक्तिगत जबाबदारीची जाणीव होऊन सार्वजनिकदृष्ट्या समाजहिताला प्राधान्य दिलेले आहे. सामाजिक नियमांशी सुसंबद्ध वर्तन म्हणजे नैतिकता होय. (संदर्भ : मूल्यशिक्षण - श्री. सुरेश करंदीकर, फडके प्रकाशन, पान १६९).

युवावर्गात नैतिक मूल्यांची जाणीव - कोणाची जबाबदारी?

"ज्यासाठी मनुष्य जगतो अशा कल्पना म्हणजे मूल्य", अशी ऑटोबे यांनी मूल्यांची व्याख्या केली आहे. माणसाचे वर्तन कसे असावे, याचे आदर्श समाजाने तयार केलेले असतात. हे आदर्श म्हणजेच मूल्य होय. सामाजिक मूल्ये ही समाजाला मार्गदर्शन व दिशादिग्दर्शन करतात व समाजातील व्यक्तीवर नियंत्रण ठेवतात. सामाजिक मूल्यांच्या प्रभावामुळे व्यक्ती वर्तन करीत असतात.

मात्र, गेल्या २-३ दशकांत मूल्यांचा प्रभाव क्षीण होत गेलेला दिसून येतो. किंबहुना सहकार्य, सर्वधर्मसमभाव, राष्ट्रीय एकात्मता, बंधुता, समता इ. सामाजिक मूल्ये समाजातल्या सर्व स्तरांतील व्यक्ती सोईस्करपणे स्वत:च्या स्वार्थासाठी वापरताना दिसतात. वास्तविक, मूल्ये ही पस्परांच्या आंतरक्रियेतून, संबंधातून आणि प्रत्यक्ष अनुभवातून जोपासली जातात. मग युवावर्गाने काय करावे? त्यांच्यासमोर आज कोणीही रोल मॉडेल्स म्हणून उभे राहण्यास योग्य नाहीत. मूल्यशिक्षण शिक्षणाचा मूलस्रोत असताना, एकंदरीत आज आपण आजच्या अभ्यासक्रमाद्वारे आपल्या विद्यार्थ्यांना कोणत्या स्पर्धेत रेटत आहोत. याबाबत शिक्षक/प्राध्यापकवर्गाने गांभीर्याने आपापल्या परीने आत्मचिंतन केल्यास याचे सहजी उत्तर मिळेल. २१ व्या शतकाच्या उंबरठ्यावर बाजारमूल्यासाठी सर्व प्रसारमाध्यमांचा अतिरेकी वापर होतोय. साहजिकच आजचा युवक चंगळवादी लाईफस्टाईलकडे आकर्षिला जातोय. त्याला समाजहिताकरिता विचार करण्यासाठी सवड मिळू दिली जात नाही. परिणामी, आजच्या युवामनात गोंधळ व द्विधा मन:स्थिती असल्याने त्यांपैकी बहुसंख्य युवा आपल्या भविष्याविषयी साशंक आहेत. त्यांपैकी काही आत्मविश्वास असणारे युवक काहीतरी वेगळे करून दाखविण्यासाठी संधीच्या अपेक्षेत असतात; पण त्यांना ती संधी मिळत नाही. बरेचसे युवक भरकटतात. अगतिक होतात. मात्र, त्यांना योग्य दिशादिग्दर्शन करणारी एखादी व्यक्तीसुद्धा त्यांच्या आयुष्यात नसते.

मूल्यांची जोपासना व संवर्धन करण्याची जबाबदारी शिक्षकांव्यतिरिक्त खालील घटकांची नाही का?

- पालकांमध्ये नीतिमूल्यांची जाणीव (?)
- राज्यकर्त्यांमध्ये नीतिमूल्यांची जाणीव (?)
- शासकीय अधिकाऱ्यांमध्ये नीतिमूल्यांची जाणीव (?)
- आजकालची वृत्तपत्रे, इतर माध्यमे आणि त्यांची नीतिमूल्यांसंबंधी जाणीव (?)

कारण मूल्यसंवर्धन केल्याने व ती जोपासल्याने युवकांमध्ये दृढ विश्वास निर्माण होऊन त्यांच्यामध्ये स्वत:विषयी जाणीव होते. मूल्यांमुळेच युवकांच्या क्षमता विकसित होतात. त्यामुळेच मग त्यांच्यामध्ये राष्ट्रीय उद्दिष्ट व वैश्विक दृष्टी निर्माण होते.

युवावर्गाला मुख्य प्रवाहाकडे वळविणे

तुमचा देश तुमच्यासाठी काही करू शकतो, याचा विचार न करता आम्ही आमच्या देशासाठी काय करू शकतो, याचा विचार करणे आवश्यक आहे. जॉन

एफ. केनडी यांनी केलेल्या विधानाचे पालन करणे आजच्या भारतीय युवकाला शक्य आहे काय?

युवाकल्याणाच्या बाबतीत खालील निर्देशित युवकांच्या वर्गीकरणानुसार त्यांच्या गरजा व आशा-आकांक्षा पूर्ण केल्या पाहिजेत.

१) स्त्री/पुरुष युवक
२) ग्रामीण/शहरी युवक
३) उद्योगधंद्यातील/शेतकरी युवा
४) अनाथ युवक/युवती
५) अल्पसंख्याक युवक
६) विद्यार्थी/विद्यार्थीतर
७) आदिवासी युवक
८) मागासवर्गीय युवक
९) घटस्फोटित युवक/युवती
१०) श्रीमंत/आर्थिकदृष्ट्या कमकुवत
११) बेरोजगार युवक
१२) विवाहित/अविवाहित युवक
१३) अपंग युवक

भारताने त्यांच्या कल्याणाच्या बाबतीत २२ वर्षांपूर्वी १९८५मध्ये आंतरराष्ट्रीय युवावर्ष साजरे करताना, युवावर्गाच्या सहभागाला, विकासाला आणि शांती या बाबतीत महत्त्व दिले होते. आजही इतक्या वर्षांनंतर त्यांच्या स्थितीत विशेष बदल झाल्याचे जाणवत नाही. राष्ट्रीय युवा धोरण २००३मध्ये युवकांच्या बाबतीत जी महत्त्वाची उद्दिष्टे साध्य करण्यासंबंधी आवाहन केले आहे, त्यामध्ये राज्यघटनेतील धर्मनिरपेक्ष तत्त्वे व मूल्ये अबाधित राखण्यासंबंधी राष्ट्रप्रेम, राष्ट्रीय एकात्मता, अहिंसा व सामाजिक न्याय इ. तत्त्वांवर आधारित जीवनशैली स्वीकारली पाहिजे, अशी अपेक्षा व्यक्त केली गेली आहे. इतकेच नव्हे, तर युवकांना योग्य शिक्षणाच्या व प्रशिक्षणाच्या संधी दिल्या गेल्या पाहिजेत व त्यांच्यामधून 'युवा नेतृत्व' उभे करण्यासंबंधी प्रयत्न केले जावेत. युवकांच्या सहभागाने आंतरराष्ट्रीय पातळीवर शांतता प्रस्थापित केली जावी, असे सांगितले आहे.

त्या धोरणांनुरूप जे कार्यक्रम युवाकल्याणासाठी सुरू झाले असतील, त्यांचे मूल्यमापन करायला हवे. युवकांना स्वत:च्या पायावर उभे राहण्यासाठी निश्चित ठोस कार्यक्रमांची, योजनांची आखणी केली पाहिजे. म्हणजे तो मुख्य प्रवाहाकडे आकर्षिला जाईल. तसेच युवावर्गाशी मोकळा, पुरेसा व निरोगी संवाद साधला गेल्यास त्यांना

समाजाविषयी आस्था निर्माण होऊन स्वेच्छेने मूल्ये आत्मसात करण्याचा प्रयत्न करतील. शिक्षकांसह पालकांनीसुद्धा आपल्या दैनंदिन जीवनात मूल्यांचे संवर्धन करण्याकरिता आपल्या सदाचारी वर्तनाने पुरेसे पोषक वातावरण तयार केल्यास आजचा युवावर्ग निश्चितच ते आचरणात आणील. असे घडल्यास खऱ्या अर्थाने युवावर्ग राष्ट्राच्या प्रगतीकरिता रचनात्मक कार्यात सहभागी होईल.

संदर्भ

१) 'मूल्यशिक्षण', श्री. सुरेश करंदीकर, फडके प्रकाशन.

२) शैक्षणिक तत्त्वज्ञान व शैक्षणिक समाजशास्त्र, डॉ. म. बा. कुंडले, श्री विद्याप्रकाशन, पुणे.

३) युवकांशी हितगुज, प्रा. देवानंद शिंदे, विठ्ठलगजरी प्रकाशन, पुणे.

४) संकेतस्थळ www.nyks.org

५) Guidance and counselling in college and universities. S. K. Kochhar, Sterling Publishers Pvt. Ltd.

६) संकेतस्थळ www.livingvalues.net

३० व्यवहाराधिष्ठित मूल्य की मूल्याधिष्ठित व्यवहार

डॉ. स्मिता अवचार

मानवी जीवनात 'नैतिक मूल्ये' ही नेहमीच मार्गदर्शक ठरतात. नैतिक मूल्यांच्या आधारेच चांगले-वाईट यातील फरक स्पष्ट केला जातो किंवा चूक की बरोबर यातील अंतर स्पष्ट केले जाते. मानवी वर्तनाची सर्वमान्य नियमांची रचनाच नैतिक मूल्यांद्वारे स्पष्ट केली जाते. नैतिक मूल्ये मानवी समाजरचनेइतकीच पुरातन आहेत. मूल्ये ही अमूर्त असतात. मूल्यांचे दृश्य रूप म्हणजे 'मानवी वर्तन' होय. मूल्यांच्या आधारे तंतोतंत वागणे हे सर्व समाजात आणि समाजजीवनाच्या सर्व कालखंडात आदर्श मानले जाते. समाजातील सर्व व्यक्ती मूल्यांप्रमाणे आपला व्यवहार व वर्तन करण्याचा प्रयत्न करतात. किंबहुना, त्यांनी तसा तो करावा अशी समाजाची अपेक्षा असते.

परंतु त्याचवेळी प्रत्येक समाजात सामाजिक परिवर्तन घडून येत असते. सामाजिक परिवर्तन हे एक शाश्वत आहे, असेही म्हटले जाते. समाजजीवनाचा काही भाग सामाजिक परिवर्तनाच्या प्रक्रियेला लवकर प्रतिसाद देतो, तर काही भाग उशिरा. समाजशास्त्रीय परिभाषेत त्याला 'मूर्त संस्कृती' आणि 'अमूर्त संस्कृती' अशा संकल्पना वापरल्या जातात. समाजाचा दृश्य व्यवहार म्हणजे 'मूर्त संस्कृती' जी लवकर बदलते. मात्र, अमूर्त संस्कृतीत बदल होण्याचा कालखंड हा त्यापेक्षा कितीतरी जास्त असतो. मूल्यांतील बदल हा त्या त्या समाजजीवनाच्या अमूर्त संस्कृतीतील बदल असतो. त्यामुळे प्रत्येक समाजजीवनात मूल्याधिष्ठित व्यवहार असावा, हे सर्वमान्य असले, तरी प्रत्यक्षात व्यवहाराधिष्ठित मूल्यरचना निर्माण करण्याचा प्रयत्न सातत्याने सुरू असतो. त्यामुळेच समाजात 'व्यवहार' की 'मूल्य' श्रेष्ठ, असा पेच कायमच निर्माण झालेला दिसतो.

आधुनिक काळात तर या पेचाची तीव्रता ज्ञात मानवी इतिहासाच्या कोणत्याही टप्प्यांपेक्षा जास्त आहे. भारतीय संस्कृतीच्या आजवरच्या इतिहासात अशा संस्कृतीमधील

संघर्षाच्या खुणा जागोजागी दिसतात. ब्रिटिशांच्या आगमनामुळे या देशाच्या परिवर्तनाच्या चळवळीला वेग आला. एकूणच, जागतिक विचारप्रणाली, आचारप्रणालीच्या संपर्कातून मूल्याधिष्ठित व्यवहार का व्यवहाराधिष्ठित मूल्य, हा पेच पुन्हा ऐरणीवर आला. भारताच्या स्वातंत्र्याबरोबरच स्वातंत्र्य, समता, बंधुता या मूल्यांवर आधारित समाजरचना आपण घटनेने स्वीकारली आणि मूल्याधिष्ठित व्यवहाराची नवीन चौकट देण्याचा प्रयत्न केला.

परंतु, त्याच काळात सुरू झालेल्या आर्थिक पुनर्रचनेच्या, आर्थिक वृद्धी आणि नंतर आर्थिक प्रगतीच्या निर्मितीच्या काळात मूल्यचौकटीस त्या त्या वेळीच आव्हान देण्याचा प्रयत्न सुरू झाला. १९९० नंतर नव्या आर्थिक धोरणाचा एक परिणाम म्हणूनच व्यवहाराधिष्ठित मूल्य प्रस्थापित करण्याचा प्रयत्न झाला.

नव्या शतकात प्रवेश करत असतानाच भारतीय समाजात स्वातंत्र्य सर्व नागरिकांना असले, तरी आजही अनेक भटक्या जमाती त्याबाहेर उभे राहून आमचे काय? हा प्रश्न विचारत आहेत.

संचार, आचारस्वातंत्र्य मान्य; पण आजही पुरोगामी महाराष्ट्रात मातंगांना २००२मध्ये मंदिरप्रवेश चळवळ करावी लागते. जगण्याचे स्वातंत्र्य असले, तरी मागासलेला बिहार आणि प्रगतिशील महाराष्ट्र मुलांच्या कुपोषणाच्या समस्येबाबत बरोबरीत वाटचाल करतात.

बंधुतेचे मूल्य स्वीकारले, तरी सबंध भारतभर जातीय दंगलीचा उद्रेक कोट्यवधी रुपयांचे नुकसान करतानाची अनेक उदाहरणे दिसतात.

कायद्याने जातीयता नष्ट करण्याचा प्रयत्न झाला, तरी 'अट्रॉसिटी'च्या घटना शेकडोंनी घडतात.

व्यक्तिमत्त्वात मूल्यांचे आरोपण करणारी एक महत्त्वाची संस्था म्हणून कुटुंबाकडे समाजशास्त्रज्ञ बघतात. ही कुटुंबसंस्थाच आज परिवर्तनाच्या तीव्र वेगाने वेढलेली दिसते. मुळात परिवर्तन ही उदासीन प्रक्रिया आहे; ती 'चांगली' किंवा 'वाईट' नाही. आज कुटुंबसंस्था व्यवहाराधिष्ठित मूल्यांकडे कधी नाही इतक्या झपाट्याने प्रवास करताना दिसते. कुटुंबसंस्थेची आजही प्राथमिक कामे, जसे की, पुनरुत्पादन, समाजीकरण, दर्जा प्रदान करणे ही कुटुंबसंस्थाच करते; परंतु दुय्यम कार्ये करण्यासाठी अनेक संस्था, संघटना तयार झालेल्या आहेत. त्यामुळे 'शाश्वत मूल्य' आणि 'व्यवहार' यात अंतर निर्माण झालेले आहे. विभक्त कुटुंबांचे वाढत जाणारे प्रमाण, न बदललेली पुरुषी मानसिकता, त्या वेळी बदललेले स्त्रीचे स्थान, शिक्षण आणि दर्जा या सर्वांमुळे कुटुंबाची रचना आणि कार्य यात परिवर्तन होत आहे. त्यामुळेच कुटुंबात राहणाऱ्या सर्वच वयोगटांतील

स्त्री-पुरुषांचे प्रश्न वाढलेले आहेत.

१) कुटुंबातील मुले - उच्च आणि मध्यम वर्गातील मुले शिक्षणाच्या ओझ्याने दबलेली, तर कनिष्ठ वर्गातील मुले शिक्षणप्रक्रियेच्या बाहेर आणि रोजची रोटी मिळविण्याच्या संघर्षात व्यग्र दिसतात.

२) स्त्रिया - आर्थिक भार उचलण्याबरोबर पारंपरिक घराच्या कामांतून सुटका न मिळालेली, दुहेरी कामाच्या ओझ्याखाली असलेली अशी स्त्री.

३) वृद्ध - आर्थिकदृष्ट्या संपन्न असले, तरी मानसिक आधाराच्या शोधात असणारे, होणाऱ्या बदलांबद्दल अनभिज्ञ असणारे असे. आर्थिकदृष्ट्या सक्षम नसलेले वृद्ध नशिबावर हवाला ठेवून मृत्यूची वाट बघणारे.

४) युवक - बदलाला सामोरे जाताना चांगले-वाईट, चूक की बरोबर यांतील निवाडा न करता येणारे आणि म्हणूनच एक प्रकारे प्रवाहपतीत असे ठरणारे.

५) कुटुंबकर्ते, प्रौढ - पारंपरिक चौकटीत कुटुंबप्रमुख म्हणून भूमिका (कर्तव्य) पार पाडत असतानाच नवीन बदलाचे विश्लेषण आपआपल्या ताकदीप्रमाणे करत समस्यांची उकल करण्याचा प्रयत्न करण्याच्या प्रयत्नात बहुसंख्य थकलेले असे दिसतात.

भारतीय समाजात दिसणाऱ्या या काहीशा निराशाजनक स्थितीत मूल्याधिष्ठित व्यवहारच उपाय ठरू शकतो. मुळात मानवी विकास ही संकल्पनाच १९९० नंतर अभ्यासक मांडू लागले. जीवन जगण्यासाठी अनेकविध पर्याय उपलब्ध करून देणे आणि समाजातील शेवटच्या माणसाचे जीवन समृद्ध करणे ही मानवी विकासाची अंतिम ध्येये मानली गेली आहेत. यासाठी उपभोग्य वस्तू आणि सेवांचे साहजिकच अधिक उत्पादन करणे आवश्यक आहे; पण ते निर्माण करण्यासाठीसुद्धा पुढच्या पिढ्यांचा विचार करून संसाधनांचा वापर करणे म्हणजेच निरंतर विकासाचा मार्ग वापरणे आणि उत्पादित मालाच्या वितरणात अधिकाधिक समानता आणणे, हे दोन्ही सुचवले जाणारे आणि आता सर्व जगात वापरण्याचा आग्रह धरणे म्हणजे दुसरे काही नसून, मूल्याधिष्ठित व्यवहार हेच तत्त्व आहे.

पाश्चिमात्य देशांनी केलेला विकास हा वसाहतींच्या शोषणातून झालेला आहे; म्हणून त्यांनी विकसित देशांना, त्यांच्या विकासाला मदत करावी आणि विकेंद्रित विकास करावा, असा जागतिक स्तरावर केला जाणारा विचार मूल्याधिष्ठित व्यवहाराचे उदाहरण आहे, यात शंका नाही.

३१ व्यक्ती आणि मूल्यव्यवस्था

डॉ. सुनील मायी

प्रत्येक समाजामध्ये 'मूल्यव्यवस्था' ही बाब महत्त्वाची असते. किंबहुना, समाज जिवंत ठेवण्याचे महत्त्वाचे कार्य मूल्यव्यवस्था करते. मूल्य म्हणजे एक असा मापदंड आहे की, ज्याच्या आधारे चांगले-वाईट, इष्ट-अनिष्ट यांतील फरक निश्चित केले जातात.

मानवाच्या भावना या अमूर्त प्रकारच्या असतात. वेगवेगळ्या प्रकारचे विचार त्याच्या मनात चाललेले असतात. या मानवी अमूर्त विचारांना मूर्त म्हणजे दृश्य स्वरूप देण्याचे महत्त्वाचे कार्य 'मूल्यव्यवस्था' करते. प्रत्येक व्यक्तीच्या सामाजिक वर्तनामागे सांस्कृतिक मूल्यांचे फार मोठे योगदान आहे.

व्यक्तीला समाजात राहायचे असल्यामुळे व अनेकांच्या साहाय्याने त्याला आपल्या गरजांची पूर्तता करणे अनिवार्य असल्यामुळे मानवी वर्तनात, त्यांच्या भावना व्यक्त करण्याच्या पद्धतीमध्ये व गरजा पूर्ण करण्याच्या व्यवस्थेमध्ये एकसारखेपणा असणे आवश्यक आहे. हा एकसारखेपणा असेल तरच एकाच समाजातील लोकांना एकमेकांशी कसे वागावे हे समजेल व हा सारखेपणा निर्माण करण्याचे महत्त्वाचे कार्य मूल्यव्यवस्था करताना आढळते. अमुक एखादी गोष्ट मान्य का व एखादी मान्य का नाही, यामागे मूल्यव्यवस्थेचे अस्तित्व प्रकर्षाने जाणवते.

साधारणत: एकाच समाजात जीवन जगणाऱ्या व्यक्तींच्या गरजांमध्ये समानता असते व ती आणण्याचे महत्त्वाचे कार्य मूल्यव्यवस्था करताना आढळते.

कुटुंबात वावरताना, समाजात वावरताना व्यक्तीला एक दर्जा मिळालेला असतो. त्यानुसार त्याच्या भूमिका कोणत्या प्रकारच्या असाव्यात याचे निर्धारण करण्याचे कार्यदेखील मूल्यव्यवस्था करताना आढळते.

मूल्यव्यवस्थेमध्ये पुनरावृत्ती आढळते व या पुनरावृत्तीमुळेच समाजातील लोकांच्या

मनात अपेक्षित वर्तनाचा एक 'साचा' निर्माण होतो. हे साचेबद्ध वर्तन म्हणजे मूल्यानुसार होणारे वर्तन, असेही म्हणता येईल.

मानव जेव्हा समाजामध्ये राहतो तेव्हा त्याची पाटी पूर्णत: कोरी असते. कसे वागावे, नेमके काय बोलावे, काय बोलणे चांगले दिसेल, काय चांगले दिसणार नाही, कोणत्या वयोगटामध्ये कोणत्या प्रकारचे वर्तन अपेक्षित आहे, हे त्यांना कुटुंबामध्ये सामाजीकरणाच्या माध्यमातून शिकवावे लागते. म्हणजेच व्यक्तीच्या जीवन जगण्याच्या प्रक्रियेत 'सामाजीकरण' ही संकल्पना महत्त्वाची भूमिका पार पाडते. हे सामाजीकरण प्रामुख्याने त्या त्या समाजातील मूल्यव्यवस्थेवर आधारित असते. जर मूल्यव्यवस्था नसती तर व्यक्तीचे सामाजीकरण करणे कठीण झाले असते व समाज विस्कळीत झाला असता.

प्रत्येक समाजाची एक संस्कृती असते व ही संस्कृती त्या समाजाच्या मूल्यव्यवस्थेवर आधारित असते. आपण सगळे जण जरी एकाच समाजात राहत असलो तरी आपली ग्रहण करण्याची क्षमता मात्र वेगवेगळी असते. आपल्या सगळ्यांचा स्वभाव वेगवेगळा का आहे, याचे उत्तर देताना असे म्हणावे लागेल की, समाजात वावरताना व सामाजिक संबंध ठेवताना आपण वेगवेगळ्या मुद्द्यांना महत्त्व देतो. परिणामी, आपण एक-दुसऱ्यांपेक्षा वेगळे बनतो. आपले व्यक्तिमत्त्व हे व्यापक मूल्यव्यवस्थेतील कोणता भाग आपण स्वीकारलेला आहे व कोणता नाकारलेला आहे, याच्यावर अवलंबून असते.

मनुष्य हा दिवसभरात वेगवेगळ्या भूमिका धारण करतो. तो पित्यासमोर मुलगा असतो, आईसमोर मुलगा असतो, बहिणीसमोर भाऊ असतो, पत्नीसमोर पती असतो, मुलासमोर पिता असतो, विद्यार्थ्यांसमोर प्राध्यापक असतो, दुकानदारासमोर गिऱ्हाईक असतो. या आणि अशा असंख्य प्रकारच्या भूमिका भूषविताना नेमके मानवी वर्तन कसे असावे, हे ठरविण्याचे महत्त्वाचे कार्य मूल्य करताना दिसून येतात.

अत्यंत टोकाची मूल्ये असणाऱ्या समाजामध्ये मूल्यसंघर्ष होताना दिसतो व मग त्यातून सामाजिक समस्यांचा जन्म होतो. समाजाची चालणारी गाडी रुळावर ठेवण्याचे महत्त्वाचे काम मूल्ये करताना आढळतात. परस्परविरोधी मूल्ये जर समाजात वास करीत असतील तर ती अवस्था अत्यंत धोक्याची मानावी लागेल; कारण त्यातून संघर्षच निर्माण होतील. आपल्या समाजातील धार्मिक संघर्ष, जातीय संघर्ष, वर्गीय संघर्ष ही त्याचीच उदाहरणे म्हणून सांगता येतील. या संघर्षांमुळे सामाजिक समस्यांचा जन्म होतो. सामाजिक समस्या म्हणजे समुदायाच्या किंवा सामाजिक व्यवस्थेच्या मुद्द्यांशी सुसंगत नसलेली सामाजिक अवस्था किंवा परिस्थिती होय. श्रीमंत-गरीब, मालक-कामगार हे संघर्ष मूलत: मूल्यसंघर्षाचेच परिणाम आहेत.

बऱ्याचदा वेगवेगळ्या प्रकारच्या संघर्षांमध्ये सामाजिक मूल्ये पायदळी तुडविली जातात व मूल्यांचे समाजातील महत्त्व काहीसे कमी झाल्यासारखे वाटते. अशा वेळी तडजोडीच्या माध्यमातून काही नवीन मूल्ये निर्माण करून समाजाची पुनर्रचना करणे आवश्यक ठरते.

मूल्यव्यवस्था व परिवर्तन : बदलत्या काळाप्रमाणे मूल्यांमध्ये बदल घडवून आणावे लागतात, ते खरे आहे. परिवर्तनशीलता हा समाजाचा नियम आहे असे मानले तर परिवर्तनशीलता हा मूल्यांचाही नियम आहे, हे मानावेच लागेल; जर मूल्यपरिवर्तन झाले नाही तर समाजात साचलेल्या पाण्याप्रमाणे अवकळा निर्माण होईल.

भारतीय समाजाचा विचार केल्यास स्त्रिया आणि अस्पृश्य यांच्या संदर्भात प्रचलित असलेली मूल्ये नेहमीच परिवर्तित झालेली दिसून येतात. आपण कोणतेही मूल्य मानत नाही, असे म्हणणारे लोक एका अर्थाने मूल्यव्यवस्थेला बळकटी देण्याचेच काम करतात. श्रद्धा हे जसे मूल्य असते, तसेच अंधश्रद्धा हेदेखील मूल्य आहे. आस्तिकता हे जसे मूल्य आहे, त्याचप्रमाणे नास्तिकता हेदेखील सामाजिक मूल्य आहे. समाजातील लोकांची मनोभूमिका निर्धारित करण्याची जबाबदारी मूल्यव्यवस्था पार पाडते, असे म्हणता येईल.

परस्परविरोधी व परस्परविसंगत मूल्यव्यवस्था असणाऱ्या समाजामधून कोणत्या मूल्यव्यवस्थेच्या आत्मसाथीकरणास प्राधान्य मिळावयास हवे, हा प्रश्न त्या त्या समाजानेच सोडवायचा आहे. परिवर्तनवादी मूल्यांना प्राधान्य द्यावयाचे की प्रस्थापित मूल्यांना प्राणपणाने जपावयाचे, यावरच समाजाचे पुरोगामित्व व प्रतिगामित्व अवलंबून आहे.

शेवटी मनुष्य हा सामाजिक प्राणी आहे. सामाजिकता ही मानवाची मूलभूत प्रवृत्तीच आहे. समाजात राहण्याची प्रत्येकाची गरज अन् आवड जरी असली तरी त्यासाठी काही मूलभूत मूल्यांचा स्वीकार मात्र प्रत्येकाला करावाच लागतो. निदान एकत्र राहण्याचे मूल्य स्वीकारल्याशिवाय मनुष्याला सामाजिक होता येणारच नाही.

बऱ्याचदा सामाजिक परिस्थितीच अशी निर्माण होते की, व्यक्तीला प्रस्थापित मूल्यांना मुरड घालावी लागते व नव्या परिस्थितीशी समायोजन करावे लागते. हे समायोजन ज्यांना चांगल्या प्रकारे करता येते, ते समाजात योग्य सन्मानाने जगू शकतात व अशा प्रकारचे समायोजन करणे ज्यांना जमत नाही, ते कालबाह्य होताना दिसतात.

काही व्यक्तींच्या बाबतीत जुन्या मूल्यांचा त्याग करवत नाही व नवीन मूल्ये

स्वीकारता येत नाहीत, अशी प्रमाणकशून्य अवस्थेची परिस्थिती निर्माण होते. ही परिस्थिती बरेचदा व्यक्तीला निष्क्रिय बनविण्याची शक्यता असते. भारतीय समाजात अशा प्रमाणकशून्य मूल्यव्यवस्थेचे प्रमाण खूप आहे. अशा अवस्थेत जीवन जगण्याची जी ठरावीक चाकोरी ठरलेली आहे, ती व्यक्ती सोडून जात नाही. परिणामी स्थितीप्रिय बनतात. मूल्यव्यवस्था ही समाजाच्या अस्तित्वासाठी अशा तऱ्हेने आवश्यक आहे आणि प्रत्येक समाजात ती असतेच.

कोणते मूल्य चांगले आणि कोणते वाईट, याबाबत मात्र समाजा-समाजानुसार फरक पडत गेलेला दिसून येतो; परंतु, समाज आधुनिक असो वा मागासलेला, काही मूल्यांच्या चौकटीत त्या समाजातील व्यक्तींना जीवन जगावे लागते.

थोडक्यात, मूल्यव्यवस्था व समाज यांचे नाते न भंगणारे आहे.

३२ प्रशासनातील नैतिक मूल्ये

डॉ. सतीश दांडगे

समाजाची निर्मिती ही नैतिकतेवर झालेली असते. सर्वांना मान्य अशा मुद्द्यांवर व्यक्ती, कुटुंब एकत्रित येऊन 'समाज' निर्माण होतो व आपल्या दैनंदिन जीवनासंबंधी जगण्याचा, राहण्याचा एक आराखडा तयार करतो. त्या आराखड्याद्वारे समाज आपल्या सामाजिक चौकटीत विकास साधत असतो. समाजाने व्यक्ती, संस्कृती, परिभाषा, राहणीमान इ. बाबत सामाजिक नैतिकता निश्चित केलेली असते व त्या चौकटीत जीवन जगण्याची प्रक्रिया गतिशील केलेली असते व त्या गतिशीलतेसाठी शासनयंत्रणेची निर्मिती केली जाते. शासनयंत्रणेद्वारे समाज आपला विकास साधण्याचा प्रयत्न करतो. नैतिकता राखण्याच्या दृष्टीने व त्या चौकटीत सामाजिक विकास साधण्यासाठी शासनव्यवस्था सातत्याने प्रयत्न करीत असते व त्यासाठी व्यवस्थापन व प्रशासन नावाच्या संकल्पनेचा वापर केला जातो. प्रशासनाची निर्मिती सैधान्तिक आधारावर केली जाते. त्यासाठी कायदा, नियमाचा आधार घेतला जातो व प्रशासनाच्याद्वारे सामाजिक विकासाच्या विविध योजना राबविल्या जातात व त्यासाठीदेखील नियम, कायद्याची चौकट ठेवली जाते.

प्रशासकीय समाज किंवा प्रशासनातील सेवक हा खऱ्या अर्थाने सामाजिक घटक असला, तरी प्रशासन सेवेत असताना त्याच्या नैतिक आचरणात व विचारात वेगळेपण असते. समाजचौकटीत राहून त्यास आपली प्रशासनातील स्वतंत्र व तटस्थ भूमिका बजावावी लागते. खऱ्या अर्थाने प्रशासनात प्रशासकीय सेवक कायद्याला बांधील राहतो व कायदे-नियमाला जबाबदार असतो. शासन व समाजातील एक दुवा म्हणून प्रशासनातील नोकरवर्ग (सेवक) आपली भूमिका बजावतो. प्रशासकीय कर्मचाऱ्याचा व अधिकाऱ्यांचा व्यवहार, आचार-विचार प्रामुख्याने त्या संघटनेच्या उद्देशाशी बांधील असतात. शासन योजना निर्मित

करते व त्या योजनांची अंमलबजावणी प्रशासनाद्वारे होते. प्रशासनातील सेवक किंवा अधिकारी योजना कार्यान्वित करतात व समाजाच्या सर्व घटकांपर्यंत पोहोचवितात.

शासनव्यवस्था समाजाचा विकास साधण्याचा प्रयत्न करते. तसेच समाजातील अपप्रवृत्तींना नियंत्रित ठेवण्याचे कार्य करते. त्यासाठी दंडात्मक कायदे करून त्याद्वारे अपप्रवृत्तींचा नाश करण्याचा प्रयत्न प्रशासनाद्वारे केला जातो. दंडात्मक कायद्याची निर्मिती केली नाही, तर समाजात अपप्रवृत्ती फैलते. प्रतिबंधित समाज ठेवण्यासाठी दंडात्मक कायद्याची आवश्यकता असते. हाच नियम लोकप्रशासनासाठीदेखील लागू होतो. नैतिक समाजाप्रमाणेच लोकप्रशासनातदेखील नैतिकतेला महत्त्वाचे स्थान असते. प्रशासनात नैतिकता नसल्यास प्रशासनसेवकांत अराजकता येते. ही अराजकता येऊ नये, यासाठीच प्रशासनसेवेत नैतिकतेला महत्त्वाचे स्थान आहे; म्हणून प्रशासनातील सेवकांसाठी कायदे व नियमांची चौकट केली जाते.

प्राचीन व्यवस्थेतदेखील राजापासून ते शासनसेवेतील शेवटच्या घटकापर्यंत नैतिकतेला महत्त्व होते. राजालादेखील कायद्याचे बंधन होते. त्याच्या आचार-विचारांपासून ते आर्थिक संपन्नतेपर्यंतची सामाजिक बंधने होती. तोदेखील आपल्या कार्याला जबाबदार होता. कार्यातील सदोषतेला प्रत्येक प्रशासकीय सेवक जबाबदार असतो. कौटिल्याने यासाठी स्वेच्छाधारी व निरंकुश शासनास विरोध दर्शवून राजा व इतर सर्व प्रशासकीय अधिकारी, कर्मचाऱ्यांच्या दिनचर्येचा कार्यक्रम निश्चित केला होता.

कालओघात राज्याचे स्वरूप बदलत गेले. त्यासोबतच प्रशासनाच्या कार्यप्रणालीतही बदल झाला. कार्यप्रणालीतील बदलामुळे प्रशासनाची व्याप्ती वाढली व प्रशासनातील सेवकवर्गालादेखील महत्त्व प्राप्त होत गेले. प्रशासनातील सेवकवर्गाला विविध नावे प्राप्त होत गेली. प्रशासनातील सेवकवर्गाला नोकरशाही हे अभिरूपदेखील प्राप्त झाले. कार्ल एमिल मॅक्समिलन वेबरने प्रशासनात विवेकीकरणाला महत्त्वाचे स्थान दिले. त्याच्या मते, प्रशासनाद्वारे वर्चस्वप्रभाव स्थापित होतो आणि वर्चस्वाला नोकरशाहीची आवश्यकता असते. मार्क्स वेबर नोकरशाहीला मनुष्यद्वारा निर्मित सर्वांत अधिक विवेकशील आणि कार्यकुशल संगठनाचे स्वरूप मानतो. समाजात अधिकाराचे काही घटक तो प्रतिपादित करतो; परंतु विवेकीय अधिकार (Rational Authority) तो महत्त्वाचा मानतो. त्याच्या मते, नोकरशाही तांत्रिक स्वरूपात नियंत्रकाच्या हातातील सर्वांत अधिक विकसित शक्तियंत्र आहे. नोकरशाही नियमित रूपात कार्य करणारी संघटना असते. जेव्हा ती नियमित कार्य करत नाही, तेव्हा अराजकता येते; आणि म्हणून नियमितता हा नोकरशाही ध्येयाचा मुख्य केंद्रबिंदू असतो. यामुळेच नोकरशाहीत

नियम व नियमांना चिकटून राहण्याची वृत्ती तीव्र असते.

प्रशासनाची नैतिकता राखण्याच्या दृष्टीने व बांधील नोकरशाहीसाठी प्रशासनाची चौदा तत्त्वे महत्त्वाची आहेत. यात कार्यविभाजन, सत्ता, अनुशासन, आदेशाची एकता, व्यक्तिगत हितापेक्षा सामान्यहिताला महत्त्व, केंद्रीकरण, पदसोपानशृंखला, व्यवस्था, न्यायभावना, कार्याची स्थिरता इ. कार्यविभाजन हे कार्याच्या नैपुण्यतेसाठी आवश्यक आहे, तर सत्ता हे कार्य पूर्ण करण्यासाठी आवश्यक आहे. आदेश-निर्देश कोणी कोणास केव्हा द्यावेत व कसे द्यावेत, त्यासाठी त्या अधिकाऱ्याच्या अधिकाराची चौकट काय असावी, हे स्पष्ट होते. चौदा तत्त्वांतील व्यक्तिगत हितापेक्षा सामान्यहिताला अधिक महत्त्व देण्याची आवश्यकता प्रामुख्याने प्रशासनात असली, तरी त्याकडे विशेषत्वाने पाहिले जात नाही किंवा त्याचा वापर विशेषत्वाने केला जात नाही. परिणामी सदोष नोकरशाही दिसून येते. विकसित देशांपेक्षा विकसनशील देशांत नोकरशाहीत दोष मोठ्या प्रमाणात आढळतात. विकसनशील समाजव्यवस्थेत समाज पूर्णपणे कृषिप्रधान व औद्योगिक नसतो, तर त्यामधली अवस्था असते. भ्रष्टाचार, पारंपरिकता इ. दोष या समाजात आढळतात.

कोणत्याही क्षेत्रात उद्देशाची पूर्तता करण्यासाठी नैतिकता असावीच लागते; परंतु नैतिकता विविध क्षेत्रांत ढासळताना दिसते. प्रशासनातील नैतिकतादेखील ढासळलेली आहे. नैतिकता ढासळण्याची अनेक कारणे आहेत. त्यात 'नियमांची ताठरता' हे एक कारण आहे. ताठर प्रशासनव्यवस्था, नियमांची जटिलता. १९व्या शतकात नोकरशाहीची संकल्पना चांगल्या अर्थाने परिचित नव्हती; परंतु २०व्या शतकात नोकरशाहीस अधिकाऱ्यांचे संघटन, शक्ती, आकार याद्वारे पाहिले जाऊ लागले. नोकरशाहीचे महत्त्वदेखील वाढत गेले; परंतु, नियमांच्या ताठरतेमुळे सत्ता केंद्रित होत गेली. याच शतकात भौतिकवादाचा परिणाम, नोकरशाहीची अभिलाषा वाढत गेली. संघटनेमुळे आपले अधिकार व आवश्यक आर्थिक गरजांची पूर्तता भागवली जाऊ लागली. पैसा हा केंद्रबिंदू होत गेला. परिणामी नैतिकता ढासळत गेली.

भारतीय प्रशासनाचा विकास ब्रिटिशांच्या आगमनापासून सुरू झाला. परंतु, स्वातंत्र्यानंतरही प्रशासनव्यवस्थेत आवश्यक त्या प्रमाणात बदल झाले नाहीत. 'कल्याणकारी राज्या'चा स्वीकार करूनही स्थानिक पातळीपर्यंत विकास साधता आला नाही. भारतीय नोकरशाही विकास साधण्यात कमी पडली. स्वविकासात शासन व प्रशासन गुंतले त्यामुळे नैतिकता ढासळत गेले. असे असले, तरी नैतिकता ढासळण्याची काही प्रमुख कारणे पुढीलप्रमाणे आहेत.

नैतिकता ढासळण्याची कारणे -

१. ब्रिटिश प्रशासनाची चौकट व भारतीय समाज - ब्रिटिशपूर्व कालखंडातदेखील भारतात परकीयांचे शासन होते. भारतीय व परकीय समाजाच्या विचारांतून प्रशासनाची चौकट या कालखंडात निर्माण झाली. परंतु, ब्रिटिशकालखंडात ब्रिटिशांनी एकछत्री प्रशासनव्यवस्था निर्माण करण्याचा प्रयत्न केला. ब्रिटिशांनी आवश्यक अशी प्रशासकीय चौकट धोरणात्मकरीत्या राबविण्याचा प्रयत्न कायद्याच्या चौकटीत केला. भारताच्या स्वातंत्र्योत्तर कालखंडात अनेक कायदे व प्रशासनाची रचना तशीच ठेवण्यात आली. सामाजिक गरजेप्रमाणे त्यात बदल आवश्यक असतानादेखील केले गेले नाहीत. परिणामत: ब्रिटिश कालखंडातील नोकरशाहीची संकल्पना आजदेखील मूळ धरून आहे.

२. कायद्याचे उल्लंघन करण्याची प्रवृत्ती - कायदा, नियम ध्येयप्राप्तीच्या दृष्टीने महत्त्वाचे असतात. परंतु, भारतीय नोकरशाही व समाजाकडून त्याचे उल्लंघन वारंवार होताना दिसते. नियमांच्या जटिलतेमुळे, तसेच प्रशासनातील अधिकारपरंपरेमुळे कामात दिरंगाई निर्माण होते. परिणामत: कामात गती निर्माण होत नाही. परंतु, काम लवकर व्हावे यासाठी लाच (भ्रष्टाचार)चा अवलंब सुरू होतो. जनता व नोकरशाही यांच्या संयुक्त गरजेतून नियमांचे उल्लंघन सुरू होते. जनप्रतिनिधी किंवा पदाधिकारीदेखील या प्रक्रियेमध्ये सहभागी असतात.

३. जनतेची उदासीनता व कायद्याचे अज्ञान - भ्रष्टाचार, दिरंगाई काम लवकर व्हावे व आपल्या आवश्यकतेप्रमाणे व्हावे म्हणून निर्माण होते. असे असले तरी भारतीय जनतेत कायदा व नियमाबद्दलची उदासीनता मोठ्या प्रमाणात आढळून येते. अलीकडच्या काळात सिटिझन चार्टर, माहितीचा अधिकार, दिरंगाईचा कायदा इ. महत्त्वपूर्ण कायदे अधिनियम प्रशासनाच्या कार्यात गतिशीलता, पारदर्शकता, स्पष्टपणा आणण्याच्या दृष्टिकोनातून अस्तित्वात असतानाही याद्वारे काही तासांत, काही दिवसांत कार्य पूर्ण करणे प्रशासनास बंधनकारक असते. परंतु, जनतेपर्यंत कायद्याची सखोल माहिती शासन व प्रशासनाकडून पुरविली जात नाही व जनतादेखील त्या दृष्टीने उदासीन असलेली दिसून येते. परिणामत: प्रशासनाच्या नैतिकतेसमोर प्रश्नचिन्ह उभे राहते.

४. जबाबदारीचे तत्त्व - कायद्याने, नियमाने प्रत्येक अधिकाऱ्याला त्याचे अधिकार निश्चित करून दिलेले असतात. आपल्या अधिकाराच्या चौकटीत राहूनच कार्य पूर्ण करणे अधिकाऱ्यास बंधनकारक असते. परंतु, अधिकारी आपले

उत्तरदायित्व व जबाबदारी भारतीय प्रशासनात तंतोतंत पाळताना दिसत नाहीत. अधिकाराचे उल्लंघन केल्यास त्यासाठी दंडात्मक तरतूद असूनही त्याची व्यवस्थित अंमलबजावणी होत नाही. किंबहुना, कायद्यातील पळवाटांमुळे संबंधित अधिकारी आपल्या अधिकाराचे उल्लंघन करूनही दंडात्मक कारवाईतून सुटतो, अशा अवस्थेत अधिकाऱ्यांवर दंडात्मक कार्यवाहीचा धाक विशेषत्वाने राहत नाही. परिणामत: अधिकाऱ्यांच्या हातून वारंवार कायद्याचे उल्लंघन होत राहते.

५. प्रशिक्षणाचा अभाव - प्रशासनामध्ये कर्मचाऱ्यांच्या प्रशिक्षणाला महत्त्वाचे स्थान आहे. नवीन योजना, नवतंत्रज्ञान, दिलेल्या कार्याबाबतची शासनाची धोरणे, अधिकाऱ्यांची जबाबदारी, कार्य पूर्ण करून घेण्याचा कालावधी व त्यासंबंधीचे टप्पे प्रशिक्षणाच्या माध्यमातून समजून घेणे आवश्यक असते. त्यातूनच कार्यास गती येऊन कार्य योग्य वेळात पूर्ण केले जाऊ शकते. इतकेच नव्हे, तर प्रशासनातील अंतर्गत रूपरेषा ठरविण्यासाठी प्रत्येकाला त्याच्या जबाबदारीची जाणीव करून देण्यासाठी त्या विभागाचे, गटाचे ध्येय काय आहे, हे समजून घेण्यासाठी व प्रशासनाची शास्त्रीय बैठक जाणून घेण्यासाठी थोडक्यात प्रशासन अंतर्गत कार्याची प्रक्रिया व्यवस्थितरीत्या पार पाडण्यासाठीदेखील प्रशिक्षणाची गरज असते. २१व्या शतकात तांत्रिक ज्ञानामुळे व गतिशीलतेमुळे प्रशिक्षण अत्यंत आवश्यक आहे. परंतु, प्रशिक्षण वारंवार किंवा वेळोवेळी योग्य त्या पद्धतीने राबविले जात नसल्यामुळे त्याचा परिणाम प्रशासनातील नोकरवर्गाची नैतिकता मोठ्या प्रमाणात ढासळण्यात होतो.

६. जनसंघटनांचा दबाव - भारतीय समाजव्यवस्थेत अनेक संघटनांचे अस्तित्व विविध उद्देशांच्या प्राप्तीसाठी झालेले दिसून येते. परंतु, प्रशासकीय कामकाजाला योग्य वळण देण्याच्या दृष्टिकोनातून जनसंघटन कार्य करत नाही. त्यामुळेदेखील प्रशासनाची नैतिकता ढासळून जाते.

७. शासनव्यवस्थेचा प्रशासनावरील प्रभाव - भारताने कल्याणकारी राज्याचा स्वीकार केलेला आहे. जनतेचे सर्वांगीण हित साधणे हेच शासनव्यवस्थेचे ध्येय आहे. शासनव्यवस्था प्रशासनातील नोकरशाहीद्वारे नियोजकाची अंमलबजावणी करीत असते. पदाधिकाऱ्याची भूमिका योजना राबवून घेण्याची असते. परंतु, चुकीच्या पद्धतीने कार्ये करवून घेतली जातात. पदाधिकारी अधिकाऱ्यास भ्रष्टाचार रोखण्यापेक्षा भ्रष्टाचार करण्यास प्रवृत्त करतात. परिणामत: कनिष्ठापासून ते वरिष्ठापर्यंत सर्व अधिकारी भ्रष्टाचारात गोवले जातात. यातूनच जनतेची आर्थिक व मानसिक पिळवणूक मोठ्या प्रमाणात होते.

८. भौतिकवाद व भ्रष्टाचार - औद्योगिक क्रांतीचा परिणाम म्हणजे वस्तुउत्पादकता मोठ्या प्रमाणात झाली. वस्तुउत्पादनातून भौतिकवादाला प्रेरणा मिळाली. २१व्या शतकात तर नवतंत्रज्ञानाने किंवा औद्योगिकीकरणाच्या अफाट प्रगतीने गरजेच्या व चैनीच्या वस्तू मोठ्या प्रमाणात उपलब्ध होऊ लागल्या. यातूनच नोकरशाहीव्यवस्थेत भ्रष्टाचाराची अधिक भर पडलेली दिसून येते.

९. नोकरशाहीवर प्रभावी नियंत्रणाचा अभाव - भारतीय प्रशासनावर नियंत्रण प्रस्थापित करण्यासाठी तटस्थ न्यायव्यवस्थेची आवश्यकता आहे. अलीकडील काळात न्यायालयीन व्यवस्थेतदेखील भ्रष्टाचार शिरल्याने न्यायिक प्रक्रिया संशयित झाली आहे. प्रशासनावर प्रभावी नियंत्रण आवश्यक असून, सक्षम नियंत्रणप्रक्रिया राबविणे आवश्यक आहे.

१०. प्रशासन जनतेप्रति उत्तरदायी असणे आवश्यक - प्रशासन किंवा नोकरशहा हे कायद्याला बांधील असतात. परंतु, ते जनतेला उत्तरदायी असणे आवश्यक आहे. त्यामुळे जनता व प्रशासन समन्वयिरीत्या ध्येय-धोरणाची पूर्तता करू शकते.

थोडक्यात, जनतेचा सर्वांगीण विकास साधण्यासाठी सक्षम, निरपेक्ष नोकरशाहीची आवश्यकता आहे. तरच शासनाची धोरणे जनतेपर्यंत पोहोचविता येतील.

संदर्भ

1) Don Martindale - The Nature and Types of Sociological Theory, Houghton Mifflin Co., Boston, 1960.
2) F. Riggs, The Theory of Prismatic Society, It Oughton Mibblin Co., Boston, 1964.
3) Henri Fayol, General and Industrial Admn. Landon, 1949.
4) M. P. Sharma, and B.L. Sharma, Public Administration Theory and Practice, Kitab Mahal, 2001
5) Max Weber, Economy and Society, Bedminstre Press, New Tarshi, 1968.
6) Percy S. Cohen - Modern Social Theory, The English Language Book Society, Heinemann Educational Book Ltd., London, 1979.
7) Shamshastri R., Koutilyas Arthshastra, Wesiwan Mission, Mhaisur, 1929.
8) Shriram Maheshwari, Administrative Theory, Macmillan India Ltd., 2004.
9) Shriram Maheshwari, Administrative Thought, Macmillan India Ltd.; 2004.

३३ वर्तनबद्ध पर्याय व युवकांमध्ये नैतिक मूल्यांची जाणीव

डॉ. सुधाकर एल. जाधव

सामाजिक संरचनेचा अविभाज्य भाग म्हणून सामाजिक मूल्यांचा विचार केला जातो. संरचनेच्या इतर घटकांप्रमाणेच जसे भूमिका, दर्जा, गट, उपगट व प्रमाणकांप्रमाणेच मूल्यांनाही अनन्यसाधारण महत्त्व आहे. समाजातील नीतिकल्पनांचा संबंध हा व्यक्तीकडून केल्या जाणाऱ्या कृतींशी वा वर्तनाशी असतो. एखादे वर्तन योग्य की अयोग्य, हे नीतिकल्पनांमुळे ठरत असते, तर मूल्यांचा संबंध हा कल्पनांशी असतो. एखादा अनुभव हा किती महत्त्वाचा, ही गोष्ट मूल्यांमुळे ठरत असते. असे असले तरी मूल्यांची एक निश्चित श्रेणी बनवणे अवघड कार्य आहे; कारण मूल्य ही परिस्थिती व समाजसापेक्ष असतात. साध्या समाजात सर्वमान्य अशा मूल्यांचा एक संच असतो; तर गुंतागुंतीच्या समाजात मूल्यांचे सहअस्तित्व असते. गुंतागुंतीच्या समाजात म्हणूनच मूल्यसंघर्षाचे प्रमाण अधिक असते. जात, भाषा, धर्म, वर्ण, वर्ग व प्रांताच्या बाबतीत विविधता असलेल्या भारतीय समाजव्यवस्थेत मूल्यसंघर्षाचे प्रमाण जास्त असून, त्यामुळे निर्धारित व सर्वमान्य अशा मूल्यांचे संवर्धन होणे गरजेचे आहे.

समाजशास्त्रातील क्रिया सिद्धान्त हा टॉलकॉट पार्सन्सच्या सामाजिक व्यवस्था या सिद्धान्ताचा पाया आहे. पार्सन्सने त्यासाठी 'संदर्भचौकट' असा शब्दप्रयोग केला असून, सामाजिक व्यवस्था या सिद्धान्ताचे स्पष्टीकरण करताना क्रिया सिद्धान्तावरच भर दिला आहे. प्रा. पार्सन्स यांनी सामाजिक क्रियाव्यवस्थेच्या तीन बाजू सांगितल्या आहेत. त्यांपैकी सामाजिक व्यवस्था ही केवळ एक बाजू असून, अन्य दोन बाजूंमध्ये पार्सन्स यांनी 'व्यक्तिमत्त्वव्यवस्था' आणि 'सांस्कृतिक व्यवस्था' यांचा समावेश केला आहे. या तीनही व्यवस्थांच्या निर्मितीसाठी वर्तनबंध पर्याय हे प्रकार्यात्मक योगदान देतात. कारण कर्त्याने स्वीकारलेल्या मूल्यव्यवस्थेद्वारे प्रभावित होऊन कर्ता एक पर्याय निवडतो व आपले वर्तन करतो. व तशा प्रकारची समाज, संस्कृती व व्यक्तिमत्त्वव्यवस्था आकाराला येते; म्हणूनच वर्तनबंध पर्याय विविध मूल्यांचे निर्देशक ठरतात.

मूल्य म्हणजे काय?

हॅरी जॉन्सन यांच्या मतानुसार, 'मूल्य' म्हणजे असे एक सांस्कृतिक व व्यक्तिगत मापदंड आहे की, ज्याआधारे आपण वेगवेगळ्या वस्तूंमध्ये तुलना करतो. काही मान्य, तर इतर अमान्य करतो; काही चांगल्या व इष्ट समजतो, तर इतर अनिष्ट समजतो; काही बरोबर, तर काही चूक समजतो.

समाजातील माणूस किती वर्षे जगला, यापेक्षा तो कसा जगला, हे महत्त्वाचे ठरते. 'कसा' हा शब्द संबंधित व्यक्तीची जीवनपद्धती, संस्कार व तिच्या जीवनविषयक ध्येयाचा निदर्शक ठरतो. म्हणूनच व्यक्तीच्या जीवनात मूल्यव्यवस्थेला महत्त्व प्राप्त होते. समाजातील मूल्यांचे महत्त्व पुढील गोष्टींवरून ठरते.

१. समाजव्यवहारातील मूल्यांची व्यापकता जितकी जास्त, तितके ते मूल्य महत्त्वाचे असते. समाजातील किती लोकांनी ते स्वीकारले आहे, यावर त्याचे महत्त्व अवलंबून असते.
२. जे मूल्य समाजात दीर्घकाळ टिकते, त्यास सामाजिक महत्त्व प्राप्त होते.
३. मूल्यसंवर्धनार्थ होणाऱ्या लोकांच्या प्रयत्नांवर मूल्यांचे महत्त्व अवलंबून राहते.
४. मूल्याधारित वर्तन करणाऱ्यांना समाजात मिळणाऱ्या सन्मानावरून मूल्यांचे महत्त्व ओळखता येते.
५. मूल्यांचे पालन करणाऱ्यांना समाजात प्रतिष्ठा प्राप्त होत असेल, तर ते मूल्य महत्त्वाचे ठरते.

थोडक्यात, समाजातील महत्त्वाच्या नियमनांचा उल्लेख मूल्ये म्हणून केला जातो.

मूल्यांची यादी

अ) वैयक्तिक/नैतिक मूल्ये :

१. स्वच्छता, २. स्वावलंबन, ३. कर्तव्यदक्षता, ४. श्रमप्रतिष्ठा, ५. विज्ञाननिष्ठा, ६. शुचिता, ७. भूतदया, ८. निर्भयता, ९. खिलाडूवृत्ती, १०. शिस्तप्रियता, ११. प्रामाणिकपणा

ब) सामाजिक मूल्ये :

१. समता, २. बंधुभाव, ३. सर्वधर्मसहिष्णुता, ४. न्यायप्रियता, ५. सौजन्यशीलता, ६. आदरभाव, ७. सत्यप्रियता, ८. अहिंसा, ९. मानवता, १०. निसर्गप्रेम, ११. परस्परसहकार्य.

क) राष्ट्रीय मूल्ये :

१. राष्ट्रभक्ती, २. राष्ट्रीय एकात्मता

निर्धारित मूल्ये

१. संवेदनशीलता, २. वक्तशीरपणा, ३. नीटनेटकेपणा, ४. वैज्ञानिक दृष्टिकोन, ५. सौजन्यशीलता, ६. श्रमप्रतिष्ठा, ७. स्त्री-पुरुष समानता, ८. सर्वधर्मसमभाव, ९. राष्ट्रभक्ती, १०. राष्ट्रीय एकात्मता

प्रा. पार्सन्स यांचे वर्तनबंध पर्याय

प्रा. पार्सन्स यांनी पाच प्रकारच्या द्विपर्यायी वर्तनबंधांवर चर्चा केली आहे. या पाचही वर्तनबंध पर्यायांवर प्रकाश टाकण्यापूर्वी प्रत्येक प्रसंगी द्विपर्यायांपैकी नेमका कोणता वर्तन पर्याय स्वीकारावा, असा पेच कर्त्याला पडतो. त्या दोन्ही पर्यायांपैकी एक पर्याय, मग तो कोणताही असो, निवडण्याशिवाय कर्त्याला गत्यंतर नसते. म्हणून वर्तनबंध पर्यायाच्या बाबतीत पुढील गोष्टी लक्षात ठेवणे आवश्यक असते.

१. सामाजिक आंतरक्रिया करीत असताना प्रत्येक कर्त्यासमोर पाच प्रकारचे द्विपर्याय उत्पन्न होतात.
२. हे जरी खरे असले, तरी कर्ता नेमका कोणता पर्याय निवडेल, हे त्या कर्त्याच्या मूल्यव्यवस्थेवर अवलंबून असते.
३. मूल्यव्यवस्थेने प्रभावित पर्यायाची निवड करून आंतरक्रिया करणाऱ्या कर्त्याच्या समाज व्यवस्थेचे स्वरूप स्पष्ट होते.
४. विवक्षित पर्यायांची निवड करून, आंतरक्रिया करणारा कर्ता कोणत्या नैतिक मूल्यास प्राधान्य देतो, ही बाब स्पष्ट होते.

या पार्श्वभूमीच्या आधारे आपणास पर्यायांचा विचार करावा लागेल.

अ) भोगपरता विरुद्ध भोगतटस्थता
ब) विवक्षितता विरुद्ध विकीर्णता
क) विशेषपरता विरुद्ध विश्वपरता
ड) सिद्धअभिमुखता विरुद्ध साधित अभिमुखता
ई) स्वकेंद्री अभिमुखता विरुद्ध समूहकेंद्री अभिमुखता

उपरोक्त वर्तनबंधपर्यायांच्या अध्यापनाच्या अनुषंघाने महाविद्यालयीन युवकांमध्ये नैतिक, सामाजिक व राष्ट्रीय मूल्यांचे संस्करण किती प्रमाणात झाले आहे, याचा पडताळा घेऊन युवकांमध्ये मूल्यांचे आत्मसातीकरण होण्यास मदत होते. शिवाय नैतिक मूल्यांचे आत्मसातीकरण वा त्यांचा अव्हेर किती प्रमाणात आहे, याविषयीचे संशोधन करण्यास चालना मिळते.

वर्तनबंध पर्याय व नैतिक मूल्यांचा परस्परसंबंध

समाजव्यवस्थेतील कोणताही कर्ता वा भूमिकाधारक आपली क्रिया करत असताना मूल्यव्यवस्थेने प्रभावित होऊन क्रिया करत असतो. समाजीकरणाच्या प्रक्रियेद्वारा कर्त्यावर त्या समाज व्यवस्थेतील नीतिनियम व मूल्यांचे संस्करण केले जाते. कर्त्याच्या हातून घडणारे वर्तन जर विपथगामी स्वरूपाचे असेल तर कर्ता विकृत मूल्यांचा स्वीकार करतो आणि वर्तन जर अनुचलनात्मक स्वरूपाचे असेल, तर कर्ता समाजाने निर्धारित केलेल्या मूल्यव्यवस्थेला जोपासतो, असा अर्थ ध्वनित होतो.

पुढील वर्तनबंध पर्यायांच्या अनुषंगाने आपणास कर्त्याची द्विधामन:स्थिती आणि मूल्यव्यवस्थेचा प्रभाव यातील सहसंबंध दाखवता येईल.

अ) भोगपरता विरुद्ध भोगतटस्थता - कर्त्याच्या मानसिकतेचा अंदाज घेणारा हा पर्याय तसा त्यांच्या मानसिक द्वंदाला चालना देणारा आहे. कारण, या वर्तन द्विपर्यायात कर्ता स्वत:च्या समाधानासाठी क्रिया करावयाची की समाजाच्या शिस्तपालपालनासाठी क्रिया करावयाची, या पेचात सापडतो; म्हणजे स्वत:चा आनंद महत्त्वाचा की शिस्तपालन महत्त्वाचे, हे इथे घडते. जेव्हा क्रिया करणारा कर्ता भावनावेगाच्या आधारे समाधान वा संतोषावर भर देतो, तेव्हा त्याचे वर्तन भोगपरतेशी निगडित असते. याउलट, कर्ता जेव्हा समाजाच्या शिस्तीला महत्त्व देतो, तेव्हा कर्त्याची क्रिया भोगतटस्थता या संज्ञेला पात्र ठरते.

म्हणजेच कर्त्याच्या अंगी स्वार्थ, स्वहित व भोगासारखी संकुचित मूल्ये असतील तर कर्ता भोगपरतेला प्राधान्य देतो. त्याउलट, त्याग, नि:स्वार्थी वृत्ती, समष्टीहित, मानवता व परस्परसहकार्य या मूल्यांनी प्रभावित झालेल्या कर्त्याकडून समाजातील निर्धारित मूल्यव्यवस्था जोपासली जाते, असे म्हणता येईल.

ब) विवक्षितता विरुद्ध विकीर्णता - एका कर्त्याने अन्य कर्त्यांशी आंतरक्रिया करताना केवळ काही उद्देश डोळ्यांसमोर ठेवून वा संकुचित हेतूने प्रभावित होऊन संबंध प्रस्थापित करणारी क्रिया विवक्षितता म्हणून संबोधली जाते; तर व्यापक व अमर्यादित उद्देशांवर भर देणारी क्रिया करणाऱ्या कर्त्याचा समावेश विकीर्णतेत होतो. या संदर्भात असे म्हणता येईल की, मर्यादित, औपचारिक व विशिष्ट प्रकारचे वरवरचे दिखाऊ स्वरूपाचे आंतरक्रियात्मक संबंध हे विवक्षित स्वरूपाचे, तर अनौपचारिक, घनिष्ठ आणि अमर्यादित आंतरक्रियात्मक संबंध हे विकीर्ण स्वरूपाचे असतात.

मूल्यव्यवस्थेच्या दृष्टीने उपरोक्त पर्यायांचा विचार केल्यास असे म्हणता

येईल की, धर्म, जात, पंथ व भाषिकवादाने प्रभावित झालेली व्यक्ती समाजव्यवस्थेत वर्तन करताना संकुचित वा मर्यादित संबंधांना प्राधान्य देते, तर मानवता, राष्ट्रीय एकात्मता, सर्वधर्मसमभाव व बंधुभाव या मूल्यांना प्राधान्य देणारा कर्ता समाजव्यवस्थेत संतुलन टिकवून ठेवण्याचा प्रयत्न करतो.

क) विशेषपरता विरुद्ध विश्वपरता - समाजजीवनात होणाऱ्या आंतरक्रियांतून कोणत्या आंतरक्रियांना महत्त्व द्यावे, अशी द्विधा मन:स्थिती कर्त्याची होते. यात मूल्यस्थिती, ज्ञानाच्या दर्जाची निवड कर्त्यास करावी लागते. नैतिक मूल्यांचे स्वरूप एकीकडे समाजसापेक्ष असते, तर दुसरीकडे ते वैश्विक असते. या दोन्ही प्रकारच्या मूल्यांपैकी कोणत्या प्रकारच्या नैतिक मूल्यांना प्राधान्य द्यावे, असा पेच कर्त्यास पडतो, जर व्यक्तीने इतर व्यक्तींशी असणारे खास संबंध लक्षात घेऊन विशिष्ट व्यक्तीला जर खास वागणूक दिली तर त्याने विशेषपरता या वर्तनबंध पर्यायाचा स्वीकार केला, असे म्हणता येईल. याउलट, सर्वांसाठी असलेल्या सर्वसामान्य मूल्यांचा कर्त्यातर्फे स्वीकार केला जातो तेव्हा त्याने विश्वपरता या वर्तनबंध पर्यायाचा स्वीकार केला, असे म्हणावे लागेल.

मूल्यांच्या संदर्भात पडताळा घ्यावचा झाल्यास एखाद्या दुकानदाराने ग्राहकाशी केलेल्या आंतरक्रिया या व्यक्तिसापेक्ष असतात, तर न्यायासनावर बसणारी स्त्री व खेळातील पंच यांनी निष्पक्षपाती असावे. समता, खिलाडू वृत्ती, सौजन्यशीलता, बंधुभाव व विज्ञाननिष्ठा मूल्याने प्रभावित व्यक्ती विश्वपरता पर्यायाचा स्वीकार करतात.

ड) सिद्धअभिमुखता विरुद्ध साधित अभिमुखता - आंतरक्रिया करताना कर्त्याने व्यक्तीकडे पाहून आंतरक्रिया करावी की व्यक्तीच्या कार्याकडे पाहून आंतरक्रिया करावी, असा पेच कर्त्याला पडतो. सिद्धअभिमुखता म्हणजे 'अर्पित दर्जा', तर साधित अभिमुखता म्हणजे 'स्वसंपादित दर्जा' होय. पारंपरिक समाजात प्रामुख्याने जन्मावर आधारित गुणवत्तेला महत्त्व दिले जात असल्याने त्या काळी सिद्धअभिमुखता महत्त्वाची मानली जात होती. परंतु, आज स्वसंपादित अशा कर्तृत्वाला, कार्यक्षमता आणि ज्ञानाला महत्त्व दिले जाते; म्हणून आज साधित अभिमुखता महत्त्वाची मानली जाते. संधीचा फायदा घेऊन कतृत्व सिद्ध करावे की जात वा धर्माच्या नावे कुढत बसावे, हे पेच महत्त्वाचे आहेत.

समाजात आंतरक्रिया करणाऱ्या कर्त्याच्या अंगी स्त्री-पुरुष समानता, वैज्ञानिक दृष्टिकोन व श्रमप्रतिष्ठेसारखी मूल्ये रुजलेली असतील तर असा

कर्ता सिद्धअभिमुखतेपेक्षा साधित अभिमुखता या पर्यायाची निवड करेल.

इ) स्वकेंद्री अभिमुखता विरुद्ध समूहकेंद्री अभिमुखता - समाजात जीवन जगत असताना कर्त्याने आंतरक्रिया करताना आपल्या वैयक्तिक उद्दिष्टांना अधिक महत्त्व द्यावे की सामूहिक उद्दिष्टांना, असाही पेच कर्त्याला पडत असतो. वैयक्तिक उद्देशपूर्तीसाठी कर्ता ज्या क्रिया करतो, त्यांना 'स्वकेंद्री अभिमुखता' असे म्हणतात. परंतु, त्याचबरोबर प्रत्येक कर्ता हा समाजाचाही एक घटक असतो, म्हणून समाजाच्या काही अपेक्षा असतात. कर्त्याने वैयक्तिक उद्दिष्टांना प्राधान्य द्यावे की, सामुदायिक उद्दिष्टांना प्राधान्य द्यावे, असा पेच कर्त्याला पडतो. म्हणजेच सामाजिक मूल्यांचा व नियमनांचा विचार करून व चौकटीत राहून खासगी वा वैयक्तिक अभिरुचींना महत्त्व द्यावयाचे की समूहाच्या गरजापूर्तीसाठी झटावे, असा पेच निर्माण होतो.

शुचिता, भूतदया, समता, बंधुभाव, त्याग, आदरभाव, अहिंसा, मानवता व राष्ट्रभक्तीसारख्या मूल्यांची जोपासना करणारे कर्ते समूहकेंद्री अभिमुक्तीने आंतरक्रिया करतात.

अशा प्रकारे वर्तनबंध पर्यायाच्या आधारे समाजातील युवकांत कोणती मूल्यव्यवस्था रुजत आहे वा युवकांनी कोणत्या मूल्यांचा स्वीकार केला आहे, याचा पडताळा घेण्यासाठी समाजशास्त्रीय संशोधनाला चालना मिळण्यास मदत होते.

मूल्ये रुजविण्याची आवश्यकता

प्रसिद्ध समाजशास्त्रज्ञ टॉलकॉट पार्सन्स यांनी आपल्या 'अमेरिकन युनिव्हर्सिटीज' या ग्रंथात विद्यापीठांनी करावयाच्या एकूण कार्यातील एक महत्त्वपूर्ण कार्याचा उल्लेख केला आहे. पार्सन्स यांच्या मते, प्रत्येक विद्यापीठाने आपल्या विद्यार्थ्यांना सांस्कृतिक दृष्टिकोनातून स्वत:ला समजविण्यासाठी साहाय्य करावे. याचाच अर्थ, विद्यापीठाने आपल्या संस्कृतीचे ज्ञान विद्यार्थ्यांना देणे अत्यावश्यक आहे. ज्ञान, श्रद्धा, रूढी, परंपरा, सांस्कृतिक प्रतीके, नियमने आणि नैतिक मूल्य हे संस्कृतीचे अत्यावश्यक घटक मानले जातात. विद्यापीठाने या मूल्यांचे ज्ञान विद्यार्थ्यांना विविध ज्ञानशाखांच्या आधारे करून दिल्यास समाजाचे होणारे अध:पतन टळू शकते.

भारतीय राज्यघटनेमध्ये अनुस्युत असलेल्या लोकशाही समाजवादी समाजरचनेचे स्वप्न साकार करण्यासाठी विद्यार्थ्यांमध्ये तद्नुरूप मूल्यांचे जाणीवपूर्वक संक्रमण करणे आवश्यकच नव्हे, तर अनिवार्यदेखील आहे. तसेच एकात्म, अखंड आणि बलशाली भारताचे स्वप्नदेखील या मूल्यांच्या संक्रमण व संवर्धनातून साकार होणार आहे, हे समाजाने, विद्यापीठांनी जाणून घेतले पाहिजे. तसेच कोणत्याही परिस्थितीत

भारतीय म्हणून आपली अस्मिता टिकवून धरावयाची असेल तर आवश्यक त्या मूल्यांचे संस्करण व संवर्धन करणे काळाची गरज आहे.

कोणत्याही समाजाला बाह्य आक्रमणाइतकाच गंभीर धोका अंतर्गत कलह, अराजकता, आपापसातील द्वेषभावना, बेशिस्त, भ्रष्टाचार, संकुचित मनोवृत्ती, दहशतवाद, मादक द्रव्यसेवन इत्यादींमुळे उद्‌भवतो. भारतासारख्या खंडप्राय देशात तर विविध भाषा, धर्म, पंथ आणि संस्कृतींमुळे हा धोका अधिकच संभवतो. खरे तर 'विविधतेत एकता' हे आपले सांस्कृतिक वैशिष्ट्य आहे. त्याचे संवर्धन करण्यासाठी त्याला आवश्यक अशा मूल्यांचे संस्करण करणे गरजेचे आहे.

सामाजिक परिवर्तनाच्या प्रभावाने समाजसंरचनेच्या अंग व प्रत्यंगांमध्ये मोठे बदल घडून येत आहेत. भूमिका, दर्जा, गट, उपगट, सामाजिक संस्था यांच्या रचनेत व कार्यात मोठे बदल होत आहेत. सामाजिक विघटन घडवून आणणाऱ्या शक्तीच्या प्रभावामुळे कायदा व न्यायसंस्थांद्वारा होणारे सामाजिक नियंत्रण शिथिल होत आहे. म्हणूनच समाजातील युवावर्गाला नैतिक मूल्यांचे शिक्षण देण्यासाठी सामाजिक शास्त्रात संशोधनाची आवश्यकता निर्माण झाली आहे.

३४ अन्न व कृषि क्षेत्रामधील नैतिक मूल्ये

डॉ. तुकाराम मोटे

पीक उत्पादन व अन्न आणि कृषि उत्पादनांचे वितरण हे दैनंदिन जीवनातील नित्याचे प्रश्न जरी असले, तरी या विषयाकडे जागतिक स्तरावर नैतिकदृष्ट्या पाहण्यात आल्याचे दिसून येत नाही; तसे पाहिले तर हे सर्व विषय नैतिक आहेत.

तंत्रज्ञानाच्या युगामध्ये आपण सध्या वावरत आहोत. त्यामुळे कृषि क्षेत्रामध्ये फारमोठे बदल होत आहेत. पूर्वी आपण शेतीतील बहुतांश कामे हाताने करायचे, बैलांच्या साहाय्याने शेतीची मशागत, उताराच्या दिशेने सिंचन, गेल्यावर्षी राखून ठेवलेली बियाणे या वर्षी पेरणे इत्यादींमुळे निसर्गामध्ये फारशी ढवळाढवळ व्हायची नाही. परंतु, आता मात्र ट्रॅक्टर, यंत्रसामुग्री, ऊर्जा, संकरित व जनुकीय परावर्तित बियाणे, रासायनिक किटकनाशके व खते, सिंचनासाठी खोल विहिरी, विंधन विहिरी यामुळे पर्यावरण व कृषिविषयक नैतिकता गोत्यात आलेली आहे. वाढत्या लोकसंख्येला पुरेल एवढे अन्नधान्य पिकवण्यासाठी संशोधन होत गेले. जसजसा नवीन तंत्रज्ञानाचा स्वीकार होत गेला तसतसा निसर्गावर त्याचा विपरीत परिणाम होत गेला.

अन्न, कृषिउत्पादन व त्याचे वितरण या विषयांकडे नैतिकदृष्ट्या आजपर्यंत पाहण्यात आले नाही. सध्याचे कृषिनीतिशास्त्र ग्राहकांच्या मागणीनुसार उत्पादन करणे व जास्तीत जास्त नफा कमावणे याकडे झुकलेले आहे. या नीतिशास्त्रामुळे औद्योगिक पद्धतींना चालना मिळते, त्यामुळे कृषिनीतिशास्त्राची अशा पद्धतीने मांडणी करायला हवी की, ज्यामुळे पर्यावरणाची भौतिक आणि परिस्थितिकी आरोग्य सुधारेल व अशा कृषि पद्धतींमुळे वाढत्या लोकसंख्येला आपण अन्न पुरवू शकू.

अन्न व कृषि संघटनेने (एफएओ) २०११मध्ये याबाबत घटना तयार केली असून त्यामध्ये खालील नैतिक मूल्यांचा समावेश केला आहे.

- जनतेला पौष्टिक अन्नाचा पुरवठा करणे व त्यांचा जीवनस्तर उंचावणे.
- अन्न व कृषि उत्पादनांची कार्यक्षमता वाढवणे.
- ग्रामीण जनतेच्या परिस्थितीत सुधारणा करणे.
- जागतिक अर्थव्यवस्था विकसित करणे व जनतेची भुकेपासून सुटका करणे.

भूक व गरिबी हे सध्याचे ज्वलंत प्रश्न आहेत. आजही जगातील कोट्यवधी लोकांना गरिबीमुळे अन्नापर्यंत पोहोचता येत नाही. अन्नासारखी मूलभूत गरज बहुतांश जनता पूर्ण करू शकत नाही. सकस अन्न तर सोडाच, पोटाची खळगी भरण्याची ऐपत अनेक जणांकडे नाही, यातून कुपोषणासारखा मोठा प्रश्न उद्‌भवतो. मानवजातीला भूक व कुपोषणाची मुक्ती देण्याची सर्वांची जबाबदारी आहे. अलीकडच्या काळात अन्न व कृषि क्षेत्रात झालेली प्रगती लक्षात घेता सर्वांना पुरेल एवढे सकस अन्न उत्पादन करण्याची आपली क्षमता आहे. प्रगत तंत्रज्ञान, स्रोतांची मांडणी, नवीन व विकसित बाजारपेठ व हवामानाचे जवळून व्यवस्थापन यांच्या मदतीने अन्न व कृषिउत्पादन वाढणे शक्य आहे. जगातील व्यापार संघटनेमुळे जगाच्या कानाकोपऱ्यात तंत्रज्ञान पोहोचण्याची सोय झाली आहे. परंतु, हे तंत्रज्ञान अनेक देशांना आवाक्याबाहेरचे आहे. बहुतांश तंत्रज्ञानाची मालकी खासगी स्वरूपाची असल्याने असे तंत्रज्ञान गरीब देशांपर्यंत पोहोचण्याची नैतिक जबाबदारी खासगी कंपन्यांची पण आहे. देशातील प्रत्येक नागरिकाला पुरेसे, सकस अन्न, आरोग्यदायी सुविधा, शिक्षण व व्यक्तिमत्त्वाच्या विकासाची पुरेपूर संधी उपलब्ध करून देणे हे प्रत्येक देशाचे कर्तव्य असते व नागरिकांचा तो मूलभूत अधिकार असतो.

जगामध्ये उपलब्ध असलेले तंत्रज्ञान, संस्था, व्यापाराची पद्धत, विपणनाची पद्धत व बौद्धिक स्वामित्व अधिकार यांचा सांस्कृतिकदृष्ट्या तटस्थपणे विचार करता येत नाही. या सर्व बाबी देशादेशांत खोलवर रुजलेल्या नैतिक मूल्यांना आव्हाने देत असतात. ही मूल्ये खालीलप्रमाणे आहेत-

१. अन्नाचे मूल्य : अन्न ही मानवाची अत्यावश्यक गरज आहे आणि प्रत्येक मानवाचा तो मूलभूत अधिकार आहे. या अधिकाराकडे दुर्लक्ष झाले की, भुकेची समस्या, कुपोषणाची समस्या समोर येते. कुपोषणामुळे कार्यक्षमतेत घट होते व त्याचा आर्थिक फटका देशाला बसतो. ज्यांच्याकडे अन्न उत्पादन करण्याची क्षमता आहे त्यांनी कुवत नसणाऱ्यांना अन्न दिले पाहिजे अशी नीती आपल्याकडे पूर्वी होती. अशा प्रकारचा व्यवहार झाला नाही, तर तो दुर्बलांवर अन्याय ठरतो, अनैतिक ठरते. युनिव्हर्सल डिक्लेरेशन ऑफ ह्युमन राईट्स, १९४८ व रोम डिक्लेरेशन ऑफ वर्ल्ड फूड सिक्युरिटी, १९९६ या आंतरराष्ट्रीय दस्तऐवजांमध्ये या तत्त्वाचा स्वीकार करण्यात आला आहे.

२. कल्याणकारी मूल्ये : जगातील जवळपास सर्व देशांनी कल्याणकारी राज्याचे तत्त्व स्वीकारलेले आहे. भेदाभेद न करता सर्व जनतेचे हित साधले तर मानवी सभ्यता व स्वाभिमान यांमध्ये वाढ होत असते. सर्वांचे हित जोपासण्यासाठी शिक्षण, कौशल्य, वित्त, रोजगार व संधी यापर्यंत सर्वांना पोहोचता आले पाहिजे. यासाठी ग्रामीण भागामध्ये शाश्वत विकासासाठी पायाभूत सोई-सुविधांची निर्मिती झाली पाहिजे, असे जर झाले नाही तर तेथील जनता विकासापासून कोसो दूर राहते व गरिबी, भूक, कुपोषण या समस्या वाढतात.

३. मानवी आरोग्याची मूल्ये : भूक व कुपोषण यांच्यापासून मुक्ती मिळाली तर मानवी आरोग्यात सुधारणा होत असते. आरोग्यदायी मानवी लोकसंख्या देशाच्या विकासास हातभार लावत असते. मानवी आरोग्यासाठी सकस अन्नाची उपलब्धता व दूषित अन्नापासून संरक्षण आवश्यक असते. जगात जागतिक आरोग्य संघटनेची घटना (१९४९) व कोडेक्स ॲलिमेंटॅरिअस कमिशन(१९६३)च्या अहवालामध्ये यांची पुष्टी करण्यात आली आहे.

४. नैसर्गिकस्रोतांची मूल्ये : मानवी समूहाला लागणाऱ्या अन्नाचे उत्पादन व इतर आवश्यक गरजांची पूर्तता करण्यासाठी नैसर्गिक स्रोतांची गरज असते. परंतु, नैसर्गिक स्रोतांचा उपयोग योग्य रीतीने न केल्याने ते अवनत होत आहेत.

५. निसर्ग मूल्य : निसर्ग मूल्यवान आहे परंतु त्याची तोडफोड करण्याची मानवीय क्षमता वाढत गेल्यामुळे निसर्गाचा समतोल ढळत आहे. सध्याच्या पिढीच्या गरजा भागवण्याबरोबरच पुढच्या पिढीच्या गरजा भागवण्यासाठी निसर्ग शाबूत राहिला पाहिजे, हे मूल्य प्रत्येक पिढीने पाळले पाहिजे. दि कन्व्हेशन ऑफ बायोलॉजीकल डायव्हर्सिटी, १९९२मध्ये जैवविविधता जपण्याचे मूल्य स्वीकृत करण्यात आलेले आहे. भविष्यामध्ये मानवी गरजा कशा भागतील या नीतिविषयक मुद्यावर सध्या जोरदार चर्चा सुरू आहे. पृथ्वीतरील बदलांचा परिणाम सर्वांवरच होत असल्याने चर्चेला तोंड फुटले आहे. पृथ्वीवर होणारे हे बदल खालीलप्रमाणे आहेत-

अ. लोकसंख्या वाढ व स्थित्यंतरे : जगाची लोकसंख्या झपाट्याने वाढत असल्याने, अन्नाचे उत्पादन व त्यांचे वितरण यावर गंभीर परिणाम होत आहे. एकीकडे जमिनीची सुपिकता घटत आहे तर दुसऱ्या बाजूने लोकसंख्येत भर पडत आहे. हे चित्र अत्यंत गंभीर आहे. विकसित देशातील लोकसंख्यावाढीचा दर जरी अत्यल्प असला, तरी विकसनशील व अविकसित देशांची लोकसंख्या मात्र झपाट्याने वाढत आहे. गावांमध्ये रोजगारांच्या संधी कमी असल्याने लोकसंख्येचा ओघ शहरांकडे वाढत आहे. विकसनशील देशांमध्ये शहरे

लोकसंख्येने फुगण्याचे प्रमाण फार जास्त आहे. यातून शहरांमध्ये बकाल वस्तीचे प्रमाण वाढत आहे. मूलभूत सोई-सुविधांच्या अभावी शहरी लोकसंख्येचे प्रश्न वाढत आहेत. शेती उत्पादनारा हातभार लावणारीच माणसे शहरांकडे वळली तर याचा परिणाम शेती उत्पादनावर निश्चितपणे होईल. वाढत्या शहरांची तहान भागविण्यासाठी शेतीचे पाणी कमी कमी होत जाईल; यामुळे शेतीच्या उत्पादनाची शाश्वतता कमी होईल.

ब. नैसर्गिक स्रोतांवर वाढता दबाव : पूर्वीच्या काळी तलाव, जंगल, कुरणे, प्रजनन स्रोत इ., सामूहिक मालकीचे नैसर्गिक स्रोत जतन करण्याची समाजामध्ये सामूहिक पद्धत होती. परंतु, लोकसंख्या वाढ व बाजाराचा शिरकाव सगळीकडेच झाल्याने, हे स्रोत दबावाखाली आले आहेत. त्याचबरोबर सामूहिक जबाबदारीचे भानही आता कमी कमी होत आहे.

मानवी जीवनास उपयुक्त अशा वनस्पती व पूरक जैविक स्रोत, हवा, पाणी, जमीन, जंगल व कुरणे इ. चा पुनर्वापर करता येऊ शकणाऱ्या नैसर्गिक स्रोतांवरील भार वाढत असल्याने ते झपाट्याने अवनत होत आहेत. जगातील प्रत्येक देशातील जनतेला स्वस्तात धान्य पुरवायचे आहे आणि आयात नको असल्याने अन्नधान्याचे उत्पादन पण वाढवावयाचे आहे. मोजक्या पिकांचे उत्पादन वाढवण्याच्या नादामुळे भूगर्भातील पाणी, रासायनिक खते व कीटकनाशके, ऊर्जा, इंधन यांचा वापर वाढल्याने त्याचा निसर्गावर विपरीत परिणाम होत आहे. वनजमिनीचे क्षेत्र घटल्यामुळे जमिनीची धूप, पूर यांचे प्रमाण वाढले आहे. सिंचनासाठी पाण्याच्या अतिवापरामुळे क्षारपड जमिनीचे प्रमाण वाढत आहे व भूगर्भातील पाणीपातळी घसरत आहे. रसायनांच्या वापरामुळे उपयोगी जीवजंतूंचा नाश होत आहे; यातून संपूर्ण पर्यावरण संस्था कमकुवत होत आहे; तिचा नाश होत आहे व काही प्रमाणात तिचा नाशपण झाला आहे.

क. कृषिचे औद्योगिकीकरण : बियाणे, खते, कीटकनाशके, तणनाशके, बुरशीनाशके, यंत्रसामुग्री यांसारख्या औद्योगिक कृषि निविष्टांची खरेदी बाजारातून होत आहे. एके काळी स्वावलंबी असलेला शेतकरी परावलंबी बनला आहे. औद्योगिक कृषि निविष्टांना शासन अनुदान देत असल्याने मजुरांची जागा यंत्र घेत आहेत. यामुळे मजुरांचे स्थलांतर वाढत आहे. कृषिमध्ये औद्योगिक निविष्टा वाढल्याने पिकांची व पशुंची जैवविविधता कमी कमी होत आहे. पीक उत्पादनांसाठी पशुंचा वापर वाढत्या खर्चामुळे कमी झाला आहे; यामुळे जमिनीतील सेंद्रिय खतांचे प्रमाण घटत आहे. कृषि उत्पादनांमध्ये सेंद्रिय

खतांची भूमिका सर्वांत मोठी असते. पशूंची संख्या कमी झाल्याने सेंद्रिय खतांची जागा रासायनिक खताने घेतली आहे. औद्योगिक कृषि निविष्टा वापरामुळे शेतकऱ्यांचा उत्पादन खर्च वाढलेला आहे.

ड. आर्थिक शक्तींचे केंद्रीकरण : औद्योगिकीकरणामुळे मोजक्या लोकांकडे सत्तेचे केंद्रीकरण होत आहे. अन्न व कृषि उत्पादन क्षेत्रातील कंपन्यांचे विलीनीकरण अथवा इतर कंपन्या विकत घेऊन आपली आर्थिक ताकद वाढवत आहेत, त्यामुळे कृषि निविष्टा पुरवण्यामध्ये त्यांची मक्तेदारी वाढत आहे; यामुळे कृषि निविष्टांच्या किमती पण वाढत आहेत. लहान लहान कंपन्या इतिहासजमा होत आहेत. कृषिनिविष्टा, अन्नप्रक्रिया, अन्न विपणन व वितरण यांमध्ये बहुराष्ट्रीय कंपन्यांचे प्रमाण वाढल्याने विस्ताराचे कार्य शासनाकडून हळूहळू कंपन्यांच्या हातात जात आहे; यामुळे या क्षेत्रातील धोरणे ठरवण्याच्या निर्णय प्रक्रियेमध्ये शेतकऱ्यांचा अधिकार कमी कमी होत आहे.

इ. जागतिकीकरण : दळणवळण व संपर्क माध्यमात झालेली वाढ आणि जागतिक व्यापाराचे उदारीकरण यामुळे जगातील ग्राहक व उत्पादक एकमेकांना जोडला गेला आहे. जागतिकीकरण ही फक्त आर्थिक प्रक्रिया नाही. ही प्रक्रिया एकदा सुरू झाली की, जीवनाची इतर क्षेत्रेही ती व्यापून टाकते. या प्रक्रियेत मग आधुनिकीकरण, औद्योगिकीकरण, केंद्रीकरण, शहरीकरण, खासगीकरण इ. प्रक्रियाही सामील होतात. जागतिकीकरण ही विविधांगी प्रक्रिया असली, तरी यातून सगळे जग एकसारखे होऊन जाते. यातून सगळ्या जगाची भौतिक, सांस्कृतिक संस्कृती एकसारखी होत जाते. जागतिकीकरण जीवनातील विविधता मारून टाकत आहे. अन्न, वस्त्र, निवारा, संस्कार, श्रद्धा, चालीरिती अशा सर्वच क्षेत्रांत एकसारखेपणा येत आहे. जागतिकीकरणामध्ये मोजक्या पिकांनाच महत्त्व आल्याने पिकांच्या जैविक विविधतेत घट होत आहे. जागतिक व्यापारामुळे सांस्कृतिक मूल्य व राष्ट्रीय ओळख हळूहळू लोप पावत आहे.

ई. मानवी हस्तक्षेपामुळे नैसर्गिक असमतोल : इ.स.१९६२मध्ये राचेल कारसन यांनी ‘सायलेंट स्प्रिंग’ हे पुस्तक प्रकाशित करून नवीन तंत्रज्ञानावर आधारित शेती पद्धतींमुळे निसर्गावर होणाऱ्या विपरीत परिणामांचे विश्लेषण केले आहे. ही उत्पादन पद्धती शाश्वत कशी नाही, याची मांडणी त्यामध्ये केली आहे. नवीन तंत्रज्ञानांचा योग्य वापर न केल्यामुळे मानवाचा निसर्गामध्ये हस्तक्षेप वाढत आहे; यातून पिकांची नासाडी करणारे दुष्काळ, पूर, अवकाळी पाऊस, गारपीट असे प्रश्न समोर येत आहेत. हरितगृह वायू, खनिज तेल व

दगडी कोळशाचे ज्वलन व त्यापासून ऊर्जानिर्मिती, दळणवळण, उद्योग यामुळे पृथ्वीवरील तापमान वाढत आहे. जंगलतोड, पूरप्रवण क्षेत्रातील बांधकाम, भूगर्भातील पाणी पातळीत होणारी घट यामुळे नैसर्गिक आपत्तींचे प्रमाण वाढत आहे. याचा सर्वांत जास्त फटका गरीब देशांना बसत आहे.

उ. जैवतंत्रज्ञान : अन्न व कृषिउत्पादन वाढ, प्रत सुधारणा, उत्पादन व प्रक्रिया खर्च कमी करणे, कीटकनाशकांचा वापर कमी करणे, वातावरणावर होणारे विपरीत परिणाम कमी करणे यासाठी जैवतंत्रज्ञानाचा वापर वाढला आहे. प्राण्यांसाठी नवीन लस निर्माण करणे, अन्न सुरक्षा, साठवणक्षमता वृद्धी व अन्नातील पोषक घटकांत वाढ करणे यासाठी पण याचा वापर वाढत आहे. परंतु, जेनेटिक इंजिनिअरिंगच्या तंत्रज्ञानाची मालकी खासगी कंपन्यांकडे असल्याने आणि नवीन शोधावर त्यांनी घेतलेल्या पेटंटमुळे (स्वामित्व अधिकार) हे तंत्रज्ञान गरीब देशांना परवडत नाही, त्यामुळे कृषिउत्पादन खर्च वाढतो. या तंत्रज्ञानामुळे मानवी आरोग्यावर तसेच पर्यावरणावर विपरीत परिणाम होण्याचा धोका असल्याचे मत या तंत्रज्ञानाला विरोध करणारे दर्शवतात. या तंत्रज्ञानामुळे जैविक विविधता पण धोक्यात येत आहे.

ऊ. माहिती व संपर्क तंत्रज्ञान : माहिती व संपर्क तंत्रज्ञानामुळे तंत्रज्ञान आणि माहिती वितरणाची गती व मार्ग यामध्ये मोठ्या प्रमाणात बदल झाल्याने जगातील लोक अधिक जवळ आले आहेत. कोणीही आता एका क्षणात जगभर संपर्क साधू शकतो. अन्न व कृषि क्षेत्रातील अन्न साखळीच्या प्रत्येक टप्प्यावर माहिती व संपर्क तंत्रज्ञानाचा वापर मोठ्या प्रमाणात वाढला आहे. तंतोतंत शेती, हवामान माहितीवर आधारित कृषिउत्पादन इ. माहिती व संपर्क तंत्रज्ञानाचा वापर केल्याने मजूर, कृषिरसायने यांवरील खर्च कमी होत आहे; यामुळे कृषिउत्पादन वाढण्यास मदत होते; परंतु, हे प्रगत तंत्रज्ञान गरीब देशांच्या आवाक्याबाहेरचे आहे.

उपरोक्त चर्चा केलेले मुद्दे नीतिविषयक अनेक प्रश्न उपस्थित करतात. हे सर्व मुद्दे एकमेकांशी निगडित आहेत. शहरीकरण व औद्योगिक शेती यांमुळे जागतिक व्यापार वाढला; यातून अनेकांकडे ऐश्वर्य, सुबत्ता आली. खाद्यसंस्कृतीवर, राहणीमानावर परिणाम झाला. तृणधान्यांचा उत्पादन खर्च कमी व उत्पादन मोठ्या प्रमाणात वाढल्याने जगाची अन्न व कृषि पद्धतीच बदलून गेली. परंपरागत शेती औद्योगिक शेतीकडे झुकल्याने त्यातून काही नवीन प्रश्न निर्माण झाले. यातील काही प्रश्न नैतिक आहेत तर काही भौतिक. हे प्रश्न खालीलप्रमाणे आहेत-

१. गरिबांशी दुजाभाव : गरीब व भुकेल्या लोकांसंबंधी वाढत चाललेला दुजाभाव ही सर्वांत मोठी समस्या आहे. पूर्वीच्या समाजरचनेमध्ये सामाजिक भान होते. कितीही गरिबी असली तरी त्याला पोटभर जेवण मिळण्याची सोय होती. सामाजिक, तांत्रिक व आर्थिक बदलांमुळे हे पारंपरिक सुरक्षाकवच आता मोडीत निघाले आहे. गरिबीमुळे लहान शेतकऱ्यांना औद्योगिक कृषि निविष्टा खरेदी करणे अवघड झाले आहे व यामुळे त्याचा उत्पादन खर्च वाढलेला आहे. उत्पादनवाढीचे, जास्तीच्या नफ्याचे स्वप्न शेतकऱ्यांना दाखवून नवीन तंत्रज्ञानाचा प्रसार केला जातो. उत्पादनवाढीचे तंत्रज्ञान रहाटगाडग्यासारखे परत परत स्वीकारावे लागते. परंतु, यातून जास्तीचा नफा मिळत जातोच असे नाही, कारण अन्नधान्याच्या किमती सतत खाली येत आहेत. उत्पादन खर्च मात्र वर वर जात आहे. आपत्तीच्या काळात तर सारी ग्रामीण जनता भरडली जाते. या वेळी त्यांच्याकडे उत्पन्नाचे पर्यायी साधन नसते, सरकारी धोरणे त्यांच्या बाजूने नसतात. अशा वेळी ग्रामीण भागातील लोकांचा लोंढा शहरांकडे वळतो, आत्महत्येकडे कल त्यातूनच वाढतो.

२. जागतिक ठेव्यांचे अकार्यक्षम व्यवस्थापन : मानवामध्ये निसर्ग बदलण्याची क्षमता आल्याने व लोकसंख्यावाढीमुळे नैसर्गिक स्रोतांना धोका पोहोचत आहे. वाढत्या औद्योगिक उत्पादनांमुळे प्रदूषणात वाढ झाली आहे व यातून जागतिक तापमानात वाढ होत आहे; त्यामुळे विपरीत हवामानाला आपल्याला तोंड द्यावे लागत आहे. वाढत्या तापमानाचा शेतीवर विपरीत परिणाम होत आहे. पाण्याची मागणी कृषि, उद्योग व पिण्यासाठी वाढत आहे. अविवेक पाणीवापरामुळे भविष्यातील पिढीला अजिबात उपयोगी नसणाऱ्या क्षारपड जमिनी तयार होत आहेत व भूगर्भातील पाणीपातळी खोल खोल जात आहे.

पृथ्वीचे अस्तित्व टिकवण्यासाठी जैवविविधता आवश्यक असते. परंतु, कृषिमध्ये दूरवर पसरलेल्या एकसारख्या पीकपद्धतीमुळे जैवविविधता धोक्यात आली आहे. औद्योगिक कृषि निविष्टा वापरामध्ये पिकांच्या काही विशिष्ट जातीच लागवडीखाली आणल्याने इतर जाती मागे पडत आहेत. मानवी हस्तक्षेपामुळे संपूर्ण परिस्थितिकी विकलांग होत आहे, नष्ट होत आहे.

बदलत्या परिस्थितीमध्ये सांस्कृतिक ओळख व विविधता धोक्यात आली आहे. काही संस्कृतींनी आपली प्रमुख मूल्ये जतन करून नवीन तंत्रज्ञान व नवीन संकल्पना आत्मसात केलेल्या आहेत. परंतु, काही संस्कृती बदलामध्ये टिकू शकल्या नाहीत. पूर्वी विलग असलेल्या संस्कृतीत बाजाराचा शिरकाव झाल्याने त्याची भाषा, प्रथा-परंपरा, अन्नाचा प्रकार व अन्न तयार करण्याच्या

पद्धती यामध्ये बदल झाला आहे. यातून अनेक संस्कृतींची ओळख पुसट होत जाते.

जीवशास्त्रीय व सांस्कृतिक विविधतेनंतर आता वैयक्तिक व सामूहिक हक्कांना कमी लेखले जात आहे. प्रगतीच्या नावाखाली काही समूह पूर्वापार चालत आलेल्या प्रथा-परंपरा सोडून द्यायला लोकांना सांगत आहेत. दुसऱ्या बाजूने आधुनिक जीवनपद्धतीच्या नावाने लोकांचे शोषण वाढत आहे.

३. जागतिक अर्थव्यवस्था तयार झाली परंतु जागतिक व्यवस्था नाही : जागतिक अर्थव्यवस्था वेगाने तयार होत आहे. परंतु, जागतिक समाजव्यवस्था मात्र तयार होत नाही. वस्तू, पैसा व सेवा देशाच्या सरहद्दी ओलांडत आहेत. परंतु, लोकांना मात्र सरहद्दीपुरते सीमित ठेवण्यात आले आहे. सत्ता नसलेल्या लोकांचे, देशांचे जागतिक बाजारपेठेत काहीच चालत नाही. जागतिक बाजारपेठ जागतिक समाजव्यवस्थेशिवाय टिकू शकत नाही. सत्ता असलेल्या व नसलेल्या देशांमध्ये प्रचंड दरी निर्माण होत आहे; यातून काही देश भविष्यामध्ये ही व्यवस्था नाकारतील आणि तंटे वाढतील. जागतिक समाजव्यवस्था निर्माण करण्यासाठी भूक, कुपोषण, गरिबी मिटवण्याचे मूल्य स्वीकारावे लागेल. यासाठी खालील प्रयत्नांची गरज भासते-

१. गरीब व श्रीमंतांमधील दरी मिटवणे : गरीब व श्रीमंतांमधील दरी जगामध्ये वाढत आहे. गरीब देशांना जागतिक बाजारामुळे हे घडत असल्याचे वाटते. परंतु, श्रीमंत देशांमध्ये पण असे घडत आहे; श्रीमंत देशांमध्ये पण बेरोजगारांची संख्या वाढत आहे. विकसित देश अविकसित देशांना मदत करत असले तरी ती फार तोकडी व कमी कालावधीच्या गरजांसाठी असते. गरीब देशांना त्यांच्या पायावर उभे राहता येईल अशी मदत हवी आहे. त्याचबरोबर विपणनाची रचना अशी असावी की, त्यामध्ये व्यापारासाठी मोकळी व निर्दोष स्पर्धा असावी.

२. अन्नसुरक्षा असलेल्या व नसलेल्या देशांमधील दरी : अन्नाचा मूलभूत अधिकार जरी सर्वांनी मान्य केला असला तरी प्रत्यक्षात तो कसा अमलात आणायचा यावर मात्र एकवाक्यता नाही. अन्नसुरक्षेसाठी मुबलक अन्न, अन्नापर्यंत सर्वांची पोहोच, सकसपणा असलेले मुबलक अन्न व आरोग्यदायी अन्नाची गरज असते. आज जगाकडे भरपूर अन्नाचा साठा आहे; परंतु, त्याचे वितरण व्यवस्थित होत नसल्याने व सर्वांना अन्नापर्यंत पोहचता येत नसल्याने अनेकांना पुरेसे अन्न मिळत नाही. ज्यांना जमीन नाही त्यांना ती देऊन त्यांची अन्नापर्यंत पोहोच वाढवता येईल. वाढत्या शहरातील लोकांना अन्न पुरवण्यासाठी शेतापासून

बाजारपेठेपर्यंत उत्तम रस्ते, उपजीविकेपेक्षा जास्तीचे पीक उत्पादन, बाजारामध्ये उत्पादकांना चांगले बाजारभाव मिळतील अशी रचना, बाजारभावांची शेतकऱ्यांना माहिती मिळण्याची सुविधा, साठवणूकयोग्य शेतमाल तयार करण्यासाठी शेतमाल प्रक्रिया उद्योगाची उभारणी व अन्नाची खरेदी करता यावी यासाठी रोजगारांची उपलब्धता आवश्यक आहे. रोजगारांची उपलब्धता नसणाऱ्या ठिकाणी अन्नखरेदी करण्यासाठी अनुदान सोय असावी. वाढत्या लोकसंख्येला अन्न पुरवता यावे यासाठी संशोधनामध्ये गुंतवणूक वाढवण्याबरोबरच शेतजमीन, वने व पाण्याचे स्रोत यांचे संवर्धन आवश्यक आहे.

३. जागतिकीकरण प्रक्रियेतील विजेते व पराभूत यांमधील दरी : व्यापाराचे जागतिकीकरण व तंत्रज्ञान विकास यामुळे देशा-देशांमधील अवलंबित्व वाढले आहे. बाजार प्रभावामुळे एखाद्या देशाचे नुकसान होत असेल तर, ते भरून देण्यासाठी संस्थात्मक उभारणी करण्याचे मोठे आव्हान आहे. बाजारप्रभावामुळे देशांच्या मूलभूत जाणिवा भंग होणार नाही, नागरिकांचे हक्क अबाधित राहतील याकडे ही संस्था लक्ष देईल व काही तक्रारी असतील तर त्या पण सोडवल्या जातील.

४. संस्कृतीमधील दरी मिटवणे : विकासाच्या प्रक्रियेमध्ये संस्कृतीकडे दुर्लक्ष होत असते. जागतिकीकरणामध्ये सगळीकडे एकसारखेपणा येत असतो. जागतिकीकरणामुळे संस्कृतीमध्ये बदल होत असतो; त्यामुळे विकासासाठी एकसारखा मार्ग अवलंबणे संयुक्त नाही. एका देशाचे मूल्य दुसऱ्या देशावर लादणेही योग्य नाही. 'विकासामध्ये सांस्कृतिक विविधता आडकाठी आणते' हा समज चुकीचा आहे. जागतिक समाजव्यवस्था निर्माण करण्यासाठी एकमेकांच्या संस्कृतीचा आदर केला पाहिजे.

पौष्टिक अन्नाचा स्तर व राहणीमानात सुधारणा, अन्न व कृषिउत्पादनांचे उत्पादन व वितरणाची कार्यक्षमता वाढवणे, ग्रामीण जनतेची स्थिती सुधारणे, जनतेची भुकेपासून मुक्ती मिळवण्यासाठी उपरोक्त प्रश्न व आव्हाने यातून मार्ग काढण्यासाठी सर्वसमावेशक, नैतिकतेवर आधारित अन्न व कृषिपद्धतीची गरज आहे. अधिक सर्वसमावेशक, नैतिकतेवर आधारित अन्न व कृषिपद्धतीमध्ये मानवकल्याण, पर्यावरणाचे संरक्षण आणि सार्वजनिक आरोग्यात सुधारणा या जागतिक स्तरांवर स्वीकृत करण्यात आलेल्या मुख्य उद्देशाचा समावेश असायला हवा.

३५ शिक्षण धर्म आणि नैतिकता

डॉ. विजय शिंदे

प्राचीन काळामध्ये शिक्षणाची सुरुवात धर्मावर आधारित होती. या काळात शिक्षण आणि धर्माचा अगदी जवळचा संबंध होता. धर्मगुरूंकडूनच शिष्यांना शिक्षण दिले जात होते. धार्मिक नीतिनियम आणि तत्त्वांचा प्रसार जुन्या पिढीकडून नव्या पिढीकडे होत होता. धार्मिक शिक्षणामुळे समाजामध्ये नैतिकतेचे अस्तित्व टिकून होते. समाजमनावर धर्माची भीती असायची. म्हणून कोणतेच अनैतिक काम माणसाच्या हातून होत नसे. तसा विचार जरी त्याच्या मनामध्ये आला, तरी त्याच्यावर धर्माकडून झालेले नैतिक संस्कार नियंत्रण ठेवत असत. परंतु, विज्ञान युगाच्या आरंभाने धार्मिक नीतिनियम, तथ्य आणि कल्पनांना मोठा धक्का बसला. धर्माबाबत समाजातील आस्था हळूहळू लोप होऊ लागली. ज्या चिंतन आणि विश्वासावरती धार्मिक बाबींचा पाया मजबूत होता, तो ढासळू लागला. धर्माच्या व्यापक अर्थाला सुरुंग लावला गेला आणि त्याचे स्वरूप जात आणि संप्रदायापर्यंत मर्यादित केले गेले. एका धर्माची दुसऱ्या धर्माकडे पाहण्याची उदार दृष्टी नष्ट झाली. धर्मामुळे मनुष्यावर जी नैतिक बंधने होती, ती नष्ट झाली. संपूर्ण समाज, सामाजिक व्यवस्था पतनाच्या गर्तेत ओढली जाऊ लागली. ईश्वराबाबत जी आस्था आणि आदरयुक्त भीती होती, तीसुद्धा कमी झाली. मनुष्य उन्मुक्तपणे न घाबरता वाईट कार्ये करू लागला. आधुनिक जीवनात विज्ञानामुळे नवनवीन चमत्कारिक सत्ये पुढे येऊ लागली. मनुष्य भोगवादी प्रवृत्तीकडे वळला आणि आपल्या सुख-सुविधांना महत्त्व देऊ लागला. जगामध्ये सुविधांसाठी स्पर्धा निर्माण झाली. साम्राज्यवादी प्रवृत्तीसुद्धा यातूनच पुढे आली. एक देश दुसऱ्या देशावर आक्रमण करू लागला. विज्ञानातून नवनवीन शास्त्रांची निर्मिती झाली. त्याच्यावर आधारित युद्धे आणि युद्धानंतर विकसित राष्ट्रांनी अविकसित राष्ट्रांवर नियंत्रण मिळविले.

गुलामी त्याचाच परिणाम आहे. शस्त्रास्त्र स्पर्धा व भोगवादाच्या प्रभावामुळे जगाने दोन महाभयंकर युद्धाने विनाशसुद्धा करून घेतला. ज्या धार्मिक शिक्षणाची विद्वानांनी अवहेलना केली होती, ते त्या विनाशामुळे भयभीत झाले. हळूहळू विज्ञानातील दोष पुढे येऊ लागले आणि मानवांच्या चुकांचा शोध घेतला जाऊ लागला. समाजशास्त्रज्ञांनी विचारविनिमय केला. नवीन क्रांती घेऊ लागले. धर्म, नैतिकता आणि शिक्षणाच्या परस्परसंबंधाचा अभ्यास केला जाऊ लागला.

धार्मिक शिक्षणाचा मूळ आधार दृढ विश्वास, नीती आणि आचरण मानले जातात. धर्माची लौकिक अर्थाने अधिक संख्या आहे. परंतु, त्याच्या मुळातील तीन आधार-विश्वास, नीती आणि आचरण एकच आहेत. भारत अनेक धर्मांचा देश आहे. त्याची धर्मनिरपेक्षता आणि धार्मिक स्वातंत्र्य याच आधारावर टिकून आहेत. सगळ्या धर्मांचे रीतीरिवाज, परंपरा वेगवेगळ्या असल्या, तरी विश्वास, नीती आणि आचार-विचार कमी-अधिक फरकाने तेच असतात. याच तत्त्वांना आधार मानून शिक्षण आणि धर्माचा अभ्यास केला जातो. समाजातील विघातक शक्ती धार्मिक आणि नैतिक शिक्षणाचा विरोध करत आहेत. त्यांचा विरोध धार्मिक आहे. विश्वास, नीती आणि आचरणाचा नाही. मनुष्यामध्ये मानवता जागृत करण्याचे कार्य धार्मिक शिक्षण करते, म्हणूनच विवादित धर्माला बाजूला ठेवून विश्वास, नीती आणि सत्यआचरणाचे शिक्षण मानवतावादासाठी पोषक ठरेल. प्राचीन भारतीय शिक्षणप्रणालीत ऋषिमुनींचे आश्रम आणि गुरुकुलांमध्ये धार्मिक आणि नैतिक शिक्षण थोडे ग्रंथ आणि उपदेशांवर आधारित असे; थोडे परस्परस्नेह, सेवा आणि सहकार्याला आधार मानून दिले जात असे. ज्याच्यामुळे शिकणारा प्रत्येक विद्यार्थी ज्ञान प्राप्त करीत असे आणि स्वत: कष्ट सहन करून दुसऱ्यांना सुख देण्याचा प्रयत्न करीत असे. शिक्षण धर्म, जात आदि संप्रदायाविना असते. त्याचा पाया केवळ मानवतेमुळेच मजबूत होऊ शकतो.

भारत धर्मनिरपेक्ष आहे. धार्मिक प्रदर्शन आणि नैतिक पतनाच्या प्रवृत्ती जेव्हा गुंतागुंत निर्माण करतात, तेव्हा दोन धर्मांमध्ये संघर्ष निर्माण होऊ शकतो. कित्येकदा धार्मिक संघर्षामुळे भारताच्या एकतेला आणि अखंडतेला धक्का पोहोचला आहे. जेव्हा राष्ट्रीय एकात्मतेला धोका निर्माण होतो, तेव्हा धर्म, धर्मनिरपेक्षता आणि नैतिकता चर्चेचा विषय बनतात. ''या घटनांनी धर्मजाणकारांना किंवा राजकीय विद्वानांनाच नाही, तर शिक्षणक्षेत्रातील तत्त्वज्ञानी व्यक्ती आणि विद्यार्थ्यांनासुद्धा विचार करायला भाग पाडले आहे. भारतीय उपखंडातील प्रत्येक धार्मिक दंग्यानंतर, विद्यार्थी आंदोलनानंतर किंवा समाजातील कोणत्याही मोठ्या दुर्घटनेची केवळ बातमी समजताच चर्चेच्या फेऱ्या सुरू होतात. आणि लवकरात लवकर या कटु प्रसंगांना फाटा देण्याचा प्रयत्न होतो.''[२] या प्रकारची उदासीनता भारताच्या अखंडत्वाला

धोका पोहोचवतात. म्हणूनच धर्म, नैतिकता आणि शिक्षणाची सांगड घालून धर्मनिरपेक्ष सामाजिक भावनांना प्रोत्साहन देणे हाच शिक्षणाचा उद्देश असणे गरजेचे आहे. भारतासारख्या अनेकधर्मी राष्ट्रांमध्ये धर्मनिरपेक्षतेला शिक्षणाबरोबर जोडून नैतिक आणि मानवतावादी शिक्षण देणे गरजेचे आहे.

आपल्या देशात नीतिनियम आणि अनुशासन होते. हीच नैतिकता धर्म आणि सत्याचा पर्याय बनली. नैतिकतेचा संबंध शारीरिक आणि आत्मिक वर्तनाबरोबर जोडला जातो. त्याच्या आधाराने धार्मिक आणि सांस्कृतिक मूल्यांचा समन्वय होतो. "नैतिकता नीतीशी जोडली आहे, जी मुळात धर्माशी बांधली असली, तरी व्यापक अर्थाने संपूर्ण सांसारिक विषय आणि अनुभवांची गोळाबेरीज आहे. नैतिकतेवर भारतीय संस्कृती आधारलेली आहे आणि हेच ते मूळ धन आहे की, जिच्यामुळे आपल्याला जगत्गुरूंची उपमा दिली जाते.[३] याच नीतिमूल्यांशी संबंधित बाबींचा अभ्यास आणि संशोधन विदेशी तत्त्वज्ञान्यांनी केला. ते विद्वान आपल्या देशात राष्ट्रीयता आणि शिक्षणाला जोडून धर्म आणि नैतिकतेचे विभिन्न प्रयोग करीत आहेत. आपल्या देशातील आधुनिक शिक्षणप्रणालीत नैतिकतेची उपेक्षा होऊ लागली आहे. मूल्यशिक्षणाचा कित्येक राज्यांनी अभ्यासात समावेश केला आहे; परंतु, तो केवळ कागदोपत्री आणि दाखविण्यासाठी आहे. आज धार्मिक, नैतिक आणि सांस्कृतिक पतन झाले आहे. म्हणूनच आज आपल्या देशाचे आस्तित्व जर टिकवायचे असेल, तर धर्म आणि संस्कृतीबरोबर नैतिक शिक्षणाला जोडून त्याचा प्रचार केला पाहिजे. जो देश भौतिकवादी आणि विज्ञानाच्या पाठीमागे लागून केवळ पैशाला महत्त्व देतो आणि आपला विकास साधतो, त्याच्या विकासाची प्रक्रिया अल्पकालिक आणि अस्थायी असते. नैतिक शिक्षणाशिवाय मनुष्य मानवतावादी दृष्टी बाळगू शकत नाही आणि त्याची आत्मिक प्रगतीदेखील होत नाही. "शिक्षणाची यशस्विता तीच आहे की, ज्याचा लाभ घेऊन मनुष्य आपली मानवीय आणि नैतिक दृष्टी उदात्त-व्यापक करतो, आणि मानवी समाजाला ताकत प्रदान करतो."[४] अर्थात, सामाजिक जीवनाच्या खिळखिळ्या होत चाललेल्या या सांगाड्याला सुरक्षित बनवायचे असेल, तर शिक्षणात नैतिकतेचा समावेश करणे अत्यंत आवश्यक आहे.

आज मानवी जीवन विकासाच्या अतिउच्च शिखरापर्यंत जाऊन पोहोचले आहे. परंतु, त्याच्यामुळे जी अहंवादी प्रवृत्ती निर्माण झाली आहे, ती सामाजिक व्यवस्थेला धोका पोहोचवत आहे. व्यक्ती आणि त्याच्या कृत्यांचा संस्काराशी संबंध नाही, अशा प्रकारची स्थिती निर्माण झाली आहे. जीवनातील अधार्मिक आणि अनैतिक प्रवृत्ती याचे मूळ कारण हेच आहे की, शिक्षणाबरोबर धर्म आणि

नैतिकतेची सांगड घातली गेली नाही. आज आपण नि:संकोचाने असे म्हणू शकतो की, मानवतावादी धर्मावर आधारित नैतिक शिक्षण वर्तमान युगाची आवश्यकता आहे.

संदर्भ

१) डॉ. वैद्यनाथ प्रसाद मिश्र - शिक्षाशास्त्र, पृ. १८९.

२) डॉ. सत्यपाल सहेला - भारतीय शिक्षा का समाजशास्त्र, पृ. १२१.

३) (सं.) डॉ. रामशकल पांडेय - भारतीय शिक्षा के विविध आयाम, पृ. १७५. (शिक्षा में नैतिकता की आवश्यकता - डॉ. विनयकुमार पाठक)

४) डॉ. शंकरदयाल शर्मा - शिक्षा के आयाम, पृ. ६८.

३६

मूल्यसंस्कारातील अडथळे

डॉ. श्रीमती पी. एम. जाधव

मानवाने रानटी अवस्थेपासून आजपर्यंतची ही विकसनशील अवस्था गाठलेली आहे. हा विकास साधण्यास त्यास हजारो वर्षांचा कालावधी लागलेला आहे. मानवाचा आजचा उत्कर्ष म्हणजे हजारो वर्षांतील शिक्षणाचा परिपकत होय. पण, हा उत्कर्ष भौतिक स्वरूपाचा अधिक आहे. आध्यात्मिक, नैतिक उत्कर्षाचा क्रमाक्रमाने ऱ्हास होत चाललेला दिसून येत आहे; म्हणजेच पर्यायाने मूल्ये पायदळी तुडवली जात आहेत. मानवाकडून मूल्यांचे अवमूल्यन होत आहे.

मूल्य म्हणजे समाजात नागरिक म्हणून वावरताना माणसामाणसांमध्ये परस्परसंबंध दर्शविणारी व सामाजिक पायाभूत ठरणारी तत्त्वे होत. या मूल्यांचे केवळ ज्ञान असून चालत नाही, तर त्यांचा स्वीकार व त्याप्रमाणे आचरण आवश्यक असते. यासाठी या विविध मूल्यांच्या संस्काराची आवश्यकता असते.

व्यक्तिगत पातळीवर स्वावलंबन, स्वच्छता, कर्तव्यदक्षता, श्रमनिष्ठा, निर्भयता, खिलाडूवृत्ती, वैज्ञानिक दृष्टिकोन, राष्ट्रप्रेम इ. मूल्ये अंगी रुजावीत तर सामाजिक पातळीवर सहकार्य, बंधुता, समता, आदरभाव, सर्वधर्मसमभाव, राष्ट्रीय एकात्मता इ. मूल्ये अंगी बाणावीत आणि निसर्गपातळीवर निसर्गप्रेम, विज्ञाननिष्ठा, भूतदया, करुणा, संवेदनशीलता इ. मूल्ये अंगी रुजावीत व या सर्व मूल्यांचा अंगीकार करून व्यक्तीचे आचरण परिपूर्ण असावे, या दृष्टीने मूल्यशिक्षणाची आवश्यकता अनन्यसाधारण आहे.

मूल्यशिक्षणाचे स्वरूप : मूल्यशिक्षणाचा संबंध मानवाच्या जीवनमान व राहणीमानाशी आहे; म्हणून जीवनमान व राहणीमानाचा दर्जा उंचावण्यासाठी मूल्यशिक्षणाची आवश्यकता आहे. मूल्यशिक्षण हा संस्कार आहे. मूल्यशिक्षणाचा संबंध व्यक्तीच्या, पर्यायाने विद्यार्थ्यांच्या भावजीवनांशी आहे. त्यामुळे असे संस्कारी

शिक्षण देत असताना केवळ माहिती सांगणे, केवळ तात्त्विक पातळीवर विवेचन करणे अपेक्षित नाही. बटन दाबले की, प्रकाश पडतो तसे मूल्यशिक्षणाचे नाही. मूल्यसंस्कारात कृतीला विचारांचा आणि भावभावनांचा परिसस्पर्श होणे आवश्यक असते. असे घडले तरच खऱ्या अर्थाने शिक्षणातून माणूसघडणीची प्रक्रिया घडू शकेल. म्हणजेच श्रुती-स्मृती-कृती (ऐकणे-स्मरणात ठेवणे-अंमलबजावणी करणे) हेच खरे मूल्यशिक्षण होय.

मूल्यशिक्षण म्हणजे जीवनमूल्यांचे शिक्षण होय. हे शिक्षण अत्यंत व्यापक व जीवनस्पर्शी आहे; कारण या शिक्षणामुळे व्यक्तीच्या सर्वांगीण समतोल प्रगतीस हातभार लागतो. मूल्यशिक्षणाने व्यक्तीच्या दृष्टिकोनात अपेक्षित बदल घडवून आणण्यास मदत होते. पर्यायाने समाजाची उन्नती साधण्यास मदत होते.

मूल्यशिक्षणाची आवश्यकता : मूल्यशिक्षण म्हणजे जीवनशिक्षण आहे. जीवन समृद्ध, आत्मनिर्भर, स्वयंपूर्णपणे जगण्यासाठी आवश्यक कौशल्ये व क्षमतांच्या विकासासाठी मूल्यशिक्षण उपयुक्त ठरते. आज समाजात सर्वत्र भौतिकतेच्या आहारी गेलेल्या पिढ्या आपण पाहतो. त्यामुळे नैतिक मूल्यांची पायमल्ली होत असताना दिसते. याचा अर्थ असा नाही की, ही अनैतिकता सर्वत्रच आहे. नैतिकता समाजात आहेच. मात्र, अनैतिक वर्तनाची उदाहरणे समाजात तुलनेने अधिक पाहावयास मिळतात. समाजातील नफेखोरी, गुन्हेगारी प्रवृत्ती, लाचखोरी, व्यभिचार, व्यसनाधीनता, असत्यनिष्ठा इ. बाबी समाजोन्नतीस घातक ठरतात. त्यामुळे समाजाची विचारसरणी विकृत बनते. हे टाळण्यासाठी व समाजात मानवतेच्या प्रस्थापनेसाठी मूल्यशिक्षणाची आवश्यकता आहे.

याचा अर्थ असा नाही की, प्रचलित शिक्षणपद्धतीतून मूल्यसंस्कार केले जात नाहीत. मूल्यांचे संस्कार करण्याकडे आजच्या शिक्षणामधून नक्कीच प्रयत्न केले जातात. शिक्षणव्यवस्थेचा तो एक अविभाज्य भाग आहे; कारण मूल्य वगळता शिक्षण ही कल्पना 'आत्म्याविना शरीर' अशी होईल म्हणून 'मूल्य' आणि 'शिक्षण' ही एकाच प्रक्रियेची दोन अभिन्न अंगे आहेत. 'शिक्षण म्हणजे मानवातील उत्कृष्टतेचा आविष्कार'. याचाच अर्थ, उत्तमातील उत्तम, सर्वोत्तम अशा गुणांचा शिक्षणाद्वारे विकास अभिप्रेत आहे. यासाठीच शिक्षणप्रक्रियेला मूल्यांचे अधिष्ठान आहेच. मात्र, या संस्कारावर परिणाम करणारे काही सामाजिक घटक आहेत. त्यांचा येथे विचार करणे सार्थ ठरेल.

मूल्यसंस्कारांवर परिणाम करणारे घटक

१. परीक्षापद्धतीचे स्वरूप - 'शिक्षण' आणि 'जीवन' या समांतर चालणाऱ्या बाबी आहेत. समाजाचा प्रचलित दृष्टिकोन कसा आहे, यावरही शिक्षणाची

यशस्विता अवलंबून असते. आज केवळ 'मोठ्या पगाराची नोकरी मिळविण्यासाठी शिक्षण' असे जणू समीकरणच बनलेले आहे आणि अशा शिक्षणासाठी गरज असते परीक्षेतील गुणांची. म्हणजे आज परीक्षापद्धती आणि त्याद्वारे मिळणारे गुण या दृष्टीने शिक्षणाकडे पाहण्याचा समाजाचा कल, यामुळे शिक्षणातून मूलभूत अर्थाने संस्कारांकडे जे लक्ष दिले जाणे आवश्यक आहे, त्याऐवजी परीक्षेत गुण अधिक कसे मिळतील, याचा विचार शिक्षणव्यवस्थेत आणि पालकांकडूनही केला जातो. म्हणजेच प्रचलित परीक्षापद्धतीतील दोषांमुळे मूल्यसंस्कारांकडे सर्वार्थाने लक्ष दिले जात नाही.

२. पालकांचा दृष्टिकोन - आज प्रत्येक पालक आपल्या पाल्याने डॉक्टर, इंजिनिअर व्हावे, अशी अपेक्षा बाळगतात. अर्थात, असा विचार अयोग्य नाही. मात्र, पालकांच्या या अपेक्षांची पूर्तता पाल्यांकडून होईलच असे नाही. तरीदेखील विद्यार्थ्याचा नैसर्गिक कल लक्षात न घेता त्याला अशा शिक्षणाकडे वळविण्याचा प्रयत्न केला जातो. त्यामुळे पाल्याच्या मानसिकतेवर त्याचा विपरीत परिणाम होतो आणि पर्यायाने असे विद्यार्थी समाजाच्या प्रवाहात सामील होण्यास असमर्थ ठरतात. हे चित्र शालेय जीवनापासून विद्यापीठीय शिक्षणापर्यंत आपणास पाहावयास मिळते.

३. प्रसारमाध्यमांचे कार्य - प्रसारमाध्यमे ही ज्ञानप्रसाराच्या आणि मूल्यसंस्कारांच्या दृष्टीने अत्यंत महत्त्वाची ठरतात. प्रसारमाध्यमांनी हे कार्य काही प्रमाणात केलेलेदेखील आहे. मात्र, समाजाची मनोवृत्ती विकृत होण्याच्या दृष्टीनेदेखील प्रसारमाध्यमांद्वारे प्रसारित होणारे कार्यक्रम आज समाजावर प्रभाव पाडताना दिसतात. भडक देहप्रदर्शन, विवाहबाह्य संबंध इ. बाबी प्रेक्षकांचे क्षणिक मनोरंजन कदाचित करतही असतील; परंतु, त्याचे दूरगामी परिणाम समाजावर होत असताना दिसतात. संस्कारक्षम शालेय वयोगटातील बालके अशा कार्यक्रमांमुळे दिशाहीन होण्यास फारसा वेळ लागत नाही.

खरे तर प्रसारमाध्यमे हे शिक्षणाचे, समाजशिक्षणाचे व पर्यायाने मूल्यशिक्षणाचे अत्यंत प्रभावी माध्यम आहे. बहुतांश कार्यक्रम ज्ञानवर्धक, मूल्याधिष्ठित असतातही; परंतु, उपरोक्त कार्यक्रमांचा प्रभाव विद्यार्थ्यांवर इतका पडतो की, या ज्ञानवृद्धीसाठी उपकारक ठरणाऱ्या कार्यक्रमांकडे त्यांचे फारसे लक्ष जात नाही. परिणामी शालेय/ महाविद्यालयीन जीवनातील संस्कारांपेक्षा हे संस्कार अधिक प्रभावी ठरल्यामुळे मूल्यसंस्कारांवर त्यांचा विपरीत परिणाम होतो.

४. गुणवत्तापूर्ण शिक्षणाबाबतची धारणा - गुणवत्तापूर्ण शिक्षण ही संकल्पना आज शिक्षणाच्या सर्वच स्तरांवर प्रचारात आणली जाते; पण गुणवत्तेच्या बाबतीत जेवढी सुस्पष्टता हवी, तशी जाणवत नाही. शालेय परिसर सर्व भौतिक सुविधांनी युक्त असला, तरी तो गुणवत्तानिर्धारणाचा परिपूर्ण निकष ठरू शकत नाही; कारण सुविधांचा योग्य उपयोग करून जर शैक्षणिक उद्दिष्टे साध्य करता आली, तरच त्यास अर्थ आहे; म्हणून सर्व सोई-सुविधांनी युक्त शालेय वातावरण तर हवेच; परंतु, शैक्षणिक कार्य करणारे जे मानवी घटक असतात, त्यांची भूमिका गुणवत्ता निर्माण करण्यामध्ये महत्त्वाची असते. आज सर्वच शैक्षणिक स्तरांवर, संस्थांमध्ये राजकारण येत आहे. त्यामुळे संस्कारांवर त्याचा प्रत्यक्ष-अप्रत्यक्ष परिणाम होत असतो. परिणामी शिक्षणातील गुणवत्ता ढासळण्यास ही परिस्थिती कारणीभूत होते.

गुणवत्तापूर्ण शिक्षण म्हणजे व्यक्तीला सुसंस्कृत जीवन जगण्यासाठी आवश्यक क्षमता व कौशल्ये यांचे दिले जाणारे शिक्षण. विपरीत परिस्थितीतही जीवननिष्ठेवरील श्रद्धा न ढळू देता परिस्थितीवर मात करणे, जीवनात उद्‌भवणाऱ्या समस्यांचा समर्थपणे, यशस्वीपणे सामना करणे या दृष्टीने दिले जाणारे शिक्षण. शाळा, महाविद्यालयांत मात्र परीक्षेवरच भर दिला जात असल्यामुळे परीक्षेतील गुणसंपादन हाच गुणवत्तेचा निकष ठरत आहे.

५. खासगी शिकवण्यांकडील ओढा - आज पहिलीपासून ते विविध स्पर्धापरीक्षा यांत सर्वच स्तरांवर खासगी शिकवणीवर्गाचा प्रभाव पालक आणि विद्यार्थ्यांवर असलेला दिसून येतो. एका सर्वेक्षणामध्ये असे आढळून आले आहे की, खासगी शिकवणीवर्गाकडे विद्यार्थ्यांचा ओढा अधिक असल्यामुळे शाळा-महाविद्यालयांमध्ये विद्यार्थ्यांच्या उपस्थितीवर विपरीत परिणाम होतो. विद्यार्थी केवळ प्रात्यक्षिक परीक्षा, सत्र परीक्षा यांना केवळ अंतर्गत मूल्यमापनामध्ये स्थान असल्यामुळे उपस्थित राहतात. इतर वेळी महाविद्यालयाकडे त्यांना फारसे लक्ष देण्याची आवश्यकता वाटत नाही. त्यामुळे संस्कारांचा प्रश्न उद्‌भवतच नाही. शिवाय खासगी शिकवणीवर्गाकडे विद्यार्थी का आकर्षित होतात, याची चिकित्सा करण्याची गरज शिक्षण संस्थाना वाटत नाही. ज्या कारणांमुळे विद्यार्थी शिकवणीवर्गाकडे आकर्षित होतात, ती कारणे दूर करण्याचा प्रयत्न शिक्षण संस्थांनी केला तर आपोआप विद्यार्थ्यांचे पाय शाळेच्या, महाविद्यालयाच्या आवारात, परिसरात रेंगाळतील, यात शंका नाही. मात्र, तसा प्रयत्न, परिश्रम करण्याची आवश्यकता आहे.

वरील सर्व कारणांशिवाय समवयस्क गटांचा प्रभाव, आहे त्यापेक्षा उन्नत परिस्थितीत जीवन जगण्याची कल्पना कुटुंबसंस्थेतील सुसंस्कारांबाबतचा दृष्टिकोन, सुखाबद्दलची व्यक्तिसापेक्ष कल्पना, समाजातील प्रतिष्ठेच्या खुळ्या समजुती, भौतिक समृद्धीचा ओढा, सुखलोलूप प्रवृत्ती इ. सर्व बाबींचा प्रभाव समाजमनावर असल्यामुळे जीवनविषयक दृष्टिकोनावर त्याचा विपरीत परिणाम होतो; आणि त्यामुळे शिक्षणाकडे पाहण्याच्या दृष्टिकोनातही फरक पडतो.

म्हणजे वरील सर्व परिस्थितीचा सारासार विचार केल्यास असे दिसून येते की, भावी पिढ्यांवर संस्कार करण्याची जबाबदारी केवळ शिक्षण संस्थांची नसून, ती शिक्षणसंस्था, कुटुंबसंस्था, प्रसारमाध्यमे, राजकीय संस्था, धर्मसंस्था इ.ची संयुक्त भागीदारी आहे. ही भागीदारी जेवढी भक्कम पायावर उभारलेली असेल, तेवढी आज आपण शिक्षणातून भावी पिढ्यांची केलेली गुंतवणूक भविष्यासाठी फलदायी ठरू शकेल. शिक्षणातून मनुष्यबळाचा योग्य विकास साधता येईल. यासाठी या संयुक्त, सामायिक भागीदारीच्या दृष्टीने समाजातील सर्वच स्तरांवर चिंतनाची व विधायक अंमलबजावणीची आवश्यकता आहे.

संदर्भ

१) करंदीकर सुरेश (१९९७), मूल्यशिक्षण, कोल्हापूर : फडके प्रकाशन.
२) मुळावकर संतोष, मुळावकर कल्पना (२००५), मूल्यशिक्षण : सुसंवाद, नागपूर : विद्या प्रकाशन.
३) जोशी अ. स. (१९७३), नैतिक व आध्यात्मिक शिक्षण - आवश्यकता आणि दिशा, मेहकर : चैतन्य प्रकाशन.
४) वाडेकर डी. डी. (संपा.) (१९७४), मराठी तत्त्वज्ञान महाकोश (तृतीय खंड) पुणे : मराठी तत्त्वज्ञान महाकोश मंडळ.
५) वीरकर प्रभाकर, वीरकर प्रतिभा (२००४), पुणे विद्यार्थी गृह प्रकाशन.

३७ उच्च शिक्षण आणि मानवी मूल्ये जोपासण्याचे आव्हान

डॉ. राहुल हजारे

'ईस्ट इंडिया कंपनी' जेव्हा भारतात आली, तेव्हा भारतातील विविध शैक्षणिक संस्था पाहून त्यांना आश्चर्य वाटले. संपूर्ण भारतभर विविध संस्थांचे जाळेच पसरलेले होते. जयपूरच्या स्वामी जयसिंगांच्या संस्थेत तर 'तत्त्वज्ञान' व 'ज्योतिषशास्त्र' अशा विषयांवर संशोधन चालायचे. मध्ययुगीन काळात मुगलांनी संस्कृतसह अरबी व पार्शियन भाषांचा विकास केला होता. भारताचे शैक्षणिक विश्व तुलसीदास, मीरा, गुरूनानक, सूरदास, रहिम बदानी, अब्दुल फजल अशा अनेक तत्त्ववेत्त्यांच्या योगदानामुळे अत्यंत समृद्ध झालेले होते. इंग्रजसुद्धा येथील शैक्षणिक स्तर पाहून चक्रावले होते. जिथे एखादी 'संकल्पना' स्पष्ट करण्यासाठी त्यांना अनेक पाने लिहावी लागत, त्याच संकल्पना एका वाक्यात स्पष्ट करण्याचे कौशल्य भारतीय बुद्धिवंतांमध्ये होते. येथील कवितेच्या एका शब्दात साठवलेला आशय हे जगातील इतर कुठल्याही कवीला आव्हान होते. या सर्व माहितीचा स्पर्श होताच इंग्रज प्रभावित झाले; आणि याचा कळस गाठला गेला, जेव्हा इंग्रजांना भारतीय संस्कृतीचे प्रतीक असलेले 'वैदिक वाङ्मय' हाती लागले. या वेदांमधील आयुर्वेद आणि स्थापत्यशास्त्रातील ज्ञान व या भारतीय तत्त्ववेत्त्यांच्या आविष्काराचा फायदा घेणार नाहीत ते इंग्रज कसले? इंग्रजांनी हे ताडले की, या सर्व ज्ञानाचा फायदा आपण करून घेऊ शकतो. इंग्रजांना प्रगतीचे मार्ग भारतीय साहित्यातच गवसले होते. भारताच्या शैक्षणिक प्रगतीची इंग्रजांना कल्पना आली होती. परंतु, आपल्या साम्राज्याचा विस्तार करण्याच्या दृष्टीने भारताची ही ताकद नष्ट करणे आवश्यक आहे, असेही त्यांना वाटू लागले. इंग्रजांनी भारतातील शैक्षणिक संस्था उद्ध्वस्त करण्यास सुरुवात केली; कारण या माध्यमातून भारत हा व्यापारक्षेत्रात आपली प्रगती करू शकत होता. भारतीयांना अध्ययन, संशोधन करणे यावर बंदी घालण्यात आली. भारताच्या शिक्षणपद्धतीला अवैज्ञानिक, अयोग्य,

अव्यवस्थित, असंबद्ध आणि मागासलेली म्हणून प्रचारित केले. येथील सर्व शैक्षणिक, आर्थिक व सामाजिक चळवळींना प्रतिबंध केला. याचवेळी पाश्चात्त्य संस्कृतीचा प्रभाव पाडण्यासाठी आवश्यक ती पावले उचलली गेली.

१८५७च्या उठावानंतर ब्रिटिश सम्राज्याबद्दल असंतोष वाढू लागला. राजाकांत देव, द्वारकनाथ टागोर, जगन्नाथ शंकर सेठ, ईश्वरचंद गुप्ता यांनी ब्रिटिशांच्या अन्यायपूर्ण शैक्षणिक धोरणावर टीका करण्यास सुरुवात केली. साहित्य, संशोधन व अध्ययनक्षेत्रावरील ब्रिटिशांच्या एकाधिकाराबद्दल उठाव, यावर इंग्रज स्वत:च नियंत्रण ठेवून होते. पुस्तक, वृत्तपत्र व साहित्याच्या प्रकाशनावर बंदी होती. ब्रिटिशांनी शैक्षणिक प्रगती व साक्षरता यावर नियंत्रण प्रस्थापित केले. त्या काळातील शिक्षणामधून ब्रिटिश साम्राज्यवादाला साहाय्यभूत ठरतील असे कारकून व लेखनिक तयार होतील, याची काळजी घेतली. समृद्ध भारतीय परंपरा व शिक्षणव्यवस्था यामध्ये ब्रिटिशांचा हस्तक्षेप हा भारतातील शिक्षणव्यवस्थेचा संक्रमण काळ आहे. ब्रिटिशांनी जे ज्ञान व साहित्य भारतामध्ये आणले, त्यात अत्यंत जुजबी व औपचारिक ज्ञानाचा समावेश होता. येथील समृद्ध ज्ञानाचा, साहित्याचा अंत होऊन ब्रिटिशांची शैक्षणिक मूल्ये भारतीय शिक्षणात नकळत रुजली.

स्वतंत्र भारतात जेव्हा शैक्षणिक दिशा ठरली, तेव्हा वरील सर्व घटकांचे प्रतिबिंब त्यात उमटले. भारताचा शैक्षणिक प्रवास मंदगतीने सुरू झाला. जिथे मूळ साक्षरतेचाच प्रश्न होता, तिथे संशोधन किंवा साहित्यनिर्मितीला वाव मिळणे सोपे नव्हते. विविध आयोग गठित केले गेले. प्राथमिक, माध्यमिक व उच्च शिक्षण अशा तीन स्तरांवर अध्ययनास सुरुवात झाली. उच्च शिक्षणाकडे विशेष लक्ष देत, काही नवीन विद्यापीठांची निर्मिती केली गेली. उच्च शिक्षण हा केंद्र सरकारचा विषय आहे. उच्च शिक्षणाचा समन्वय आणि विस्तार या दोन्ही बाबी केंद्रीय सरकारच्या अखत्यारीत आहेत. यासाठीच १९५६मध्ये 'विद्यापीठ अनुदान आयोगा'ची स्थापना करण्यात आली. विद्यापीठांचे संचालन करणे यासाठी विद्यापीठ अनुदान आयोग जबाबदार ठरवले गेले. उच्च शिक्षणाचा दर्जा निश्चित करण्यासाठी अनेक प्रयोग करण्यात आले. जगातील इतर देशांप्रमाणे ते असावे, असेही प्रयत्न झाले. विद्यापीठांचे अभ्यासक्रम अधिकाधिक व्यावसायिक किंवा उपयोजित कसे करता येईल, याकडे लक्ष दिले गेले.

गेल्या पन्नास वर्षांमध्ये भारतातील उच्च शिक्षणाचा विस्तार मोठ्या प्रमाणावर झाला आहे. परंतु, ही वाढ गुणात्मक नसून संख्यात्मक आहे, असे दुर्दैवाने म्हणावे लागते. 'विद्यापीठांमधून पदवीधारकांचे तांडे बाहेर पडतात', असे अभिप्राय सर्वत्र नोंदवले जातात. परंतु, 'रोजगार निर्माण करणे' हा उच्च शिक्षणाचा एकमेव उद्देश

असू शकत नाही. विद्यापीठे ही व्यवसाय निर्माण करण्याची केंद्रे आहेत. त्यातून रोजगारच मिळाला पाहिजे, हा एकमेव दृष्टिकोन विद्यापीठाच्या व पर्यायाने उच्च शिक्षणाच्या मूळ हेतूला घाव घालणारा आहे. इतर स्तरांवर शिक्षणाचे उद्देश काहीही असतील; परंतु, विद्यापीठस्तरीय शिक्षणातून केवळ रोजगाराच्या संधी मिळाल्या पाहिजेत, हे अपेक्षितच नाही. शिक्षणातून बेरोजगार निर्माण होत असतील तर होऊ देत; परंतु, ते शिक्षित बेरोजगार असावेत. कारण त्यांच्या भविष्याशी राष्ट्राचे भविष्य जोडलेले आहे. ते पदवी घेऊन बाहेर पडत असतील, तर त्यांना कौशल्यज्ञानाखेरीज मानवी मूल्यांसदर्भात जाणीव झाली आहे का? हा उच्च शिक्षणाचा खरा हेतू असला पाहिजे. शिक्षित बेरोजगार समाजात कधीतरी तग धरतील; परंतु, त्यांच्यात सामाजिक जाणिवा नसतील तर राष्ट्र तग धरू शकणार नाही.

वरील पार्श्वभूमीवर विद्यापीठीय शिक्षणाची जबाबदारी वाढली आहे. विद्यापीठे सामाजिक जीवनात काय योगदान करतात? असा प्रश्नही निर्माण झाला आहे. दुर्दैवाने उच्च शिक्षणाचा अलीकडील अनुभव अत्यंत वाईट आहे. विद्यापीठातून बाहेर पडलेला तरुण हताश, निराशावादी व धैर्य खचलेला आहे, असेच म्हणावे लागेल. आयुष्यात अपयश आल्यानंतर त्याचा समाजाप्रति नकारात्मक दृष्टिकोन तयार होतो. उच्च शिक्षणाचे नेमके अपयश इथेच आहे. आज उच्च शिक्षणातून तांत्रिक व कौशल्यज्ञान याला अधिक महत्त्व दिले जाते. जागतिकीकरणाची तशी अटच आहे. जगातील इतर देशांशी स्पर्धा करताना या अभ्यासक्रमाचा समावेश करावाच लागेल. संगणकीकरण, यांत्रिकीकरण व आधुनिकीकरणाच्या प्रक्रियेत उच्च शिक्षणाला नवे संदर्भ प्राप्त झाले आहेत. परंतु, हे ज्ञान देत असताना 'सामाजिक भूमिकेची' जाणीव निर्माण करणारे शिक्षण नव्या पिढीला देणे अत्यंत आवश्यक आहे. एका आदर्श व संतुलित समाजाच्या निर्मितीसाठी ते आवश्यक आहे. उच्च शिक्षणातून सामाजिक मूल्यांचा प्रसार व्हावा. तांत्रिक व व्यावसायिक शिक्षणाचा आग्रह व त्याचा वाढता प्रभाव यामुळे येणाऱ्या या काळात उच्च शिक्षणातून मानवी मूल्ये जोपासण्याचे आव्हान उभे राहणार आहे.

उच्च शिक्षण या विषयावर आपले विचार मांडताना पंडित नेहरू म्हणतात की, विद्यापीठे मानवता, सहिष्णुता, कल्पनाशीलता व सत्य यांची प्रतीके आहेत. विद्यापीठांनी आपली सामाजिक जबाबदारी पार न पाडल्यास तो जनता व राष्ट्राचा विश्वासघात आहे. उच्च शिक्षणातून तरुणांच्या दृष्टिकोनाचे निर्धारण व्हायला पाहिजे. समग्र दृष्टिकोनाचे रूपांतर सूक्ष्म दृष्टिकोनात होताना त्याला वैज्ञानिक व बुद्धिप्रामाण्यवादाचा स्पर्श व्हायला हवा. समाजात घडणाऱ्या विविध सामाजिक घटनांचे अर्थ लावता आले तर प्राप्त परिस्थितीतून मार्ग शोधण्याचे सामर्थ्यही लाभले जाईल. उच्च शिक्षण

घेतलेल्या विद्यार्थ्याला राष्ट्राची संस्कृती, लोकशाही, सामाजिक जबाबदारी याची जाण असली पाहिजे. या सर्व घटकांचा विचार करत असताना भारतासारख्या बहुसांस्कृतिक देशात या सर्व अपेक्षा पूर्ण करताना उच्च शिक्षणाचे नियोजन करावे लागेल; या संदर्भात अनेक समस्यांची चर्चा करता येईल.

'शिक्षणात राजकीय महत्त्वाकांक्षेचा हस्तक्षेप' ही अनेक समस्यांपैकी एक आहे. भारतातच नव्हे, तर भारत, पाकिस्तान यांच्यासह अमेरिकेतदेखील अभ्यासक्रमातील राजकीय हस्तक्षेपांबाबत जोरदार वाद सुरू आहे. तरुण मनावर नियोजित असे संस्कार करून सत्ताधीश त्यांना आपले शस्त्र बनवू पाहत असल्याचे आरोप होत आहेत. अमेरिकेच्या शिक्षणक्षेत्रातील एक संस्था 'अमेरिकन कौन्सिल ऑफ ट्रस्टीज अँड अॅल्युमनी'च्या अहवालात सरकारवर आरोप केले आहेत. अहवालानुसार तेथील अभ्यासक्रमात अमेरिकन सभ्यतेबाबत विशिष्ट दृष्टिकोन तयार करण्याचा प्रयत्न होत असल्याचे म्हटले आहे. पाकिस्तानच्या एस.डी.आय. या शैक्षणिक संस्थेच्या अहवालात म्हटल्याप्रमाणे, तेथील माध्यमिक स्तरांवरील अभ्यासक्रमात 'जेहाद' सांगणारी, तसेच महिलांच्या दुय्यम दर्जाबाबत आग्रह धरणारी तत्त्वे घालण्यात आली आहेत. भारतातही अलीकडे विशिष्ट अभ्यासक्रमासाठी केंद्र सरकारवर आरोप झाले आहेत. वरील तिन्ही उदाहरणांत हे स्पष्ट होते की, 'शिक्षण' हे एक माध्यम आहे, ज्याचा वापर किंवा गैरवापर होऊ शकतो. शिक्षणातून योग्य व आवश्यक मूल्यांचा प्रसार व्हावा, हे पाहण्यासाठी विविध समित्या नेमल्या जातात. परंतु, या समित्यांवर त्या त्या क्षेत्रातील राजकीय अभिजनांचे वर्चश्व अत्यंत धोकादायक आहे. भारतात या बाबीस अधिक महत्त्व आहे, कारण भारत एक धर्मनिरपेक्ष व लोकशाही तंत्र असलेले राष्ट्र आहे. जातीव्यवस्थेसारखी वैशिष्ट्यपूर्ण स्तरीकरण व्यवस्था भारतात आहे. सत्तेचे केंद्रीयकरण व सामाजिक असंतुलन यांचाही परिणाम भारतीय समाजव्यवस्थेवर आहेच. अशा परिस्थितीत समाजातील दरी दूर करून, वैयक्तिक तसेच सामुदायिक पातळीवर परिपक्व समाजाची निर्मिती करण्याची जबाबदारी उच्च शिक्षणावर आहे.

'एकसंघ राष्ट्राचे नागरिक' हा दृष्टिकोन राष्ट्रनिर्मितीसाठी आवश्यक आहे. मोठ्या समुदायांना लहान समुदायांचे साहाय्य करण्याचे सूचक शिक्षणातून निर्माण होऊ शकते. धार्मिक तत्त्वज्ञानाचा आवश्यक व संतुलित अंश विशिष्ट पद्धतीने अभ्यासक्रमात आणल्यास कुठल्याही विशिष्ट धर्माचा प्रभाव राहणार नाही व 'परधर्मसहिष्णुता' ही संकल्पना प्रत्ययास येईल. समुदायांमध्ये 'आम्ही' भावना निर्माण करून विश्वबंधुभावाची कल्पना साकार करावयाची असेल, तर उच्च शिक्षणास माध्यम बनवायला हवे.

बौद्धिक व व्यावसायिक शिक्षणाला मूल्याभिमुख शिक्षणाची जोड देणे आवश्यक आहे; कारण यामुळे मानसिकदृष्ट्या निरोगी असलेल्या समाजाची निर्मिती होईल. मूल्याभिमुख शिक्षणाला 'सौंदर्याभिमुख' अभ्यासक्रमाची साथ घ्यावी. साहित्य, कला, काव्य या आकलनामधून सामाजिक जाणिवा निर्माण होतील. भारतासारख्या सांस्कृतिक देशात याला अधिक वाव आहे. भारतीय तत्त्वज्ञान, साहित्य, संगीत, चित्रकला, वस्तुशिल्प यांसह भारताचा वैभवशाली इतिहास या सर्वांचा उच्च शिक्षणात काळजीपूर्वक समावेश व्हावा. प्राचीन संस्थेबरोबरच वर्तमानकाळातील परिवर्तनांचाही तितकाच प्रभाव असावा. 'आदर्श शिक्षण' हे समाजसापेक्ष असते. कुठल्याही विकसित राष्ट्रांचे अंधानुकरण नको. शिक्षणाचे कुठलेही जागतिक आदर्श नाही. विद्यापीठांनी स्वतंत्र व प्रगतीचे विचार आवश्यक त्या पद्धतीने प्रसूत करावे. अर्थात, व्यावसायिक शिक्षण ही काळाची गरज असली, तरी आदर्श व्यक्तिमत्त्वाची निर्मिती तितकीच महत्त्वाची आहे.

एका अमेरिकन विचारवंताने म्हटले आहे, "तुम्ही मला सांगा, तुम्हाला कोणत्या प्रकारचा समाज पाहिजे; मी तो निर्माण करतो. परंतु, त्यासाठी मी जे सांगेन त्या प्रकारचे शिक्षण तुम्हाला घ्यावे लागेल." भविष्यात काय निर्माण करायचे, त्याची बीजे आजच्या शिक्षणात रोवली गेली पाहिजेत. उद्याच्या 'समाजनिर्मितीसाठी उच्च शिक्षणात सामाजिक व मानवी मूल्यांची पेरणी करावीच लागेल.'

संदर्भ

1) Encyclopedia of Education - by B. M. Sankhadhar, Deep Publication, Delhi.
2) Encyclopedia of G.K. - by Dr. R. Prakash, Asian Book Publication, Delhi.
3) Higher Education - by U. K. Singh, K. N. Sudershan, DPH Publication.
4) Higher Education in india - by K.B. Powar, S. K. Panda, Associati on of Indian Universities, Delhi.
5) Higher Education in India : A Preception - by Dr. Chandrashekharan, 'College News', A National Journal.
6) Nation of Nation - by Anuradha Chenoy, Times of India.

३८ मूल्यशिक्षण आणि शिक्षणव्यवस्था

डॉ. गोविंद माने

विद्या, प्रज्ञा, करुणा, शील व मैत्री या पंचतत्त्वांनुसार मिलिंद महाविद्यालयातील प्रत्येक विद्यार्थ्याने आपले चरित्र बनविले पाहिजे आणि त्या मार्गाने एकट्यानेच जावे लागले, तरी मनोधैर्य व निष्ठा राखून गेले पाहिजे.

मूल्यशिक्षणासंबंधी असे विचार डॉ. बाबासाहेब आंबेडकर यांनी 'माझी आत्मकथा' या पुस्तकात नमूद केले आहे.

शिक्षणक्षेत्रातल्या शुचितेवर व नीतिमत्तेवर भर देताना डॉ. आंबेडकर म्हणतात की, ''प्रांतिक स्वायत्तता मागा आणि राष्ट्रीय दृष्टीने शिक्षणाचे धोरण ठरवा. आमची त्याला हरकत नाही. परंतु, शिक्षणामध्ये एकसूत्रीपणा असला पाहिजे.'' शिक्षणक्षेत्रात सूत्रमयता तर असावी; पण शिक्षणक्षेत्राला स्वतंत्र प्रतिष्ठा असावी. त्यासाठी शिक्षणक्षेत्राबाहेरील म्हणजे शिक्षणक्षेत्राशी संबंध नसणाऱ्या व्यक्तींचा या क्षेत्रात शिरकाव नसावा, असे त्यांनी स्पष्टपणे म्हटले आहे. शिक्षण क्षेत्रात घुसू पाहणाऱ्या व्यक्तीकेंद्री व्यक्तींचा त्यांनी निषेध केला आहे.

आज शिक्षणात अनेक शिक्षणक्षेत्राशी संबंध नसणाऱ्या व्यक्तींचा शिरकाव अधिक प्रमाणात वाढत चालला आहे. त्यामुळे शिक्षणातील मूल्येही लोप पावत चालली आहेत.

शिक्षण हे पवित्र आहे; आणि त्याचे पावित्र्य राखण्याची नितांत गरज आहे, अशी डॉ. आंबेडकर यांची श्रद्धा आहे. शिक्षण हा मानवी जीवनाचा पायाभूत संस्कार आहे आणि शाळा हे संस्कारकेंद्र आहे. शिक्षणाचे हे पावित्र्य सध्या जोपासले जात नाही याबद्दल खंत वाटते त्याला अनेक घटक जबाबदार आहेत. व्यक्ती, समाज आणि सभोवतालची परिस्थिती यामुळे शैक्षणिक मूल्यांची घसरण होत आहे. तसेच राजकीय हस्तक्षेप व राजकीय दबाव यामुळेही शिक्षणाचे क्षेत्र दूषित बनले आहे.

प्राध्यापकांची भूमिका

प्राथमिक शिक्षणाबरोबरच महाविद्यालयीन आणि विद्यापीठीय स्तरावरील शिक्षणाचा प्रभाव चिरकालीन स्वरूपाचा असतो. त्यामुळे विद्यापीठ हा कारकून काढण्याचा कारखाना करू नये, अशी त्यांची अपेक्षा आहे. हिंदुस्थानातील प्राध्यापकांकडे पाहून त्यांनी खेद व्यक्त केला तो यासाठी की, परिश्रम करण्याची प्रवृत्ती आज लोप पावत चालली आहे.

प्राध्यापकांच्या स्वस्थ व सुस्त जीवनावर आणि पाठ्यपुस्तकावर 'गाईड्स' लिहिण्याच्या अनिष्ट प्रवृत्तीवर डॉ. बाबासाहेबांनी आघात केला आहे. ही शिक्षणाची हेळसांड प्राध्यापकांच्या कर्तव्यच्युत धारणेमुळेच होते; आणि म्हणूनच त्यांनी आजच्या प्राध्यापकांच्या मन:प्रवृत्तींवर विदारक प्रकाश टाकलेला आहे. अर्थात, काही अपवादांचा त्यांनी सन्मानपूर्वक उल्लेख केला आहे, हे विसरता येणार नाही; म्हणून शैक्षणिक मूल्यांची जोपासना ज्यांनी करावयाची, त्यांनीच जर शैक्षणिक मूल्ये पायदळी तुडवली, तर विद्यार्थ्यांचा काय दोष?

तसेच शैक्षणिक मूल्ये आणि सध्याची शिक्षणव्यवस्था याचा विचार करीत असताना आज शिक्षणाला जे बाजारू स्वरूप आलेले आहे, त्यामुळे शैक्षणिक मूल्यांचा ऱ्हास होत आहे. अनेक शिक्षणसंस्थांकडे शैक्षणिक साधनसामग्रीचा अभाव असताना शिक्षणसंस्था चालवल्या जातात; पुरेसा शिक्षकवर्गही नसतो. तसेच असलेल्या शिक्षकांना वेतन नसते किंवा अपुरे असते. त्यामुळे शिक्षकही शिकविण्याबाबतीत उदासीन असतात. नोकरीला लागताना त्यांच्याकडून भरपूर पैसा घेतला जातो. शासन भरपूर शिक्षणसंस्था काढायला परवानगी देत आहे. त्यामध्ये अनुदान, विनाअनुदान, कायम विनाअनुदान संस्थाही पुष्कळ आहेत. त्यामुळे कोणत्या शिक्षणसंस्थेने किती फी घ्यावी व डोनेशन घ्यावे, यावर फारसे बंधन नाही. त्यामुळे विद्यार्थ्यांची नैतिकता बिघडते. तसेच आज विद्यार्थ्यांना परीक्षेत कॉपी करायला संधी दिल्यामुळे त्यांची अभ्यासूवृत्ती वाढत नाही. अभ्यासाकडे दुर्लक्ष करून इतर अपप्रवृत्तीला ते बळी पडतात. परीक्षेत होणारा गैरमार्गाचा वापर वरचेवर वाढत आहे. काही केंद्रांवर परीक्षेच्या अगोदर एक दिवस पेपर फुटतात, तर कुठे बनावट परीक्षार्थी परीक्षेला बसवतात. परीक्षा पेपरचे मूल्यमापन योग्य प्रकारे होत नाही. त्यामध्ये पुष्कळ दोष आहेत. परीक्षकवर्ग तज्ज्ञ, अनुभवी नसतो किंवा अनुभवी शिक्षक त्यांनी जो पेपर शिकविलेला नाही, तो पेपर तपासतात. त्यामुळे विद्यार्थ्यांना योग्य गुण मिळत नाहीत. जे विद्यार्थी नियमित वर्गाला उपस्थित राहतात, त्यांना कमी गुण व जे वर्गाला कधीच येत नाहीत, त्यांना जास्त गुण मिळतात. त्यामुळे विद्यार्थ्यांच्या उपस्थितीवर परिणाम होतो. वास्तविक पाहता, प्रत्येक विद्यार्थ्याची ७५ टक्के उपस्थिती असल्याशिवाय

त्याला परीक्षेला बसता येणार नाही, असा नियम असतानाही सर्व विद्यार्थ्यांना परीक्षेस बसण्यास परवानगी मिळते; म्हणून विद्यार्थ्यांची उपस्थिती सर्वत्र नगण्य दिसते.

पुष्कळ विद्यार्थी महाविद्यालयात किंवा विद्यापीठात प्रवेश घेण्याकरिता स्वत: हजर नसतात परीक्षा फॉर्मही स्वत: भरत नाहीत; त्यामुळे त्यांच्यात शिक्षणाबद्दल किती अनास्था निर्माण होते हे दिसून येते; म्हणून विद्यार्थी आणि मूल्यशिक्षण यांची फारकत होताना दिसते. शैक्षणिक मूल्ये ही केवळ कागदोपत्री आदर्श वाटतात; पण प्रत्यक्षात ती अमलात आणली जात नाहीत; म्हणून या मूल्यांना फारसा अर्थ उरत नाही. आजची शैक्षणिक व्यवस्था मूल्यशिक्षण देण्यात कमी पडत आहे, हे दृश्य सर्वत्र दिसून येत आहे.

स्पर्धात्मक जीवन आणि स्पर्धात्मक शिक्षण यामुळे वाटेल त्या मार्गाचा उपयोग करून स्पर्धेत पुढे यश मिळविण्याचा प्रयत्न केला जातो. शाळा-कॉलेजबरोबर समांतर असे वाढणारे शिकवणीवर्ग हे विद्यार्थ्यांना अधिक महत्त्वाचे वाटतात. शाळा, कॉलेज केवळ पदवी किंवा प्रमाणपत्र मिळवून देणारी माध्यमे ठरत आहेत.

मूल्यांवरचा विश्वास पूर्वीसारखा दृढ व निश्चित राहिलेला नाही. तसेच बरीचशी शैक्षणिक मूल्ये काळाच्या ओघात बदललेली आहेत. उदा. सत्य, अहिंसा, सहिष्णुता, सदाचार, पुण्य हे शब्द पूर्वीइतके आज महत्त्वाचे मानले जात नाहीत. परिस्थितीनुरूप वर्तन करण्याची प्रवृत्ती वाढत चालली आहे. 'मातृपितृ देवो भव:। गुरुर्ब्रह्म: गुरुर्विष्णु: गुरुर् देवो महेश्वरा: । गुरुर् साक्षात परब्रह्म: । तस्मै श्रीगुरवे नम:।' ही मूल्ये पूर्वीसारखी आज शिक्षणातून विद्यार्थ्यांमध्ये रुजवली जात नाहीत. म्हणून विद्यार्थी आपल्या आई-वडिलांच्या व गुरुजनांच्या आज्ञा पालन करीत नाहीत.

अर्थात, मूल्यशिक्षणाची हेळसांड शैक्षणिक व्यवस्थेमधून होत असल्यामुळे आदर्श नागरिक, सच्चा देशभक्त व निष्ठावान कार्यकर्ता, आदर्श शिक्षक, आदर्श अधिकारी व प्रामाणिकपणे सेवा करणाऱ्या व्यक्तींची संख्या वरचेवर कमी होत आहे. त्यामुळे शिक्षणाचा मूळ हेतू व्यक्तिमत्त्वविकास, सामाजिक जाणीव जागृत करणे, संस्कृतीचे जतन, धर्मसहिष्णुता, परोपकार, दया, क्षमा, शांती ही साध्य होत नाही.

व्यक्तिविघटन, समाजविघटन, भ्रष्टाचार, काळाबाजार, वशिलेबाजी इत्यादी वाममार्गांनी जाण्याची व जगण्याची वृत्ती बळावत आहे.

'शालेय अभ्यासक्रमातील नवीन विचारप्रवाह व अध्यापकशिक्षण' या लेखात दत्ता वाघमारे म्हणतात की, "खासगीकरण, जागतिकीकरण व उदारीकरणाचा परिणाम नागरी क्षेत्राप्रमाणे शिक्षणक्षेत्रातही पडत आहे. त्यामुळे शिक्षणाची स्वायत्ततेकडे वाटचाल सुरू आहे. त्यामुळे नवीन शैक्षणिक मूल्ये रुजत आहेत व जुने विषय, जुना आशय नव्या संशोधक दृष्टीने पाहण्याचा प्रयत्न केला जात आहे."

वरील सर्व घटकांचा साकल्याने विचार करून, महाराष्ट्र राज्य माध्यमिक व उच्च माध्यमिक शिक्षण मंडळाने जून २००६पासून नवीन अभ्यासक्रम माध्यमिक शाळांतून प्रचलित केला आहे. हा अभ्यासक्रम राष्ट्रीय शैक्षणिक धोरण १९८६, शैक्षणिक कृती आराखडा १९९२, राष्ट्रीय अभ्यासक्रम २००० व २००५नुसार सुचवलेले गाभा घटक आणि संविधानातील मूल्ये यांवर आधारित आहे.

दर ३५ वर्षांनी लोकसंख्या दुप्पट होते. दर १२ वर्षांनी ज्ञान दुप्पट होते. आणि मानवी आकांक्षेला तर आता गगनसुद्धा अपुरे पडायला लागले आहे. एवढेच नाही, तर नवे ज्ञान आणि जुने ज्ञान यांचा बऱ्याच वेळा सांधासुद्धा जुळेनासा झाला आहे; म्हणूनच विश्वविख्यात व्यवस्थापनशास्त्रज्ञ पीटर ड्रेकर यांनी आजच्या युगाला 'असातत्याचे युग' असे म्हटले आहे; म्हणून वर्तमानकालीन शिक्षणातील तत्त्वे, पद्धती, विचारपरंपरा, संज्ञा ज्या काळानुसार कालबाह्य झालेल्या आहेत, त्या बदलून त्याऐवजी शिक्षणात नवे विचार, पद्धती, उपक्रम, कृतियोजना व दृष्टिकोन अंगीकारले पाहिजेत.

प्रसिद्ध चिनी इतिहासकार कांग-यु-वी असे म्हणतो की, "काळानुसार जे बदलत नाहीत, ते काळानुरूप नष्ट होतात." हा विचार योग्य समजून महाराष्ट्र सरकारने जून २००६पासून नवीन अभ्यासक्रम अमलात आणला आहे. एकीकडे सरकार नवीन अभ्यासक्रम अमलात आणीत असले, तरी दुसरीकडे शिक्षणक्षेत्रात अंधाधुंद कारभार वाढत आहे. हे कृत्य करणारी भ्रष्ट शिक्षणव्यवस्था त्याला कारणीभूत ठरत आहे. यासंबंधी प्रकाश टाकण्याचे कार्य 'सकाळ'मधील अग्रलेखाने केले आहे. 'नव्या भारताचा शोध' हा अग्रलेख बुधवार, दिनांक ८ ऑगस्ट २००७च्या 'सकाळ' पेपरमध्ये प्रकाशित झालेला आहे. तो पुढीलप्रमाणे – 'महासत्ता होण्यास निघालेल्या भारतात आणखी एका भारताचा शोध लागलेला असून, त्या ठिकाणी बत्तीस हजार शाळा रिकाम्या आढळलेल्या आहेत. तेवीस हजार शाळांमध्ये गुरुजीच नाहीत. बहुरूप्याप्रमाणे कोणीतरी गुरुजींचे सोंग घेते आणि कागदावर या शाळा तग धरून राहतात. सव्वा लाख शाळा एकाच वर्गात भरतात.' या एका आगळ्यावेगळ्या भारताचा शोध लागला आहे. भारतामध्ये जागतिकीकरण, खासगीकरण, उदारीकरण, ज्ञानाधिष्ठित जग, ज्ञानाचे कारखाने, प्रचंड स्पर्धा आदी संकल्पना रूढ होण्याच्या काळात. एकीकडे आय.आय.टी.मध्ये जाण्यासाठी स्पर्धा, तेथे राखीव जागा ठेवण्यावरून सामाजिक युद्धे, कॉल सेंटरवर भरमसाट पगाराच्या नोकऱ्या, आय.आय.टी. केंद्रे आणि दुसरीकडे विद्यार्थी, शिक्षक आणि ज्ञानाची प्रतीक्षा करणाऱ्या हजारो शाळा, असे हे एक नव्या विषमतेवर बोट ठेवणारे चित्र आहे. आपला देश शक्तिशाली होणार म्हणजे नेमके काय होणार, तंत्रज्ञानाच्या क्रांतीत आपला देश आघाडी घेणार

म्हणजे नेमके काय होणार, हा प्रश्न महत्त्वाचा आहे. अवाढव्य भारताला संपूर्ण साक्षर करण्यासाठी अनेक वेळा मुहूर्त धरण्यात आले; पण सगळेच्या सगळे हुकले. एकीकडे ई-साक्षरता, तर दुसरीकडे अंगठेछाप पिढी बरोबर जाताना आपण पाहतो आहोत. ज्या बेंगलोरमध्ये संगणकीय ज्ञानाची जगप्रसिद्ध पेठ उभी राहिली, त्या कर्नाटकात शून्य पटसंख्या म्हणजे विद्यार्थ्यांशिवाय शाळा असण्याचे प्रमाण देशात सर्वाधिक आहे. जेथे विद्यार्थी आहेत, तेथे शिक्षक नाहीत आणि जेथे शिक्षक आहेत, तेथे विद्यार्थी नाहीत. जेथे इमारती आहेत, तेथे विद्यार्थी नाहीत; जेथे शिक्षक आहेत, तेथे वर्ग नाहीत. विद्यार्थी नसलेल्या शाळेवर शिक्षक कसे आणि कोणाला शिकवत असतील, आणि अशा अद्भुत शिकवण्याचा न चुकता पगार कसा घेत असतील, हा आणखी हास्यास्पद प्रश्न आहे. भारत हा जगात दोन नंबरचा असा देश आहे की, जेथे एकदाही शाळेवर न जाता, एकदाही खडू हातात न घेता नियमित पगार घेणाऱ्या शिक्षकांची संख्या बावीस टक्के आहे. हे प्रमाण वाढतच आहे; कारण 'चुकार गुरुजींवर' कारवाई करण्याचे प्रमाण शून्य टक्के आहे. 'विद्यामंदिर' असे नाव धारण करून उभ्या राहिलेल्या इमारतीमधून महाशक्तिमान भारत कधी आणि कसा बाहेर पडणार, याविषयी विचार करण्यास कुणाला वेळ नाही.

स्वातंत्र्यानंतर आज शिक्षणात म्हणावी तेवढी आणि म्हणाव्या तेवढ्या गांभीर्याने गुंतवणूक केली नाही, याचे हे सारे परिणाम आहेत. आपण ज्ञानाला कधी जातीव्यवस्थेत कधी वर्गव्यवस्थेत, तर कधी बेइमान नोकरशाहीत घुसळत आलो. सरकार नीट काम करत नाही, म्हणून खासगी संस्थानिक तयार झाले; पण त्यांचे ज्ञानदान नफ्या-तोट्याशी निगडित असल्याने सामान्यमाणसाला त्याचा काही उपयोग नाही. 'आंतरराष्ट्रीय स्कूल' म्हणून लौकिक पावणाऱ्या शाळांमध्ये मोठ्या डिग्रीसाठी पस्तीस ते पन्नास हजार रुपये फि असते. रिकाम्या शाळेच्या आवतीभोवती असणारा भारत या शाळांमध्ये पाऊल टाकू शकत नाही. सरकारी शाळेत खिचडी मिळते; गणवेश मिळतो; पण ज्ञान नाही. सर्वशिक्षण अभियानांतर्गत अक्षरशः कोट्यवधी रुपयांची गुंतवणूक रोज केली जाते; पण त्यातील किती पैसे उगवतात, याची कोणी चाचणी घेत नाही. ही गुंतवणूक म्हणजे, भ्रष्टाचाराचे एक महाकुरण होऊन बसले आहे. जागतिक बँकेपासून ते अन्य अनेक संस्थांनी भ्रष्टाचाराचा राक्षस दाखविण्याचा वारंवार प्रयत्न केला; पण राक्षस जन्माला घालणारे, त्याला रोज गाडीभर अन्न देणारे आणि त्यांचे बी.पी. वाढू नये म्हणून कायदा करणारे एकच असल्याने राक्षसाचे वर्णन करण्यापलीकडे फारसे काही घडत नाही. त्याचाच एक परिणाम म्हणजे वांझोटेपण घेऊन जगणाऱ्या या बकाल शाळा आहेत. उद्या त्या चालविण्यासाठी कोणीतरी धनदांडगे पुढे येतील. 'सरस्वती विद्यामंदिर' नावाचा बोर्ड काढून तेथे 'नॉलेज शॉपी', 'नॉलेज बँक'

यांसारखे उपक्रम चालू करतील. सरकार रिकाम्या शाळा मोजत राहील; विद्यार्थी शिक्षकांची वाट पाहतील; शिक्षक वर्गखोल्यांची वाट पाहतील. मोठ्या भारतातला एक 'वेगळा भारत' आपला प्रवास चालूच ठेवेल. प्रश्न आहे तो हे सारे बदलण्याचा.

मूल्यशिक्षण आणि शिक्षणव्यवस्था या दोन्ही परस्परपूरक बाबी आहेत. शिक्षणव्यवस्था चांगली असेल, तरच मूल्यशिक्षणाची जोपासना करता येऊ शकते. परंतु, एकात दोष निर्माण झाला की, दुसऱ्यात होणार, हे साहजिक आहे. आज या दोन्हींमध्येही बदल झालेला दिसत आहे. मूल्यशिक्षण आणि शिक्षणव्यवस्था यांची फारकत होताना दिसत आहे. जुन्या जागी नवीन मूल्ये येत आहेत. जुने संस्थाचालक जाऊन नवीन संस्थाचालक येत आहेत. हा सर्व शिक्षणक्षेत्रातील बदल शिक्षणाचे व्यापारीकरण वाढवणारा आहे. शिक्षणक्षेत्र हे ज्ञानदान करणारे केंद्र राहिले नसून, ते ज्ञान खरेदी-विक्री करणारे व्यापारी केंद्र बनले आहे. उच्च शिक्षण घेण्यासाठी भरपूर पैसा पाहिजे. तसेच चांगल्या नोकऱ्या मिळविण्यासाठीही भरपूर पैसा पाहिजे, म्हणजे शिक्षणाने माणसाची नीतिमूल्ये, चारित्र्य घडविण्याऐवजी बिघडविण्याचे काम केलेले आहे. आजचे शिक्षण हे त्यागापेक्षा भोगाला जास्त महत्त्व देणारे आहे; तसेच ते अध्यात्मापेक्षा भौतिक सुखाला अधिक महत्त्व देणारे आहे. त्यामुळे आज आधुनिक शिक्षणातून बाहेर पडणारा मानव चंगळवादी, स्वार्थी व सुखलोलूप जीवन जगणारा निर्माण होत आहे. व्यक्ती, समाज आणि राष्ट्र हे प्रगतीकडे वाटचाल करत आहेत की, अधोगतीकडे? असा प्रश्न पडतो. या महान देशाची महान स्वप्ने ही शिक्षणव्यवस्था कितपत साकार करू शकेल, हे येणारा काळच ठरवणार आहे. 'नव्या भारताचा शोध' या लेखातील शिक्षणासंबंधीची वास्तवता ही खरोखर शोचनीय आहे. म्हणून शिक्षणतज्ज्ञांनी व समाजधुरीणांनी यातून मार्ग काढण्याचा प्रयत्न केला, तरच या परिषदेतील विचारमंथनाचा काही उपयोग होईल; नाही तर हा केवळ औपचारिकपणा ठरेल.

३१ मूल्यशिक्षण आणि शिक्षणव्यवस्था

प्रा. रमेश राठोड

मानवी जीवनाचा मूलभूत आधार 'शिक्षण' होय. पण ते शिक्षण विचार व मूल्याधिष्ठित असावयास हवे. अशा संस्कारक्षम शिक्षणव्यवस्थेमुळे समाज व राष्ट्राची सर्वंकष प्रगती होण्यास मदत मिळते. याच कारणास्तव प्राचीन भारताचा उज्ज्वल सुवर्णकाळ व्यक्तीच्या ज्ञान व चारित्र्याला धरून होता. सदाचरण हाच शिक्षणाचा स्रोत होता. प्राचीन काळी ब्रह्मचर्याश्रमात गुरुगृही राहून शिष्य ज्ञानार्जन करताना 'सदाचार' जोपासनेला प्राधान्य होते. कालांतराने शिक्षणव्यवस्थेत व गुरू-शिष्य संबंधात परिवर्तन होत गेले.

आजच्या काळात व्यवसायाभिमुख शिक्षण हे शिक्षणाचे ध्येय बनले. पुस्तकी ज्ञान हे केवळ उदरनिर्वाहाचे साधन आहे, असा विद्यार्थ्यांचा समज निर्माण झाला. परिणामी विद्यार्थी आणि शिक्षण यांच्यातील संबंध हे केवळ औपचारिक राहिले. प्रचलित नवीन शिक्षणात विद्यार्थी-शिक्षक सहवासाचे प्रमाण कमी झाले आहे. या सर्व बाबींचा विचार केला तर आधुनिक शिक्षणव्यवस्थेत मूल्यशिक्षणाचा अभाव व आदर्श व्यक्तीची कमतरता दिसून येते.

प्राचीन भारतीय शिक्षण : एक दृष्टी

शिक्षण ही व्यक्तीच्या जन्मापासून चालत आलेली प्राचीन अशी परंपरा आहे. त्यामुळे मूल्यशिक्षण आणि प्राचीन शिक्षणव्यवस्थेसंबंधी विवेचन करणे आवश्यक आहे.

वैदिक शिक्षणव्यवस्था

वैदिक शिक्षणव्यवस्थेत शिक्षणाचे केंद्र हे गुरुकुल होते. या व्यवस्थेत उपनयन संस्कारानंतर मुलाच्या शिक्षणास सुरुवात होत असे. उपनयन संस्कार हा ब्राह्मण,

क्षत्रिय, वैश्य यांना अनुक्रमे आठव्या, अकराव्या, बाराव्या वयाप्रमाणे हा संस्कार पूर्ण केला जात असे. विद्यार्थीजीवनात गुरू-शिष्य संबंध निकटचे असल्यामुळे, तसेच शिस्त व नियम सर्वांसाठी समान असल्याकारणाने त्याचा व्यक्तिमत्त्वाचा विकास उत्तम पद्धतीने होत असे. गुरूच्या आदर्श आचरणातून शिष्य हे आदर्शाने प्रभावी होत असत. एकूण, उत्तम नागरिकासाठीच आदर्श वातावरण या व्यवस्थेत होते. वैदिक शिक्षण हे प्रामुख्याने विशिष्ट उद्देशांवर आधारित होते. मोक्षप्राप्ती मिळवणे, धार्मिक वृत्ती निर्माण करणे, चारित्र्यसंवर्धन करणे, व्यक्तिमत्त्वाचा सर्वांगीण विकास घडवणे, सामाजिक कर्तव्यांची ओळख करून देणे, संस्कृतिसंरक्षण व संवर्धन करणे ही होत. या काळात केवळ उपदेशात्मक शिक्षण नव्हते, तर ते कृतिशील शिक्षण होते. गुरू-शिष्य यांची कार्ये समान होती; त्यामुळे वरील उद्देश, जे उत्तम सामाजिक नागरिक निर्माण करणारे होते. हे शिक्षण मूळ उद्देशांना कार्यान्वित करणारे असल्यामुळे ते एक पूर्णपणे यशस्वी शिक्षण होते.

उत्तरवैदिक काळ

उत्तरवैदिक काळात शिक्षण हे धार्मिक शिक्षणाकडे झुकलेले दिसून येते. या काळातील शिक्षणाचे उद्देश – १. आत्मज्ञान प्राप्त करणे. २. जीवनाच्या निरनिराळ्या क्षेत्रांचा विकास करणे हे होते. येथे पहिला उद्देश हा पूर्णत: धार्मिक होता, तर दुसरा उद्देश सामाजिक होता. या सामाजिक उद्देशात मूळत: व्यक्तीच्या ऐच्छिक व मानसिक विकासावर अधिक भर देण्यात आला होता.

सामान्यत: प्राचीन काळात नीतियुक्त मनाची सूचिता, धार्मिक शिक्षण, सामाजिक जीवनाकरिता आवश्यक असणारे गुण या सर्वांना महत्त्वपूर्ण स्थान होते. त्या काळात धार्मिक जीवनातील क्रिया-कर्मासोबत ऐहिक जीवनातील भौतिक गरजांची ही व्यवस्था आपणास प्रखरपणे दिसून येते. मूल्याधिष्ठित शिक्षण जे समाजाचा सर्वांगपूर्ण विकास करू शकते, अशी व्यवस्था वैदिक व उत्तरवैदिक काळात होती.

ब्राह्मणकालीन शिक्षण

ब्राह्मणकालीन शिक्षणामध्ये व्यक्तीचा शारीरिक, बौद्धिक आणि आध्यात्मिक विकास करणे यावर अधिक भर होता. तसेच ऐहिक जीवनाचा विचार करत अथर्ववेदामध्ये ऐहिक जीवनासाठी उपयुक्त शिक्षणव्यवस्थेची उभारणी केली होती. अशा प्रकारे या काळात व्यक्तिजीवनाच्या दोन बाजू भौतिक विकास व चारित्रिक विकास व पर्यायाने व्यक्तिमत्त्वाचा विकास हा दिसून येतो.

या शिक्षणव्यवस्थेची काही महत्त्वपूर्ण वैशिष्ट्ये आपणास दिसून येतात ती पुढीलप्रमाणे – व्यक्तीचा सर्वांगपूर्ण विकास, योग्यतेनुसार शिक्षण, चरित्रसंवर्धन,

शिक्षणाची योग्य वयात सुरुवात, शिक्षणातील सातत्य, विद्यार्थ्यांच्या मानसशास्त्राचा विचार, आदर्श वातावरण, व्यक्तिगत गुणांचा विचार ही वैशिष्ट्ये होत. नैतिक मूल्यांचा विचार करता, या काळात चरित्रसंवर्धन, शिष्याच्या वयाचा विचार करणे, शिक्षणाची निरंतरता, विद्यार्थी मानसिकतेचा विचार करणे या सर्वांवरून असे दिसते की, विद्यार्थ्याला अधिक केंद्रस्थान देण्यात आले. वैदिक काळापेक्षा या काळात शिक्षण हे विद्यार्थीकेंद्रित बनले. परंतु, नैतिक मूल्यांची परंपरा ही पूर्वीसारखीच एकवटली गेली. परिवर्तन झाले; पण ते विद्यार्थ्याला सामाजिकदृष्ट्या अधिक जवळ करणारे झाले.

बौद्धकाळातील शिक्षण

बौद्धकाळातील शिक्षणाची अलिप्तता, निर्वाणासाठी शिक्षण, शिक्षणासाठी मठ व विहार, भिक्षूंची संघटना, संघप्रवेशाचा विधी आदी वैशिष्ट्ये होत. या काळात बुद्धविचारप्रणालीची अंमलबजावणी करीत असताना, व्यक्तीच्या नैतिकतेवरही अधिक भर दिलेला दिसून येतो. चोरी न करणे, हिंसा न करणे, दूराचरण न करणे, अवेळी भोजन न करणे, कोणतीही वस्तू व्यक्तीने स्वत: दिल्याशिवाय न घेणे, मादक वस्तूंचे सेवन न करणे, सौंदर्य साधनांचा वापर न करणे, अमूल्य वस्तूचे दान स्वीकारणे, नृत्य, संगीत, तमाशा यास न जाणे आदी दहा मंत्रांचा उपदेश (दशादीक्षापदानी) केला जात असे. यावरून आपणास असे दिसून येते की, बौद्धकाळात नैतिक शिक्षण हे पारदर्शक व प्रत्यक्ष अनुभवाचे होत होते.

मुस्लीमकालीन शिक्षण

मुस्लीम शिक्षणाचा आधार जरी राजकीय असला, तरीही व्यक्तीलाच केंद्रीय स्थान होते. धार्मिक शिक्षणातून इस्लामचा प्रसार करणे, तसेच आपली सत्ता बळकट करणे, ही जरी त्यांच्या शिक्षणाची राजकीय उद्दिष्टे असली, तरी प्रत्येक व्यक्तीला शिक्षण आणि नैतिकतेने युक्त बनवणे ही मानवकेंद्रित उद्दिष्टे, ही त्याच्या शिक्षणव्यवस्थेत दिसून येतात. भौतिक विकासाबरोबर नैतिक विकास यात प्रामाणिकपणा, सचोटी आणि चारित्र्य आदी बाबींवरही विशेषत: लक्ष देण्यात येई. हे एक प्रकारे नैतिक मूल्यांचेच शिक्षण होते.

वैदिक काळातील शिक्षण गुरुकुलात बौद्धकाळातील शिक्षण मठ आणि विहार, तसेच मुस्लिमांचे शिक्षण हे जरी मकतब, दर्गा, मदरसा आदींच्याद्वारा वेगवेगळ्या ठिकाणी होत असले, तरी सामान्यत: एक उद्दिष्ट या सर्व व्यवस्थेत समान दिसून येते, ते म्हणजे व्यक्तीच्या सर्वांगीण विकासासाठी नैतिक शिक्षण. त्याला वेगवेगळ्या काळांत नावे जरी वेगळी असली, तरीही कार्य मात्र एकच होते.

व्यक्तीचा सर्वांगपूर्ण सामाजिक विकास करणे होय. या सर्व काळांतील शिक्षण हे गुरू-शिष्य दोघांसाठी समान व प्रत्यक्ष कृतिआधारित असल्यामुळे ते आणखी प्रभावी व यशस्वी झालेले आपणास दिसून येते.

ब्रिटिशकालीन शिक्षण

ब्रिटिशांनी भारतात कारकून निर्माण करणारी शिक्षणव्यवस्था निर्माण केली. या धोरणास भारतातील अनेक विचारवंतांनी विरोध केला. त्यांनीच भारतात त्यांच्या ध्येय-धोरणांनुसार अनेक खासगी संस्था स्थापन केल्या. मेकॉले यांनी शिक्षणासाठी इंग्रजी माध्यमाचा पुरस्कार केला. लॉर्ड बेटिंग यांनी १८१३मध्ये, सन १८३८मध्ये ऑकलंडने शिक्षणविषयक अनेक धोरणे घोषित केली. सन १८८२मध्ये हंटर कमिशनने प्राथमिक शिक्षणावर लक्ष देण्यास सांगितले. माध्यमिक व उच्च शिक्षणाचे खासगीकरण करण्याचाही सल्ला दिला. प्राथमिक शिक्षण व मूल्यांचे शिक्षण याकडे गांभीर्याने विचार थोड्या प्रमाणात का असेना, केला गेला. महात्मा फुलेंनी पहिल्यांदा सन १८८२मध्ये भारतीय शिक्षणाबाबत विचार मांडले व पाझर तत्त्वांबद्दल तीव्र नाराजी व्यक्त केली. पुढे भारतीय शिक्षणाच्या प्रचारप्रसाराबद्दल राजा राममोहन रॉय, महात्मा फुले, अरविंद घोष, स्वामी दयानंद सरस्वती, रवींद्रनाथ टागोर (शांति निकेतन), स्वामी विवेकानंद, महर्षी कर्वे, लोकमान्य टिळक, महात्मा गांधी (कृतिआधारित शिक्षण), डॉ. बाबासाहेब आंबेडकर (शिका, संघटित व्हा, संघर्ष करा.) इत्यादी विद्वानांनी विचार आणि आचरणातून आपले महत्त्वपूर्ण योगदान दिले. या विद्वानांची शिक्षणाबद्दलची मते आदर्श व व्यक्तीच्या सर्वांगीण विकासास पूरक अशी होती.

स्वातंत्र्यप्राप्तीनंतर भारतीय शिक्षणाच्या विस्तारासाठी अनेक आयोग आणि समित्या नेमण्यात आल्या. विद्यापीठ शिक्षण आयोग (१९४८), माध्यमिक शिक्षण आयोग (१९५२), कोठारी आयोग (१९६४), १९६८चे राष्ट्रीय शैक्षणिक धोरण, १९८६चे राष्ट्रीय शैक्षणिक धोरण या सर्वांचा परिपाक म्हणून १४ वर्षांपर्यंत सक्तीचे व मोफत शिक्षण सुरू झाले. आपल्या शिक्षणाचा आकृतिबंध १०+२+३ असा सुरू झाला. अनेक व्यावसायिक उपक्रम सुरू झाले. सर्व वर्गांसाठी 'शिक्षण' ही संकल्पना रुजली; पण शिक्षणाकडे पाहण्याचा दृष्टिकोन केवळ व्यावसायिक बनला आणि संपूर्ण चारित्रिक विकासाऐवजी 'केवळ व्यक्तीच्या आर्थिक अंगाचा विकास' हेच शिक्षणाचे उद्दिष्ट्य बनत गेले. त्यामुळे २१ व्या शतकात मूल्यशिक्षणाला खूपच महत्त्व प्राप्त झाले.

मूल्यशिक्षण परिचयात्मक विवेचन

आज शाळेत विद्यार्जन करणारा विद्यार्थी भविष्यातील सुदृढ समाज व सशक्त

भारताचा जबाबदार नागरिक म्हणून जीवन व्यतीत करणारा आहे. त्यामुळे शालेय जीवनात त्यांचा नैतिकदृष्ट्या विकास होणे आवश्यक आहे. या विकासासाठी शैक्षणिक व्यवस्थेत जी काही व्यवस्था करण्यात आली, त्याला आधुनिक शैक्षणिक प्रवाहात मूल्यशिक्षण या नावाने ओळखले जाते. आधुनिक धावत्या जगात कुटुंबव्यवस्थेइतकीच जबाबदारी शिक्षणव्यवस्थेवर असल्याकारणाने शिक्षणव्यवस्था आणि त्यातील मूल्यशिक्षणास अधिकच महत्त्व प्राप्त झाले आहे.

राधेश्याम सारंणी यांच्या मते, ''राष्ट्राचा व विश्वाचा एक सुजाण नागरिक बनविण्याच्या दृष्टीने बालकाच्या सामाजिक अभ्यासक्रमामध्ये निर्माण केलेली अनुभवांची व उपक्रमांची नियोजनबद्ध क्रमपरंपरा म्हणजे नैतिक मूल्यशिक्षण होय.''

समाजाचा मूलभूत घटक असलेला मानव याच्या स्वार्थ आणि परमार्थ या दोन प्रवृत्ती असतात. तसे पाहता, या दोन्ही बाबी मानवविकासास पूरक आहेत. परंतु, स्वार्थ आणि परमार्थ साधीत असताना, व्यक्तीची सदसद्विवेकबुद्धी कितपर्यंत कार्यकुशल आहे, त्यावर त्यांचे यश अवलंबून असते. यासाठी मूल्ये आणि त्याचे ज्ञान हेच त्या व्यक्तीच्या व्यक्तिमत्त्वात असणे आवश्यक आहे. म्हणजेच मूल्यशिक्षणाची सक्षमता पर्यायाने व्यक्तीच्या चरित्राचा विकास रेखांकित करते.

विद्यार्थ्यांमध्ये बौद्धिक, भावात्मक, क्रियात्मक योग्य परिवर्तने आणणे; हे शिक्षकांच्या विचार आणि आचारातून घडत असते. अशाप्रमाणे मूल्यशिक्षणाच्या प्रत्यक्ष व अप्रत्यक्ष कृतिआधारे आजच्या समाजानुरूप असा सुदृढ, सशक्त, चारित्र्यसंपन्न, जबाबदार विद्यार्थी, जो उद्याचा आदर्श व जबाबदार नागरिक बनतो व बनविला जातो. ही सर्व प्रक्रिया म्हणजे 'मूल्याधारित उत्तम चरित्र' निर्माण करणे होय.

अशा प्रकारे आजच्या शिक्षणव्यवस्थेतून नैतिक मूल्यांचे उत्तम प्रकारे बीजारोपण केल्यास त्याचे भविष्यात विशाल वृक्षात रूपांतर होऊन कालांतराने त्या वृक्षाच्या शाखा जसजशा विकसित होत जातील, तसतसे नैतिक मूल्यशिक्षणाचे स्वरूप विकसित होऊन मानवाचा सामाजिक व भौतिक विकास समुचित होऊन तो उत्तम प्रकारे प्रगती करू शकेल. मूल्याच्या रुजवणुकीमुळे व्यक्तीच्या अंगी श्रमप्रतिष्ठा, संघभावना, अधिकार व कर्तव्याची जाणीव होते. वरील सर्व मूल्ये ही राष्ट्रास उपयुक्त राष्ट्रप्रेमाने भारावलेला सुजाण नागरिक बनवण्यास मदत करतात. उत्तरोत्तर त्याच्या दृष्टिकोनातील विकास हा विश्वमानवतेचे प्रतीक बनतो; व तो पर्यायाने विश्वसमाजातील व्यक्तित्वपूर्ण नागरिक होतो. म्हणूनच मूल्यशिक्षण हे केवळ समाज, राष्ट्रविकासासाठी न राहता, त्याची व्यापकता वैश्विक बनत जाते.

आजची शिक्षणव्यवस्था

आजची शिक्षणव्यवस्था ही मूलत: व्यवसायाभिमुख आणि विद्यार्थीकेंद्रित असल्यामुळे विद्यार्थ्यांच्या सर्वांगीण विकासापेक्षा त्याच्या तांत्रिक ज्ञानात भर घालणे हा शिक्षणाचा प्रमुख उद्देश बनला आहे.

प्राचीन काळापासून शिक्षण हे दोन प्रकारे दिले जायचे– १) लौकिक शिक्षण. २) आध्यात्मिक शिक्षण.

आध्यात्मिक शिक्षणामध्ये व्यक्तीच्या मानसिक विकासावर अधिक भर असे, तर लौकिक शिक्षण व्यक्तीच्या भौतिक आणि शैक्षिक बाबींवर अधिक लक्ष केंद्रित करून व्यक्तीचा संतुलित विकास केला जात असे.

आजच्या काळात दिल्या जाणाऱ्या शिक्षणामुळे लौकिक ज्ञानाचा विकास होत आहे; पण तितक्याच तीव्र गतीने आध्यात्मिक ज्ञान (नैतिक मूल्यापासून) दूर जात आहे. उदा. स्थापत्यशास्त्रात विशेष प्रावीण्य मिळवलेल्या ओसामा-बिन-लादेन याने वास्तूची निर्मिती करण्याऐवजी वर्ल्ड ट्रेड सेंटरचा विनाश केला. या उदाहरणावरून आपणासमोर प्रखरतेने ही बाब दिसून येते की, त्याला सदाचरण व आदर्शाचे धडे दिले असते, तर तो विध्वंसक बनला नसता. आजची अतिरेकी प्रवृत्ती हीदेखील मूल्यशिक्षणाच्या अभावांचे एक उदाहरण आहे. त्यामुळे लौकिक ज्ञानाइतकेच आध्यात्मिक ज्ञानाला महत्त्व दिले जाणे काळाची गरज आहे.

विद्यार्थी, शिक्षण, पालक यांचा शिक्षणासंबंधीचा दृष्टिकोन

विद्यार्थी आणि शिक्षण

आज शिक्षणव्यवस्था ही अर्थकेंद्रित असल्यामुळे नोकरी मिळवणे हा एकमेव उद्देश आज विद्यार्थ्यांचा बनला आहे. संपूर्ण 'चरित्रसंवर्धनासाठी शिक्षण' ही शिक्षणाची संकल्पना न राहता 'नोकरीसाठी शिक्षण' ही आजच्या शिक्षणाची संकल्पना बनली आहे. त्यामुळे आजच्या विद्यार्थ्याने आपला दृष्टिकोन व्यावसायिक बनवला आहे आणि याचे उत्तम उदा.- म्हणजे तो वर्षभरातील शैक्षणिक उपक्रमांपेक्षा वर्षाअंती होणाऱ्या परीक्षांचीच तयारी अधिक करताना आपणास दिसतो.

शालेय जीवनात विद्यार्थी शिक्षण घेत असताना काही विषयांच्या व उपक्रमांच्या बाबतीत तो उदासीन असतो. कारण भविष्यात नोकरी मिळवून देण्यास पूरक विषयांवर तो भर देत असतो. वरील स्थितीचा विचार करता तो काही विशिष्ट घटकांवर भर देतो, तर काही घटकांकडे दुर्लक्ष करतो. सर्व विषयांची मांडणी शालेय वर्षात प्रत्यक्ष व अप्रत्यक्षरीत्या मूल्यांची, उपक्रमांची जोपासना करण्यास

पूरक असते. पण विद्यार्थ्यांचा संकुचित दृष्टिकोन, उदासीनता, परीक्षार्थीवृत्ती यामुळे शिक्षणव्यवस्थेतील मूल्यशिक्षण त्याच्या रुजवण्याचे प्रमाण कमी-अधिक प्रमाणात आहे.

शिक्षक आणि शिक्षण

प्राचीन काळात शिक्षकाला सामाजिक प्रतिष्ठा होती. कालांतराने प्रतिष्ठेसाठी या क्षेत्रात अनेक जण येऊ लागले. परंतु, आधुनिक कालखंडात शिक्षणव्यवस्थेत शिक्षक होणे म्हणजे पैसा कमविण्यासाठी नोकरी करणे होय. त्यामुळे शिक्षकांची कर्तव्ये, जाणिवा, वृत्ती याबाबत समाजामध्ये अनेक शंका-कुशंका निर्माण होत आहेत; तर उत्तम शिक्षकांना समाजाकडून प्रतिसाद मिळत नाही. या दोन्ही स्थितींमुळे शिक्षकांचा शिक्षणाकडे बघण्याचा दृष्टिकोन हा तटस्थ बनत चालला आहे. या तटस्थ वृत्तीमुळे त्या शिक्षणप्रक्रियेतील सहभाग हा तासिका आणि कार्यालयीन वेळेइतका सीमित झाला आहे. तो आपली कर्तव्ये तोलूनमापून पार पाडीत आहे. एक जबाबदार नागरिक बनवणार शिल्पकार होण्याऐवजी, तो प्रेक्षक बनला आहे. जाणिवांच्या कक्षा सीमित करून स्वत: तो व विद्यार्थी यांना संकुचित बनवत आहे.

शिक्षणाबद्दल, नवीन उपक्रमांबद्दल कमी उत्सुकता होण्याचे कारण म्हणजे तो नोकरीस येताना त्याला मोजावी लागणारी मोठी रक्कम किंवा 'बिन पगारी फुल अधिकारी'. या सर्वांचा परिणाम त्याचे शिकवणे, वागणे यावर होतो; व याच बाबी शिक्षणाच्या दृष्टीने दुय्यम असता कामा नये. पण नेमके हेच घडताना दिसून येते. एकंदरीत शिक्षक व शिक्षण यांचे संबंध हे मधल्या अवस्थेत आहेत. 'ना जवळचे, ना दूरचे' असे.

पालक आणि शिक्षण

सर्वांगपूर्ण व्यक्तित्व निर्माण करण्यासाठी प्राचीन काळी पालक आपल्या पाल्यास शिक्षण घेण्यासाठी गुरुगृही पाठवत असत. गुरू हा पाल्यासाठी सर्वोत्तम स्थानी होता. गुरू आणि शिष्य दोघेही एका आदर्श व्यवस्थेत आपली दिनचर्या पूर्ण करत असत. परंतु, आजची शिक्षणव्यवस्था ही शाळा व महाविद्यालयांमध्ये परिवर्तित झाली आहे. पालक पाल्यांना शाळेत पाठवताना त्यांचा एकमेव उद्देश हा नोकरीस पूरक असे शिक्षण देऊन त्यांच्या जीवनास स्थैर्य प्राप्त करून देणे, हा बनला आहे. त्यामुळे पालकवर्ग शिक्षणाकडे एक 'साधना' म्हणून न पाहता, 'साधन' म्हणून पाहत आहे. साध्य जेव्हा साधन बनते, तेव्हा आपोआपच त्यातील गंभीरता नाश पावते. अशीच काही मनोवृत्ती आजच्या पालकांची बनली आहे.

'शिक्षण म्हणजे केवळ बौद्धिक विकास' अशी पालकांची धारणा असल्यामुळे 'व्यावसायिक व यांत्रिक शिक्षण म्हणजेच खरे शिक्षण' या धारणेमुळे शिक्षणव्यवस्थेला एक नवीन वळण लागले आहे. आधुनिक काळातील औद्योगिक क्रांतीस हे शिक्षण पूरक असले, तरी सर्वश्व नाही, या जाणिवेपासून पालकवर्ग दूर जात आहे. त्यामुळेच शिक्षणाकडे पाहण्याचा त्यांचा दृष्टिकोन वस्तुनिष्ठ बनत चालला आहे. 'शिक्षण म्हणजे अक्षरांची ओळख व तांत्रिक ज्ञान' असा आजच्या शिक्षणाचा पालकांनी सोयीनुसार अर्थ लावला आहे.

मूल्यशिक्षण आणि शिक्षणव्यवस्था

प्राचीन काळातील शिक्षणव्यवस्था ही 'विचार' आणि 'आचार' या दोन्हीही बाबतींत प्रत्यक्ष स्वरूपाची होती. त्यामुळे मुलांचे संगोपन आणि संवर्धन ही क्रिया अधिक सशक्त पार पाडली जायची. बदलत्या काळानुसार शिक्षणामध्ये परिवर्तन होत गेले. या परिवर्तनाचा मूख्य बिंदू म्हणून भारतामध्ये ब्रिटिशकाळात लागू केलेले शैक्षणिक धोरण खूप महत्त्वाचे आहे. ब्रिटिशांनी केवळ 'कारकुनी शिक्षणव्यवस्था' निर्माण केली आणि त्याचा प्रभाव आजही आपल्या शिक्षणव्यवस्थेत दिसून येत आहे.

विविध स्तरांवरील पाठ्यक्रम निर्माण करीत असताना पाठ्यक्रम समिती विविध मूल्ये, विविध घटकांपासून शिकवण्याची व्यवस्था करते. पण विद्यार्थी व पालक यांचा दृष्टिकोन व्यवसायाभिमुख असल्यामुळे ते या बाबींकडे दुर्लक्ष करतात. त्यामुळेच आज मूल्यशिक्षण हा गंभीर विषय बनत चालला आहे. उत्तम सामाजिक जाणीव नसणे, आज्ञाधारक प्रवृत्तीचा ऱ्हास, यामुळे व्यक्ती सहृदय न बनता केवळ यंत्र बनत आहे. म्हणूनच समता, विबंधुत्व, ऐक्यवृत्ती, न्यायप्रियता, सांस्कृतिक आदर, सत्यता, मानवता कलासक्ती आदी मूल्यांचे शिक्षण देणे म्हणजेच खरे शिक्षण होय.

शिक्षणातील मूल्य तपासून पाहताना एक महत्त्वपूर्ण बाब लक्षात येते की, 'शिक्षण म्हणजे मानवी वर्तनाला सुयोग्य वळण लावणे होय.' त्यासाठी शिक्षणप्रक्रियेत विविध स्तरांवर व्यक्तीला योग्य वर्तनासाठी आवश्यक अशा स्थितीतून पार पाडले जाते. अभ्यासक्रम आणि अभ्यासपूरक उपक्रम यातून शिक्षणातील व्यक्तीच्या चारित्र्यसंवर्धनास आवश्यक अशी मूल्ये प्रदान केली जातात. या सर्वांना 'शिक्षणातील मूल्ये' असे म्हणतात. शिक्षणातील मूल्ये रुजविण्याची संपूर्ण जबाबदारी ही शिक्षकांवर असते. जेव्हा मूल्यांचे शिक्षण दिले जाते, त्या वेळी त्यांची जबाबदारी शिक्षक, पालक आणि समाजावर असते.

विद्यार्थी आणि मूल्यशिक्षण

शालेय शिक्षणव्यवस्थेत विद्यार्थ्यांच्या सर्वांगीण विकासाचे उद्दिष्ट लक्षात घेऊन काही अभ्यासपूरक उपक्रमांचे प्रयोजन केलेले असते. उदा. विविध खेळ, निबंध स्पर्धा आदी. यांतून अनुक्रमे ऐक्यभावना, वैचारिकता, नेतृत्वगुण आदींचा विकास होणे अपेक्षित असते. परंतु, विद्यार्थी परीक्षाकेंद्रित असल्यामुळे या उपक्रमाला तो प्रतिसाद देत नाही. त्याची ही उपेक्षापूर्ण वृत्ती म्हणजे या मूल्यांच्या बाबतीत त्याची पिछाडी होय.

व्यावसायिक क्षमता व सामाजिक क्षमता या शालेय जीवनात विकसित होणे महत्त्वपूर्ण असते. परंतु, सामाजिक क्षमता म्हणजे सामाजिक मूल्य याकडे विद्यार्थी दुर्लक्ष करीत असल्यामुळे विद्यार्थी व मूल्यशिक्षण यांच्या संबंधाबाबत प्रश्नचिन्ह निर्माण झालेले आहे.

शिक्षक आणि मूल्यशिक्षण

प्राचीन शिक्षणव्यवस्थेत गुरूला नैतिक आदर्शांचा आदर्श मानले जायचे. गुरुकुलव्यवस्थेत गुरू हा नि:स्वार्थीभावनेने शिष्यांना आदर्शांची वागणूक देणारा व स्वत:ही आदर्शआचरण करणारा होता. आजचा शिक्षक याच आदर्शापासून दूर जात आहे, ही शिक्षणव्यवस्थेतील चिंतेची बाब बनली आहे. शिक्षणात मूल्ये महत्त्वाची असतात, त्याचबरोबर शिक्षक हा शिक्षणाबरोबर मूल्यांची शिकवण देणारा असतो. परंतु, तोच चारित्रिकदृष्ट्या दोषयुक्त बनला आहे. त्याचमुळे मूल्यांचे शिक्षण, आदर्शांची स्थापना आणि चारित्रिक गुणांचा विकास यांच्यापासून विद्यार्थी दूर होत चाललेला आहे.

शिक्षक हा शिक्षणसेवेत रुजू होताना त्याच्याकडून पैसे घेणे या कारणामुळेदेखील तो या सेवेकडे व्यावसायिक दृष्टीने पाहत आहे. ज्या ठिकाणी व्यावसायिक दृष्टी असेल, त्या ठिकाणी आदर्श आणि मूल्यांची जपणूक होणे अत्यंत कठीण आहे. काही ठिकाणी आदर्श शिक्षकासमोर शिक्षण संस्थांची स्वार्थीवृत्ती, तर काही ठिकाणी सामाजिक अस्वास्थ्यामुळे आदर्श शिक्षकांची कोंडी होत आहे. या सर्व बाबींचा विचार करता, विद्यार्थ्यांसमोर आदर्श नाहीत. ज्या ठिकाणी आदर्श शिक्षक आहेत, त्या ठिकाणी समाजाची उदासीनता आहे; म्हणूनच मूल्याधारित शिक्षणव्यवस्था स्थापन होणे खूपच अवघड बनत चालले आहे.

पालक आणि मूल्यशिक्षण

शिक्षण ही व्यक्तीच्या जन्मापासून चालत आलेली परंपरा आहे. कुटुंब हा अनौपचारिक शिक्षणाचा केंद्रबिंदू आहे. या कुटुंबातूनच नीतिमूल्याचे शिक्षण दिले

जात असते. प्राचीन काळी मुलाला वयाच्या आठ वर्षानंतर गुरुकुलात शिक्षण घेण्याची पद्धत होती. त्यामुळे पालकांची जबाबदारी ही केवळ वयाच्या आठव्या वर्षापर्यंत होती. तद्नंतरचा कालखंड विद्यार्थी पूर्णवेळ गुरूच्या आदर्शसान्निध्यात राहात असे. आजच्या व्यवस्थेत विद्यार्थी शिक्षकांच्या संपर्कात केवळ सहा तास राहतो व इतर वेळ पालकांच्या संपर्कात येतो. त्यामुळे पाल्यांची प्रथमशाळा कुटुंब व त्याचे पहिले शिक्षक पालक यांची पाल्यास नैतिक मूल्यआचरण व चारित्र्यसंवर्धन यासंबंधी प्राथमिक धडे यानेच दिले पाहिजेत. आजच्या धावत्या युगात पालकांना पाल्यासाठी वेळ नाही. त्यामुळे पालकवर्ग आपली जबाबदारी टाळत शिक्षकांकडे बोट करतो. यातूनच निवासी शाळांचा उदय झाला. असे असले तरी अन्नदाते पालक यांचे संस्कार आणि निवासी शाळांतील उपक्रम यामध्ये खूपच अंतर आहे. आज पालकांचे आपल्या पाल्यासाठी वेळ न देणे म्हणजे बालपणाच्या जडणघडणीपासून दूर ठेवणे, याचा सरळ अर्थ 'बालसंस्काररहित शिक्षण' होय.

प्राचीन शिक्षण आणि आधुनिक शिक्षण यामध्ये व्यावसायिक दृष्टी हा खूप मोठा फरक आहे. याच कारणामुळे शिक्षणाचे प्रमुख उद्दिष्ट 'चारित्र्याचा विकास' हे मागे पडत आहे. विद्यार्थी अनैतिक वर्तन करताना आढळत आहेत; म्हणूनच आपण म्हणतो, आजच्या शिक्षणव्यवस्थेचा दर्जा ढासळत चालला आहे. याचेच परीक्षण करताना विद्यार्थ्यांच्या सर्व अंगांचा विचार करतो; पण तो केवळ विद्यार्थी बनण्याऐवजी परीक्षार्थीच बनलेला दिसून येतो. 'ज्ञानार्जन परीक्षेसाठी' इतक्याच संकुचित दृष्टीमुळे त्याच्यात उदात्त विचारांची बीजेच पेरली जात नाहीत. 'नोकरी मिळविणे व जीवनास स्थैर्य देणे' त्याच्यासमोर एकमेव उद्देश आहे. त्यामुळे पैसा सर्वस्व, असा एक सिद्धान्त त्यांच्यासमोर आला; परंतु, संपत्तीची सार्थकता मानसिक स्वास्थ्यप्राप्तीत असते आणि ही मूल्यांची जपणूक एक संस्कार म्हणून करण्यातच असते. ती प्रवृत्ती आजच्या विद्यार्थ्यांत दिसत नाही. पालक याबद्दलची जबाबदारी शिक्षकांवर सोडतात, तर शिक्षक याबद्दल पालकांना जबाबदार मानतात. या दोघांच्या टाळाटाळीमध्ये आजचा विद्यार्थी मात्र 'आदर्श नागरिक' निर्माण होण्याऐवजी केवळ यांत्रिक शिक्षण प्राप्त केलेला 'यांत्रिक जीव' मात्र राहिला आहे.

४० नैतिक मूल्यांची जोपासना शिक्षणाद्वारेच

प्रा. सतीश सातव

शिक्षण ही मानवी जीवनात चालणारी निरंतर प्रक्रिया आहे. सुजाण व सुसंस्कृत नागरिक घडविण्याचे एक प्रभावी माध्यम म्हणजे 'शिक्षण' होय. भारतीय संस्कृती ही जगातील प्राचीन संस्कृती आहे. त्यामुळे शिक्षणव्यवस्थेचा इतिहासही प्राचीन आहे. काळाच्या बदलत्या प्रवाहानुसार शिक्षणव्यवस्थेमध्ये बदल झालेले दिसून येतात. वैदिक कालखंडापासून ते आजच्या शिक्षणव्यवस्थेमध्ये बदल झालेले दिसून येतात. वैदिक कालखंडापासून ते आजच्या शिक्षणव्यवस्थेमध्ये मूल्यसंस्काराला, मूल्यविकासाला महत्त्वाचे स्थान अभ्यासक्रमामध्ये दिलेले दिसून येते.

प्रत्येक व्यवसायाचे समाजजीवनात विशिष्ट स्थान असते; महत्त्व असते. हे स्थान व महत्त्व त्या व्यवसायाच्या कार्यावरून स्पष्ट होत असते. मानवी जीवनाचा स्तर उंचावणारी अशी जी काही मूल्ये आहेत, त्याचा परिपोष करणारा किंवा अशा ज्या काही वैयक्तिक, सामाजिक व मानवी गरजा आहेत, त्यांची पूर्ती करणारा जो व्यवसाय असेल त्याला समाजात श्रेष्ठ स्थान प्राप्त होते. शिक्षण हा असाच एक व्यवसाय आहे. सर्व प्रकारच्या वैयक्तिक व सामाजिक विकासाचा पाया हा शिक्षणातूनच घातला जातो. शिक्षणाच्या माध्यमातूनच व्यक्तीच्या व्यक्तिमत्त्वाचा सर्वांगीण विकास होतो. व्यक्तीमधील पशुत्व दूर करून संस्कार घडविण्याचे कार्य करणारा, समाजाच्या सर्व गरजांची पूर्तता करणारा एक व्यवसाय म्हणजे 'शिक्षण' होय, म्हणून शिक्षण व्यवसायाला एक वेगळेच महत्त्व प्राप्त झालेले आहे.

शिक्षण व्यवसायाला प्राचीन काळापासून अत्यंत उज्ज्वल परंपरा आहे. वैदिक कालखंड; मध्ययुगीन कालखंड, बौद्ध कालखंड व स्वातंत्र्यप्राप्तीनंतरचा कालखंड, या शिक्षणाच्या प्रमुख कालखंडाचा विचार केला असता, शिक्षणाचे प्रमुख ध्येय म्हणजे चांगला नागरिक घडविणे. म्हणजेच व्यक्तीमध्ये विविध मूल्यांची जोपासना

करणे हे होय. काळाच्या बदलत्या प्रवाहानुसार काही मूल्यांचा विकास झाला तर काही लयासही गेली. कोणत्याही राष्ट्राचा दर्जा हा त्या देशाच्या शिक्षणप्रणालीवर अवलंबून असतो; आणि त्या शिक्षणप्रणालीचा दर्जा हा त्या शिक्षणप्रणालीमधील नैतिक मूल्यांच्या स्थानावर अवलंबून असतो. शिक्षण हे व्यक्तिमत्त्वविकासाचे महत्त्वाचे साधन आहे. शिक्षणाच्या माध्यमातूनच मानवी मनावर सुसंस्कार घडविले जातात; परंतु आजच्या शिक्षणव्यवस्था व नैतिक मूल्यांचा विकास या संदर्भात विचार करणे ही शिक्षणक्षेत्रातील कार्य करणाऱ्या कार्यकर्त्यांसमोर चिंतनाची बाब आहे.

आजचे युग हे ज्ञानयुग आहे. ज्ञानाच्या कक्षा या खूप रुंदावत आहेत. माहिती-तंत्रज्ञानाच्या या युगात पदोपदी प्रत्येक क्षणाला नवीन ज्ञान उदयास येत आहे. सर्वांचे जीवन अत्यंत गतिमान झाले आहे. या सर्व प्रगतीमध्ये शिक्षणव्यवस्था महत्त्वाची भूमिका पार पाडत आहे. शिक्षणाच्या माध्यमातून व्यक्तीचा, पर्यायाने समाजाचा व राष्ट्राचा विकास होतो. हा विकास सकारात्मक दृष्टीने होणे म्हणजेच नैतिक मूल्यांचा विकास होय. आजच्या या स्पर्धेच्या युगात एका बाजूला महासत्तेकडील आपली वाटचाल, तर दुसऱ्या बाजूला मानवी मूल्यांचा खालावलेला दर्जा ही बाब चिंतनीय आहे.

'नही ज्ञानेन् सदृश्य पवित्रम्' या उक्तीप्रमाणे आजच्या शिक्षणव्यवस्थेमधून पवित्र ज्ञान विद्यार्थी प्राप्त करतो काय? फक्त पदवी मिळवून नोकरी मिळविणे हेच त्याचे अंतिम उद्दिष्ट आज आपणास दिसून येते. शिक्षणव्यवस्थेचे बदलते स्वरूप, खालावलेला दर्जा, बेजबाबदार विद्यार्थी यामधून समाजामध्ये निर्माण झालेल्या बेकारी, भ्रष्टाचार, अंधश्रद्धा, दहशतवाद इ. समस्या म्हणजेच नैतिक मूल्यांची होत असलेली घसरण होय. ही घसरण थांबविण्याचे कार्य फक्त शिक्षणव्यवस्थाच करू शकते. म्हणून आजच्या शिक्षणव्यवस्थेने नैतिक मूल्यांचा ध्यास धरणे गरजेचे आहे.

स्वातंत्र्यप्राप्तीनंतर १९४८ला विद्यापीठ आयोग, १९६४ला कोठारी आयोग, १९८६चे राष्ट्रीय शैक्षणिक धोरण या सर्व आयोगांनी अभ्यासक्रमात प्राथमिक शिक्षणापासून ते उच्च शिक्षणापर्यंत मूल्यशिक्षणाचा समावेश करावा, अशी शिफारस केली. १९९७पासून शिक्षणाच्या स्तरावर मूल्यशिक्षणाची सक्ती करण्यात आली. या सर्व निर्णयांमुळे खरंच मूल्यांची जोपासना विद्यार्थ्यांमध्ये झाली काय? झाली तर समाजातील माणुसकी का कमी होतेय? शिक्षणव्यवस्थेतील घटकांनी मूल्य ही संकल्पना अगोदर समजावून घेणे आज गरजेचे आहे. 'मूल्य म्हणजे पैसा नव्हे' हा अर्थ न घेता ज्ञानमंदिराचे पावित्र्य कायम ठेवण्यासाठी सातत्यपूर्ण प्रयत्न करायला पाहिजेत. म्हणजेच नैतिक मूल्यांचा विकास शिक्षणव्यवस्थेतील जबाबदार घटकांनी स्वत:मध्ये सुरुवातीला करावा.

आचार्य विनोबा भावेंना अपेक्षित संस्कृतीचा विकास करावयाचा असेल तर शिक्षणव्यवस्थेमधील विविध जबाबदार घटकांनी नैतिक मूल्यांच्या विकासाचा ध्यास धरणे गरजेचे आहे. शिक्षणव्यवस्थेमधील महत्त्वाचा घटक म्हणजे 'शिक्षक' होय. मूल्यशिक्षणाची सक्ती म्हणून व्यावसायिक दृष्टिकोनातून प्राथमिक, माध्यमिक स्तरापर्यंत मूल्यशिक्षणाच्या विकासाकरिता सक्तीचे प्रयत्न आजही सुरू असताना दिसून येतात; परंतु उच्च शिक्षणक्रमामध्ये प्रवेशित झाल्यानंतर आजचा विद्यार्थी हा या नैतिक मूल्यांपासून दूर जाताना दिसत आहे. यास जबाबदार कोण, तर आजची शिक्षणव्यवस्था. पर्यायाने आपण सर्व जण! ही एक आपणा सर्वांकरिता एक आत्मचिंतनाची बाब आहे. सद्य:स्थितीत 'विद्यापीठ अनुदान आयोगा'ने आपल्या नवीन शैक्षणिक धोरणात 'Value Based Education'चा पुरस्कार केलेला आहे. संपूर्ण जगातून काही मानववादी मूल्यांच्या विकासाची व रक्षणाची मागणी होताना दिसून येते. ही सर्व परिस्थिती बदलण्याचे सामर्थ्य फक्त शिक्षणक्षेत्रामध्येच आहे; म्हणून शिक्षणक्षेत्रामध्ये कार्य करणाऱ्यांनी व्यावसायिक दृष्टिकोन दूर ठेवून सेवा, निष्ठेचा दृष्टिकोन समोर ठेवून आपल्या विद्यार्थ्यांमध्ये मानवतावादी मूल्यांच्या जोपासनेसाठी सर्वतोपरी प्रयत्न करणे गरजेचे आहे.

भारतीय संस्कृतीमधील आदर्श मूल्यांची घसरण, पाश्चिमात्य संस्कृतीचे अनुकरण, भ्रष्टाचार, व्यसनाधीनता, दहशतवाद ही आपल्यापुढील आव्हाने दूर करण्यासाठी शिक्षणव्यवस्थेमध्ये काम करणाऱ्या प्रत्येक घटकाने निष्ठेने, प्रामाणिकपणाने, सहकार्याने व सकारात्मक दृष्टिकोनाने आपल्या विद्यार्थ्यांमध्ये नैतिक मूल्यांच्या विकासाकरिता सर्वतोपरी प्रयत्न करावे, तरच बलशाली भारताची स्वप्नपूर्ती होईल.

४१ सामाजिक विज्ञान संशोधनातील मूल्य

डॉ. पद्माकर सहारे

विद्यापीठ अनुदान आयोगाने अकराव्या पंचवार्षिक योजनेत (२००७-२०१२) उच्च शिक्षणविषयक धोरण आणि कृती योजनेमध्ये पाच उद्दिष्ट्ये (Goals) लक्षात घेतली आहेत; त्यातील उच्च संधी (Greater access), समान संधी (Equal access), गुणवत्ता आणि श्रेष्ठता (Quality and Excellence), प्रसंगोचितता (Relevance) आणि मूल्याभिमुख शिक्षण (Vlue-Based Education) ही होत.

मूल्याचा सामान्य अर्थ हा अंतिम लक्ष्य आहे. मूल्याचा संबंध जे काही आहे याच्याशी कमी असून, त्याचा संबंध जे असायला पाहिजे त्याच्याशी आहे. दुसऱ्या शब्दात मूल्य नैतिक औचित्यांना प्रकट करते. व्यक्तीची मूल्ये समान असू शकतात आणि असमान असतात. जसे, कोणी अध्यात्माला अधिक महत्त्व देतात; कोणी धनाला, कोणी त्यागाला, कोणी सुखाला. उदा. भारतीय समाजात अध्यात्मवादाला अधिक महत्त्व दिले जाते तेव्हा अमेरिकन वा पश्चिमी समाजाला ते ऱ्हासमान समजतात, तर तेथील लोक भारताला मागास समजतात. जेव्हा मूल्य भिन्न असतील, तेव्हा मूल्यांकनही भिन्न असेल. अशा प्रकारे मूल्याचा संबंध हा समाजाच्या-सामाजिक सांस्कृतिक वैशिष्ट्यांवर अवलंबून असतो.

राधाकमल मुखर्जी मूल्याविषयी लिहितात की, "मूल्य समाजाद्वारे मान्यताप्राप्त इच्छा (Desires), तसेच उद्दिष्ट (Goal) आहे. ज्याचे आंतरीकरण (Internalization) समाजीकरणाच्या प्रक्रियेने होते, जे नंतर व्यक्तिनिष्ठ प्राथमिकता (Subjective Preferences), प्रमाणभूत (Standards), आकांक्षा (Aspirations) बनून जातात." अधिक सामान्य शब्दात मूल्य एक प्रकारे सामाजिक प्रभाव, उद्दिष्ट वा आदर्शाला म्हटले जाते. ज्याच्याद्वारे सामाजिक परिस्थिती आणि विषयाचे मूल्यांकन केले जाते.

मूल्य एक मानदंड वा प्रमाणभूत (Standards) आहे. ते सांस्कृतिक होऊ

शकते अथवा केवळ व्यक्तिगत असून त्याच्याद्वारे एक-दुसऱ्याशी तुलना केली जाऊ शकते. मूल्यआधारे एखादी गोष्ट स्वीकारली जाऊ शकते वा नाकारली जाऊ शकते. मूल्य दैनंदिन जीवनामधील व्यवहाराला नियंत्रित करण्याचा सामान्य सिद्धान्त आहे. मूल्य केवळ मानवी व्यवहाराची दिशा प्रदान करीत नसून, ते आदर्श आणि उच्च उद्दिष्ट असते. मूल्य एक आंतरिक वा अदृश्य गुण आहे. हा मानवाच्या शिकण्याच्या प्रक्रियेतून (समाजीकरण) विकसित होतो. अशा प्रकारे मूल्याचा विकास एक सामाजिक-सांस्कृतिक प्रक्रियेच्या माध्यमातून होतो. सामाजिक मूल्य व्यक्तीच्या संस्कृतीद्वारे हस्तांतरित होते. ही मूल्ये समाजात व्यक्तिनिष्ठ आणि सामाजिक व्यवहाराचे प्रमाणभूत (Standards) बनून जातात. साधारणत: मूल्यांना दोन दृष्टीने बघितले जाते– अ) व्यक्तिनिष्ठ आणि ब) वस्तुनिष्ठ. व्यक्तिनिष्ठ दृष्टीने मूल्य एखाद्या व्यक्तीची इच्छा वा अनुभव आहे, ज्याला त्या व्यक्तीने एक पर्यायी रूपात निवडले आहे. वस्तुनिष्ठ दृष्टीने मूल्य हे एखाद्या वस्तूचा गुण आहे, जो वस्तूचा गुण व्यक्तीला प्राप्त करण्यासाठी वांछनीय बनवितो. अशा प्रकारे मूल्य हे पूर्णपणे व्यक्तिनिष्ठ नाही आणि वस्तुनिष्ठही नाही. मूल्य हे शून्यामध्ये निर्माण होत नसून, मानव आणि त्याच्या सामाजिक-सांस्कृतिक पर्यावरणाच्या मध्य आंतरक्रियांद्वारे विकसित होते. सुसंस्कृत मानवाच्या मनातून मूल्य व प्रतीकाविषयीचे विचार विकसित होत असतात. मूल्ये व प्रतीके विविध स्तरांवरील लोकांना जोडण्याचे कार्य करीत असतात; म्हणून जनसंपर्काचे एक प्रभावी माध्यम म्हणजेच मूल्य व प्रतीके होत.

व्यक्तिमत्त्वाच्या विकासासाठी समाजीकरणाची व शिक्षणाची आवश्यकता आणि मानवी समाजात स्थैर्य, शांतता व सुव्यवस्थेची गरज ही केवळ मूल्यव्यवस्थेमुळे निर्माण होते. राधाकमल मुखर्जी यांची 'मानव हाच मूल्याधिष्ठित जगाचा मुख्य केंद्रबिंदू आहे,' अशी धारणा आहे. विशिष्ट भूप्रदेश व मूल्ये यांच्यात अन्योन्य संबंध आहे. विशिष्ट भूप्रदेशाचे पर्यावरण जसे मूल्यव्यवस्थेला कारणीभूत ठरत असते. त्याचप्रमाणे मानवाने जोपासलेली मूल्येदेखील मानवासभोवतालच्या भौगोलिक पर्यावरणात आमूलाग्र स्वरूपाचे बदल घडवून आणत असतात, हे आजकालच्या पर्यावरणातील असमतोलावरून स्पष्ट होते; म्हणून मुखर्जींच्या मते, समाजशास्त्राचा मूलभूत अभ्यासविषय प्रदेशसापेक्ष आहे. मूल्ये देश, काल व परिस्थितीनुरूप बदलणारी असतात. मूल्यव्यवस्था ही एक निरंतन अशी कालसापेक्ष व्यवस्था आहे. निसर्गावर मानवाला विजय मिळवावयाचा असेल तर त्याने निसर्गाचे नियम पाळलेच पाहिजेत; कारण निसर्गाची स्वत:ची अशी नियमनव्यवस्था असते. निसर्गनियमांचे उल्लंघन होणार नाही किंवा नैसर्गिक समतोल नियंत्रित राहील अशा पद्धतीने जगण्यातच मूल्यव्यवस्थेचे महत्त्व आहे.

समाजाने स्वीकारलेली व मान्यता दिलेली जीवनप्रणाली म्हणजेच मूल्ये होत.

समाजमान्य स्वरूपाच्या आशा-आकांक्षा व ध्येये शिक्षणाच्या व समाजीकरणाद्वारे जीवनपद्धतीशी इतक्या एकरूप झालेल्या असतात की, ते साध्य करण्यासाठी समाजसंमत मार्गाचा अवलंब करावा लागतो. भविष्यकाळात पडणाऱ्या जबाबदाऱ्या यशस्वीपणे परिपूर्ण करण्यासाठी आवश्यक पात्रता, क्षमता व कार्यशक्ती निर्माण करण्यासाठीच शिक्षणाचा, संस्काराचा व समाजीकरणाचा मार्ग बाल्यावस्थेपासून अवलंबिला जातो.

तत्त्वज्ञान म्हणजे आपल्या अखिल अनुभवांचा अन्वयार्थ वा अर्थ लावण्याचा आटोकाट प्रयत्न होय. तत्त्वज्ञान हे एक सर्वव्यापी आणि सर्वमूलक शास्त्र असून, मनुष्यप्राण्याच्या जीवनाशी त्याचा घनिष्ठ संबंध आहे, हे आपणास त्यातून समजेल. तत्त्वज्ञान हे जगण्याची दृष्टी देणारे शास्त्र आहे. आपण कसे जगावे, हे सांगणारे, पर्यायाने ज्यायोगे आपल्या सर्व वर्तनव्यवहाराच्या दिशा निश्चित होत असतात, असा जीवनविषयक सर्वंकष दृष्टिकोन देणारे शास्त्र म्हणजे 'तत्त्वज्ञान' होय. सामान्य व्यक्तींना दैनंदिन जीवनात अनेकविध संघर्षांना तोंड द्यावे लागत असते. जीवनातील या सर्व संघर्षाची अनेक कारणे असू शकतात. त्यापैकी सर्वप्रमुख मानवाने स्वत:साठी ठरविलेली काही जीवनविषयक तत्त्वे, त्यांनी जपलेल्या काही जीवननिष्ठा होत. या जीवननिष्ठा म्हणजेच त्यांच्यापुरते त्यांचे तत्त्वज्ञान होय. तत्त्वज्ञानामुळे व्यक्तीच्या कृतीला, वर्तनाला एक अर्थ प्राप्त होतो. जीवनाचा अर्थ आणि जीवन कशासाठी जगावे, हे तत्त्वज्ञानाच्या आधारेच आपण समजू शकतो. फ्रेंच राज्यक्रांतीतून उदयास आलेली समता, स्वातंत्र्य आणि बंधुता ही तत्त्वे संघर्षमय जीवनातून उदयास आलेली होती. आधुनिक विचारवंतांनी ही तत्त्वे मानली. जीवनाची मूलाधार तत्त्वे म्हणून स्वीकारलेली आहेत. यावरून जीवन आणि तत्त्वज्ञान यांच्यातील घनिष्ठ संबंध आपल्या लक्षात येऊ शकेल.

शास्त्रांचे प्रामुख्याने दोन प्रकार सांगितले जातात. ते म्हणजे, आदर्शवादी शास्त्रे (Normative Sciences) आणि वास्तववादी शास्त्रे (Positive Sciences). आदर्शवादी शास्त्रे ही आदर्श निर्माण करतात, तर वास्तववादी शास्त्रे वास्तवतेचे दर्शन घडवितात. तत्त्वज्ञान हे आदर्शवादी शास्त्र आहे; कारण आपल्या जगण्याला दिशा देण्याचे काम तत्त्वज्ञान करीत असते. भौतिकशास्त्र, गणित, जीवशास्त्र, रसायनशास्त्र ही शास्त्रे वास्तववादी शास्त्रे आहेत. तत्त्वज्ञान मात्र जीवनाचे आदर्श निर्माण करणारे शास्त्र आहे.

भारतीय हिंदू तत्त्वज्ञान कर्मसिद्धान्तावर आधारलेले आहे. मात्र, पाश्चात्त्य विचारप्रणाली याहून भिन्न आहे. पाश्चात्त्य विचारसरणी भौतिक विचारांवर आधारलेली आहे. भारतीय तत्त्वज्ञांनी मात्र जगातील विविध घटनांचा अन्वयार्थ अशा भौतिक

कार्यकारणभावाने लावला नाही, तर सृष्टीतील प्रत्येक परिवर्तनाचे नियामक तत्त्व प्राणिमात्राच्या कर्माच्या बरे-वाईटपणात आहे, असे भारतीय तत्त्वज्ञान सांगते. यावरून तत्त्वज्ञानाच्या प्रमुख दोन विचारसरणी आहेत, असे म्हणता येईल. एक भौतिकवादी विचारसरणी (Materialistic Outlook) व दुसरी अध्यात्मवादी विचारसरणी (Spiritualistic Outlook) होय. निसर्गवाद (Naturalism), फलप्रामाण्यवाद (Pragmatism), वास्तववाद (Realism), अस्तित्ववाद (Existentialism), प्रत्यक्षवाद (Positivism) इ. भौतिकवादी विचारसरणीची विविध रूपे आहेत.

प्रारंभी सामाजिकशास्त्राच्या सर्व ज्ञानशाखा तत्त्वज्ञान या एकाच विषयात अंतर्भूत होत्या. जसे मानवशास्त्र, मानसशास्त्र, अर्थशास्त्र, राज्यशास्त्र आणि समाजशास्त्र इ. शास्त्रांना स्वतंत्र अस्तित्व नव्हते. तत्त्वज्ञानाचे एक क्षेत्र म्हणजे ज्ञानाचे स्वरूप शोधणे. सत्यज्ञान कोणते? ते व्यक्तीला कसे होते? ज्ञानसाधना करणे व ज्ञान समजून घेणे या शाखेला 'ज्ञानमीमांसा' असे म्हणतात. या संदर्भात आपणास तत्त्वज्ञान व शिक्षण यांच्यातील परस्परसंबंध किती खोलवर रुजले आहेत, हे अभ्यासावे लागेल. शिक्षण हे ज्ञानप्राप्तीचे साधन आहे, तर तत्त्वज्ञान म्हणजे ज्ञानसाधना होय. ही शास्त्रे नैतिक तत्त्वज्ञान या संवर्गात मोडत असत. तत्त्वज्ञानाचे आणखी एक क्षेत्र म्हणजे मूल्यांच्या संदर्भात शोध घेणे होय. मूल्यमीमांसा (Axiology) असे या तत्त्वज्ञानाच्या शाखेस म्हणता येईल. नैतिक मूल्यांचा अभ्यास या संदर्भात करता येईल. शिक्षणातून नेमकी कोणती मूल्ये संक्रमित व्हावीत, याचा विचार येथे करता येईल. नैतिक तत्त्वज्ञान (Moral Philosophy) असेही नाव या शाखेला देता येईल. कोणती कृती योग्य होईल, याबद्दलचा निर्णय या शास्त्राच्या आधारे देता येतो. सत्य नेहमीच बोलावे; परंतु, असत्य बोलून जर बहुत कल्याण साधणार असेल, तर असत्यही बोलावे काय? याचा विचार येथे प्रस्तुत आहे. ज्या ज्या शास्त्रशाखांचा संबंध वरील विषयांशी येतो, त्यांचा व तत्त्वज्ञानाचा घनिष्ठ संबंध आहे, हे उघडच आहे. मानसशास्त्र, शिक्षणशास्त्र, समाजशास्त्र, अर्थशास्त्र, राज्यशास्त्र, नीतिशास्त्र यांचा तत्त्वज्ञानाशी अत्यंत घनिष्ठ संबंध आहे. याशिवाय जीवशास्त्र, प्राणिशास्त्र, निसर्ग यांचाही तत्त्वज्ञानाशी जवळचा संबंध आहे.

शिक्षण ही जीवनाची क्रियात्मक बाजू आहे. शिक्षणाने व्यक्तिच्या भावना, बुद्धी आणि कौशल्ये यांना अर्जित केले जाते. प्रत्येक व्यक्ती तिच्या काही निष्ठांवरच जीवन जगत असते. व्यक्तीच्या निष्ठा म्हणजे तिचे तत्त्वज्ञान असते. उच्च जीवनमूल्ये कोणती? ही जीवनमूल्ये कशी संक्रमित करता येतील? संस्कार म्हणजे या जीवनमूल्यांचेच संक्रमण आहे. ते कसे करता येईल? स्वातंत्र्योत्तर काळातील भारतीय शिक्षणाला एक नवा आयाम प्राप्त झाला आहे. शिक्षणाकडे पाहावयाच्या मूलगामी दृष्टिकोनात

आमूलाग्र बदल होत आहे. शिक्षणाची उद्दिष्टे, अभ्यासक्रम, सार्वत्रिक शिक्षण, प्रौढ शिक्षण, स्त्रीशिक्षण, दुर्बल घटकांचे शिक्षण, प्रज्ञावान व मतिमंदांचे शिक्षण, निरंतर शिक्षण या सर्वच क्षेत्रांत नवीन शैक्षणिक विचारांची कालमानापरिस्थितीनुरूप भरच पडत आहे.

अध्यात्मवादापासून अस्तित्ववादापर्यंत (Existentialism) शैक्षणिक विचारात विविधता आहे, हे जरी खरे असले, तरी सगळ्या शैक्षणिक तत्त्वप्रणालीचे एका मुद्द्यावर एकमत आहे; तो मुद्दा म्हणजे, शिक्षणातून मानवाच्या वर्तनात योग्य दिशेने परिवर्तन करणे होय. मानवी जीवन म्हणजे पहिल्या श्वासापासून शेवटच्या श्वासापर्यंत घेतलेल्या किंवा आलेल्या अनुभवांची साखळी असते. अनुभव हा तीन प्रवाहांचा असतो. प्रत्येक अनुभवात ज्ञानात्मक, भावनात्मक आणि कार्यात्मक असे तीन प्रवाह असतात. मूल्यांचे वर्गीकरण अनुभवात असणाऱ्या या प्रवाहांच्या आधारे करता येते. विवेचनाच्या सोईसाठी हे तीन प्रवाह वेगळे केले जातात. प्रत्यक्षात ते एकमेकांत इतके मिसळलेले असतात की, वेगळे करता येत नाहीत. त्याचप्रमाणे हेपण लक्षात ठेवणे आवश्यक आहे की, प्रत्येक अनुभवात यातील एखादा प्रवाह अभावानेपण असू शकतो. म्हणजे एखादी कृती करताना विचार नसेल किंवा भावना नसेल किंवा एखाद्या अनुभवात केवळ विचार व भावना असतील, पण कृती नसेल. मूल्य आचरणात आणले तरच त्यांचे दर्शन होणार. तेव्हा अनुभवाचा कार्यात्मक भाग मूल्याच्या बाबतीत कृतीच्या दृष्टीने महत्त्वाचा असला, तरी वर्गीकरणाच्या दृष्टीने 'बौद्धिक मूल्ये' व 'भावनिक मूल्ये' असे वर्गीकरण योग्य ठरेल.

बौद्धिक मूल्ये : बौद्धिक मूल्यांमध्ये बुद्धीचा, तर्काचा भाग अधिकांशाने असतो. प्रत्येक मूल्याची योग्यायोग्यता तर्काच्या कसोटीवरच पारखून घ्यायला हवी. विवेकाच्या गवाक्षातून मूल्य पारखून घ्यावे. कोणतेही मूल्य निश्चित करताना, ते तर्काच्या निकषाने मोजावे. आपल्या श्रद्धा, आपली धार्मिक मते, राजकीय मते, सामाजिक दृष्टिकोन, आचार, रूढी, परंपरा यांना तर्कशुद्ध आधार हवा.

विज्ञाननिष्ठ हे एक बौद्धिक मूल्य आहे. निरीक्षण आणि प्रयोग या अभ्यासपद्धतीतून ज्ञान स्वीकारणे म्हणजे मूल्यांच्या संदर्भातली बुद्धिनिष्ठा स्वीकारणे होय. विज्ञाननिष्ठा, निरनिराळ्या क्षेत्रांतील कर्तव्ये, उदा. नियमित कर भरणे, मतदान करणे, राष्ट्रध्वजाचा सन्मान करणे ही बौद्धिक मूल्येच असतात. बौद्धिक मूल्यांत तर्क, विवेक महत्त्वाचा असतो.

भावनानिष्ठ मूल्ये : अनुभवातील भावनात्मक प्रवाहाला अधिकांशाने महत्त्व ज्या मूल्यांमध्ये असते, त्यांना 'भावनानिष्ठ मूल्ये' म्हणतात. उदा. राष्ट्रभक्ती हे भावनानिष्ठ मूल्य आहे. राष्ट्राबद्दलच्या आपल्या भावना अनुभवातून, प्रसंगातून

निर्माण झालेल्या असतात. त्यांना वैचारिक बैठक नंतर येते. भावनानिष्ठ मूल्यांत उपप्रकार आहेत. मानवी जीवनात वैयक्तिक जीवन आणि सामाजिक जीवनाचा समावेश असतो. त्यामुळे वैयक्तिक जीवनाशी, तसेच सामाजिक जीवनाशी संबंधित अशी मूल्येपण असतात. त्यामुळे सामाजिक मूल्ये व सौंदर्यविषयक व आध्यात्मिक मूल्ये ही वैयक्तिक जीवनाशी संबंधित असतात. समाजाच्या चालीरीती, श्रद्धा, शिष्टाचार, परंपरा इ. घटकांचा समावेश होतो. समाजाच्या प्रगतीसाठी मूल्ये असतात, त्यांचा समावेश सामाजिक मूल्यांत होतो.

वैयक्तिक हित बाजूला ठेवून सामाजिक हिताला महत्त्व देणे हे समाजाच्या प्रगतीच्या दृष्टीने महत्त्वाचे आहे. सामाजिक मूल्ये समाजाच्या प्रगतीस उद्देशूनच निश्चित केलेली असतात.

सौंदर्यविषयक मूल्ये : सौंदर्यशास्त्राच्या मते, सौंदर्य वस्तुनिष्ठ असते. मात्र, त्याची अनुभूती होण्यासाठी व्यक्तिनिष्ठताच असावी लागते. सौंदर्याचा आस्वाद घेण्यासाठी व्यक्तीला त्याचे दर्शनच अपरिहार्य असते. ललित कलाकृती, मग ती साहित्य, संगीत, नृत्य, चित्र, शिल्प, स्थापत्य यांपैकी कोणत्याही विभागातील असो, तिच्यात सत्य, शिव व सौंदर्य ही मूल्ये असली तर ती उत्तम कलाकृती, असे आपण मानतो. यात सत्य या मूल्याचा संबंध वास्तवतेशी, तर शिव या मूल्याचा संबंध नीतीशी व सौंदर्याचा संबंध निर्भेळ शुद्ध आनंदाशी असतो.

आध्यात्मिक मूल्ये : आध्यात्मिक मूल्ये ही आत्म्याच्या विकासाशी संबंधित असतात. आत्म्याचा विकास करण्यासाठी ज्या मूल्यांचा जीवनात-वर्तनात समावेश करतात, त्यांना 'आध्यात्मिक मूल्ये' म्हणतात. भारतीय तत्त्वज्ञानात अध्यात्म म्हणजे भौतिक सृष्टीचा फक्त साधनापुरताच विचार असून, आध्यात्मिक विकास हे जीवनाचे ध्येय आहे. अहिंसा, सत्य, अस्तेय आदी योगांत सांगितलेली तत्त्वे भौतिक, लौकिक जीवनात असतात, या दृष्टीने आध्यात्मिक मूल्ये व सामाजिक मूल्ये यांत एक साम्य आहे. ते म्हणजे, स्वत:चे हित बाजूला ठेवून समाजाच्या हिताला महत्त्व देणे. अध्यात्मवादी हे करीत असताना स्वत:चा आत्मविकासपण करत असतो. महात्मा फुले, महर्षी कर्वे, राजा राममोहन रॉय, महात्मा गांधी यांनी आपले जीवन समाजाच्या सुधारण्यासाठीच दिले. त्यामुळे एका अर्थाने सामाजिक मूल्य हे आध्यात्मिक मूल्यपण मानता येते. मानवता, भूतदया, समाजसेवा, अन्यायाविरुद्ध लढा देणे यांचा समावेश आध्यात्मिक मूल्यांतही करता येईल.

सामाजिक विज्ञानातील मूल्ये

प्रारंभीपासून सामाजिक विज्ञानाला सदैव वैज्ञानिक बनविण्याचा प्रयत्न केला गेला. सामाजिक विज्ञानाने नेहमी असा प्रयत्न केला की, सामाजिक घटनेचे अध्ययन

वैज्ञानिक पद्धतीद्वारेच केले पाहिजे आणि सामाजिक वास्तवतेला आकलन करण्याची हीच उपयुक्त पद्धती आहे, असे मानले गेले. नैसर्गिक विज्ञानातील सफलता लक्षात घेऊन सामाजिक विश्वाचेही/ घटनांचेही वर्णन, विश्लेषण, निर्वचन व निष्कर्ष वैज्ञानिक पद्धतीने करता येऊ शकते. नैसर्गिक विज्ञान व सामाजिक विज्ञानातील सादृश्यतेच्या कारणामुळे नैसर्गिक विज्ञानातील पद्धतींचा अवलंब सामाजिक विज्ञानांना लागू करता येऊ शकतो. सामाजिक घटनेचा अभ्यास मूल्यनिरपेक्ष किंवा मूल्यतटस्थ (Value Neutrality) किंवा वस्तुनिष्ठ (Objective) किंवा मूल्यमुक्त (Value Free) करता येऊ शकतो, अशी विज्ञाननिष्ठता/श्रद्धा आहे. परंतु, नैसर्गिक विज्ञानापेक्षा सामाजिक विज्ञानात विभिन्न स्थिती आहे. सामाजिक विज्ञान एकीकडे मूल्ययुक्त (Value-Oriented/Based) दृष्टीने व्यक्तीचे व त्याच्या व्यवहारांचे मूल्यमापनात्मक अध्ययन करते.

समाजातील व्यक्ती हा एक संशोधक आहे; आणि त्याचवेळी तो अध्ययनविषयसुद्धा आहे. कारण समाजातूनच व्यक्ती जन्म घेते. एक अशी सामाजिक विज्ञानातील परिस्थिती विसंगतीपूर्ण आहे. एकीकडे व्यक्ती समाजाचे व समाजातील सदस्यांचे अध्ययन मूल्यनिरपेक्ष दृष्टीने करण्याची इच्छा ठेवतो, तर दुसरीकडे विशिष्ट मूल्यासंदर्भात सुधारणा व बदल करण्याची इच्छा ठेवते. अशा विभिन्न-विचित्र विसंगतीत सामाजिक विज्ञान द्विधा व्यक्तिमत्त्वामध्ये विकास करीत आहे. एकीकडे जेव्हा वैज्ञानिक पद्धती अनुरूप आचरण करते, तेव्हा असे म्हटले जाते की, हे विज्ञान मूल्यस्वतंत्र (Value Free/ Objective) विज्ञान आहे, तर दुसरीकडे वर्तमानकाळात मूल्यस्वतंत्रतेची चिकित्सा केली जात आहे आणि मूल्ययुक्त दृष्टिकोनाचे (Value Oriented/Subjective) समर्थन केले जात आहे.

मूल्यस्वतंत्रता (मूल्यमुक्त) सामाजिक विज्ञान पूर्णत: वैज्ञानिक पद्धतीद्वारे अर्थात, संख्यात्मक तथ्यांमार्फत सुव्यवस्थित तथ्यसंकलन, विश्लेषण व निर्वचनावर भर देते. ऑगस्त कॉम्त यांनी प्रथमत: समाजशास्त्राचा विचार केला तेव्हा या विज्ञानाच्या रचनेचे स्वरूप हे नैसर्गिक विज्ञान असे सारखेच असल्याचे मानले. कॉम्त यांनी ज्ञानाच्या विकासाची अंतिम अवस्था ही वैज्ञानिक (Positive) मानली. याचा अर्थ, नैसर्गिक विज्ञानाप्रमाणेच हे एक विज्ञान आहे व त्यांनी शास्त्राच्या वर्गीकरणातून गणित, खगोलशास्त्र, भौतिकशास्त्र, रसायनशास्त्र, जीवशास्त्र यांसारखेच, तसेच त्यांच्याहीपेक्षा सर्वश्रेष्ठ विज्ञान मानले. एमिल दरखीम यांनीसुद्धा याच वैज्ञानिक आधारावर समाजशास्त्राला व्यक्तिवाद मूल्यव्यवस्थेपासून दूर ठेवण्याची इच्छा व्यक्त केली. त्यांनी सामाजिक घटनेच्या अध्ययनासाठी अत्यंत विस्ताराने वैज्ञानिक नियमांचे स्पष्टीकरण 'The Rules of Sociological Methods' (समाजशास्त्रीय पद्धतीचे नियम)

या पुस्तकात केले. मॅक्स वेबर हेही या मताचे होते की, सामाजिक विज्ञानामध्येही मूल्यमुक्त (Value Free) अध्ययन करता येऊ शकते. विल्फ्रेडो पॅरेटो यांनीसुद्धा समाजशास्त्रज्ञांना व्यक्तिगत भावनांपासून स्वतंत्र राहण्याचा सल्ला दिला आणि या गोष्टीचा आग्रह धरला की, अभ्यासकांनी केवळ 'काय आहे?' (What is?) याचे वर्णन व स्पष्टीकरण केले पाहिजे. 'काय असावे?' (What should be?) याचे वर्णन व विश्लेषणाला स्वत:पासून दूर ठेवले पाहिजे.

दुसरी बाजू, सामाजिक विज्ञानात असेही अनेक समाजशास्त्रज्ञ आहेत (Hermeneutical Tradition अन्वयार्थात्मक परंपरा) जे वैज्ञानिक स्वरूपाचे समाजशास्त्रातील स्थान अमान्य करतात. हा दृष्टिकोन वैज्ञानिक पद्धतीचा स्वीकार करीत नसून, समाजशास्त्रीय ज्ञानाला व्यावहारिक अर्थ, संदर्भागत स्थिती आणि हिताच्या दृष्टीने उपयोगात आणण्यासाठी विश्वास ठेवतात. रॉबर्ट लिंड हे त्यांच्या 'Knowledge for what?' या पुस्तकात समाजशास्त्रज्ञांनी आपल्या ज्ञानाचा वापर सामाजिक निर्मितीसाठी केला पाहिजे, असे म्हणतात. लिंड हे विज्ञानातील आदर्शाला नाकारून मानवी मूल्य (मूल्याभिमुखता) समाजविज्ञान अभ्यासविषयाची आवश्यकता नमूद करतात. त्याशिवाय सामाजिक वास्तवता जाणणे शक्य नाही. इतकेच नसून, मानवी मूल्य हीच सामाजिक विज्ञानाची दिशा निश्चित करतात. ज्याच्याद्वारे मानव नेहमी संस्कृतीची व सभ्यतेची पुनर्निर्मिती करतो. सी. राइट मिल्स यांनीही वैज्ञानिक पद्धतीची चिकित्सा केली असून, मानवतावादी दृष्टिकोनाचा पुरस्कार केला. समाजशास्त्रीय कल्पनाशक्ती/संवेदना (Imagination) एक समाजशास्त्रीय दृष्टी आहे. आमचे जीवन व्यक्तिगत, सामाजिक व ऐतिहासिक तत्त्वांशी संबंधित आहे, असे म्हणतात. पीटर बर्जर एक प्रघटनाशास्त्री अभ्यासक (अमेरिका) समाजशास्त्रज्ञांमध्ये मानसिक जिज्ञासेचा गुण आवश्यक असल्याचे नमूद करतात. समाजशास्त्राचा पहिला मंत्र असा पाहिजे, वस्तू जशी दिसते तशी नसते (Things are not what they look). समाजशास्त्रीय संवेदना/कल्पनाशक्तीआधारे समाज व सामाजिक वास्तवता समजणे आवश्यक आहे.

यावरून स्पष्ट आहे की, सामाजिक विज्ञानामध्ये मूल्यमुक्त/ वस्तुनिष्ठ (Value free/ Objective) व मूल्ययुक्त/व्यक्तिनिष्ठ/आत्मनिष्ठ (Value Oriented/ Subjective) असे हे दोन प्रकारचे दृष्टिकोन आहेत. नैसर्गिक विज्ञानात मूल्यतटस्थता/ मूल्यमुक्त विचार स्वीकृत तथ्य आहे, तर सामाजिक विज्ञानात विवादास्पद आहे. काही अभ्यासक सामाजिक विज्ञानात मूल्यतटस्थता वा मूल्यमुक्तता असली पाहिजे, असे मानतात, तर काही अभ्यासक मूल्यमुक्तता शक्य नाही, असे मानतात. इतकेच नसून, ते अयोग्य असल्याचे स्पष्ट करतात.

येथे आपण कोणत्याही एका पक्षाच्या संबंधित विचार करीत नसून, या

विश्लेषणासाठी विज्ञान (Science) व मूल्य (Value) या संकल्पनांविषयी अधिक माहिती घेणे आवश्यक मानतो. मूल्य याचा सामान्य अर्थ अंतिम उद्दिष्ट, असा आहे. मूल्याचा आशय असे असावयास हवे. राधाकमल मुखर्जी यांच्या मते, मूल्य म्हणजे समाजाद्वारे मान्यताप्राप्त इच्छा वा उद्दिष्ट्ये होय. हे लोकांचे योग्य वा अयोग्य, चांगले-वाईट असे तत्त्व असते. मूल्याचे ग्रहण (आंतरीकरण) व्यक्तीमध्ये सव्मजीकरण प्रक्रिया माध्यमाने होते, जे नंतर व्यक्तिनिष्ठ प्राथमिकता, आकांक्षा, मानदंड होऊन जाते. मूल्य एका पिढीकडून दुसऱ्या पिढीकडे हस्तांतरित होत जाते. मूल्यांना दोन दृष्टिकोनांतून बघितले जाते. एक व्यक्तिनिष्ठ व दुसरे वस्तुनिष्ठ होय. वस्तुनिष्ठता म्हणजे एखाद्या सामाजिक घटनेचे अध्ययन, पूर्वग्रह, पूर्वधारणा मान्यता व मूल्य इ.नी पूर्णपणे स्वतंत्र होऊन निष्पक्ष वर्णन करणे होय. व्यक्तिनिष्ठता म्हणजे सामाजिक घटनेचे अध्ययन, व्यक्तीचे व समूहाचे विशेष हित, आकांक्षा किंवा महत्त्वाकांक्षा ठेवून केलेले अध्ययन होय. यात त्यांच्या भावना, मूल्य, इच्छा, आकांक्षा व विश्वासविहीन होऊन घटनेचे केलेले वर्णन व स्पष्टीकरण आहे.

व्यक्तिनिष्ठ दृष्टीने मूल्य म्हणजे एखाद्या व्यक्तीची इच्छा वा अनुभव आहे; तर वस्तुनिष्ठ दृष्टीने म्हणजे मूल्य एखाद्या वस्तूचा तो गुण आहे. अशा प्रकारे मूल्य हे पूर्णपणे न केवळ व्यक्तिनिष्ठ वा वस्तुनिष्ठ असे आहे; तर ते मानव व सामाजिक-सांस्कृतिक पर्यावरणाच्या मधून आंतरक्रियांद्वारे निर्माण होत असते. मूल्य खरे तर सामाजिक विज्ञानाच्या परिस्थितीमधील गुण आहे. मूल्यरहित सामाजिक विज्ञान असू शकते किंवा नाही. वैज्ञानिक पद्धतीला नाकारणारे साामाजिक अभ्यासक सामाजिक घटनेशी संबंधित अध्ययन नेहमी मूल्यांनी प्रभावित असते; म्हणून हे विज्ञान नसून, हे तत्त्वज्ञान आहे, असे मानतात. संशोधनाच्या अभ्यासविषयाची निवड/समस्यासूत्रणावर मूल्यांचा प्रभाव असतो. काही वेळा एखाद्या समस्येच्या निर्मूलनात उपाययोजना करताना सामाजिक संशोधकांचे मूल्य त्याच्या स्पष्टीकरणाला प्रभावित करते. संस्कृतीच्या अध्ययनात त्यांच्या मूल्यांच्या अध्ययनाला महत्त्वपूर्ण स्थान असते. व्यक्तीच्या अध्ययनातही त्याच्या मूल्याला अधिक महत्त्व असते. मूल्य हे अभिवृत्तीचा (Attitude) एक भाग आहे आणि अभिवृत्तीचा प्रभाव समस्त सामाजिक संबंधावर पडत असतो. अभिवृत्तीचे अध्ययन सामाजिक विज्ञानाचे महत्त्वपूर्ण अध्ययनाचे एक अंग आहे. सामाजिक विज्ञानाचा दृष्टिकोन हा समाज व संस्कृतीने प्रभावित असतो. त्यामुळे सामाजिक विज्ञान वस्तुनिष्ठ वा मूल्यमुक्त होऊ शकत नाही.

सामाजिक विज्ञान व मूल्य (Social Sciences and Values) : विज्ञान व मूल्य या दोन्हींमधील संबंधाचे विश्लेषण आवश्यक आहे. आपण यापूर्वीच स्पष्ट केले की, मूल्य सामाजिक संबंध उत्पन्न करतात. अर्थात, सामाजिक विज्ञानात तर

मानवी संबंधाचे बाह्य अध्ययन होऊच शकत नाही. हा संबंध तीन पद्धतींनी स्पष्ट करता येईल.

१. सामाजिक विज्ञानासाठी मूल्य (Values for Social Sciences) : कोणतेही विज्ञान, मग येथे समाजशास्त्र असो, त्यातील संशोधक समाज व संस्कृतीच्या मूल्यांनी व प्रतिमानांनी (प्रमाणके) प्रभावित होतो. त्या संदर्भातूनच संशोधक निर्माण झालेला आहे. हेच सामान्य मूल्य व मूल्यांकन विज्ञानाची उत्पत्ती व विकास आहे. मूल्य सामाजिक विज्ञानाच्या निर्मितीमध्ये साहाय्यक आहे. सामान्यत: संपूर्ण समाज व त्याची सामाजिक-सांस्कृतिक व्यवस्थासुद्धा मूल्याचाच भाग आहे. याच मूल्यावर आधारित समाजसंशोधक वैज्ञानिक दृष्टिकोन निर्माण करतो आणि याच मूल्याच्या आधाराची निश्चिती अशी असते की, अध्ययनकाळात संशोधकाने वैज्ञानिक पद्धतीच्या अवलंबाने मूल्यस्वातंत्र्य असावे. याच आधारावर अध्ययन, अध्ययन उद्देशाची निवड होते. अशा प्रकारे वैज्ञानिक पद्धती, वैज्ञानिक दृष्टिकोन, वैज्ञानिक कार्यप्रणाली व मूल्यांकनाचे मानदंड/प्रतिमान निश्चित होतात. वस्तुनिष्ठता, सार्वत्रिकता, वास्तवता इ. मूल्ये वैज्ञानिक ज्ञान व संशोधनाची मूल्ये/मानदंडाशी संबंधित आहेत. विज्ञान हेदेखील स्वाभाविकपणे कोणत्यातरी मूल्य/मानदंडावर निश्चित होते.

२. सामाजिक विज्ञानाचे मूल्य (Values of Social Sciences) : प्रत्येक संशोधक समाजाचा सक्रिय सदस्य असतो. मूल्याचा प्रभाव जन्मजात असतो. त्या मूल्याचा प्रभाव संशोधनातील अभ्यासविषय निवडीवर पडतो. सामाजिक विज्ञान याचा शोध घेते की, सामाजिक वास्तवता काय आहे? अमुक घटना का घडते? घटना कशी घडते? अशा प्रकारे का, कसे, केव्हा या प्रश्नांची उत्तरे शोधतो. पुन: एक प्रश्न असाही निर्माण होतो, हे सर्व ज्ञान कशासाठी अर्थात ज्ञानाचा उपयोग काय? या अर्थाने प्रथम सर्व ज्ञान मूल्यात्मक व मूल्यवान आहे. ज्ञान हे संशोधक व अनेक जिज्ञासूंची ज्ञानसंतुष्टी पूर्ण करते. ज्ञान मानवी आकांक्षा व भावी योजना पूर्ण करते व त्याची उपयोगिता आहे. ज्ञानाचे दोन उद्देश आहेत - १. सैद्धांतिक वा शुद्ध ज्ञान व २. व्यावहारिक ज्ञान. शुद्ध ज्ञान संशोधन विज्ञानाचे कार्य हे ज्ञान आहे. (What is)च्या आधारावर ज्ञान प्राप्त केले जाते. ज्ञानाचा उपयोग काय काय, हे त्यात समाविष्ट नाही. व्यावहारिक संशोधन हे ज्ञान उपयोगाचा विचार करते. यात कोणता उद्देश ठीक आहे, हे सांगणे कठीण आहे. कारण दोन्ही दृष्टिकोन मूल्याचा स्वीकार करतात. एक दृष्टिकोन स्वत: ज्ञानाकडे बघतो, तर दुसरा जिज्ञासेतून मानवी समस्यांचे निराकरणाची उपयोगिता सांगतो, हे विज्ञानाचे

सर्वांत मोठे मूल्य आहे, असे समजतो. दोन्ही प्रकार मूल्यातूनच समाजविज्ञानाची भूमिका साकारतात. भूमिकांत विरोध नसून, परस्परपूरक आहेत.

३. सामाजिक विज्ञानातील मूल्य (Values in Social Sciences) : सामाजिक विज्ञानात मूल्य विशिष्ट समस्यांतून जन्म घेते. त्याला आपण 'पूर्वग्रह' म्हणतो. हे मूल्य वैज्ञानिक दृष्टिकोनाला हानिकारक असते. हे मूल्य वैज्ञानिक ज्ञान, निष्कर्ष, सामान्यीकरण, सिद्धान्त यांना इतके प्रभावित करते की, सामाजिक विज्ञानात वस्तुनिष्ठता येत नाही. त्यामुळे सामाजिक विज्ञानात 'मूल्यतटस्थता' धोक्यात येते.

भौतिक विज्ञानात पूर्वग्रह या मूल्याचा प्रश्न निर्माण होत नाही. सामाजिक विज्ञानात या प्रश्नामुळे अभ्यासविषयात जटिलता येते. सामाजिक विज्ञानात संशोधक ज्या सामाजिक घटनेची अभ्यासासाठी निवड करतो, ते मानवाचे स्वत:चे मूल्य, मानवी क्रिया व मानवी संबंधाद्वारे निर्मित असते. सामाजिक संशोधक हा स्वत: व्यक्ती व तोच समाजाचा एक सदस्य असतो. अशा स्थितीत पूर्णत: तटस्थ राहून अध्ययन करणे अशक्य आहे. नैसर्गिक विज्ञानात मूल्यतटस्थता एक मूल्य आहे. तेथे संशोधनाचा उद्देश हा वस्तूचा अभ्यास करणे, त्याचे मापन करणे, संख्यात्मक तथ्य शोधणे असे आहे. शेवटी सामाजिक विज्ञानात संशोधकाचे स्वत:चे आदर्श, विश्वास, मान्यता व मूल्य यांनी तो प्रभावित असतो. त्यामुळे सामाजिक विज्ञानात मूल्यमुक्तता अजूनही आदर्शच आहे. तोपर्यंत सामाजिक विज्ञानात वस्तुनिष्ठता प्राप्त करण्यासाठी निरंतर प्रयत्नशील असावे लागेल.

वर्तमानात सामाजिक विज्ञानात दुहेरी विवाद उपस्थित आहे. त्यातून प्रत्यक्षवादी प्रारूपाला (Positivistic Paradigm) विरोध करून पर्यायी अन्वयार्थात्मक प्रारूप (Interpretive Paradigm) अस्तित्वात आले. ज्याच्यामध्ये संख्यात्मक संशोधनपद्धती व गुणात्मक संशोधनपद्धतीच्या महत्त्वाबाबतही विसंगती दिसते; परंतु, शेवटी मूल्यप्रति नेहमी सावधानी बाळगून मूल्यमुक्त/मूल्यतटस्थ/वस्तुनिष्ठ अध्ययन सामाजिक विज्ञानात व्हावे, ही सर्वांत पहिली आवश्यकता आहे.